தாரகை

தமிழ்மகன்

விலை : ரூ.230/-

மின்னங்காடி

பதிப்பக வெளியீடு - 11

தாரகை / நாவல்

ஆசிரியர் : தமிழ்மகன் ©
முதல் பதிப்பு : 2016
இரண்டாம் பதிப்பு : 2021
வெளியீடு : மின்னங்காடி பதிப்பகம்
24, அண்ணா 3-வது குறுக்குத் தெரு,
அவ்வை நகர், பாடி, சென்னை - 50.

Rs.230/-

Tharagai / Novel

Author : Tamilmagan ©
First Edition : 2016
Second Edition : 2021
Published by : Minnangadi Publications
24, Anna 3rd Cross Street,
Avvai Nagar, Padi, Chennai - 50
Website : www.minnangadi.com
Mail : writertamilmagan@gmail.com
Phone : 72992 41264

ISBN : 9789392973017

ஆசிரியர் குறிப்பு

பிறப்பு, படிப்பு, பணி:

- தமிழ்மகன் என்கிற பா.வெங்கடேசன் சென்னையில் 1964இல் பிறந்தவர்.
- படிப்பு; B.Sc., M.A. மாநிலக் கல்லூரி, சென்னைப் பல்கலைக்கழகம்.
- 1989 தொடங்கி போலீஸ் செய்தி, தமிழன் நாளிதழ், வண்ணத்திரை, தினமணி, குமுதம், குங்குமம், ஆனந்த விகடன் இதழ்களில் 2019 வரை பணியாற்றியவர்.
- மாநிலக் கல்லூரியில் படித்தபோது 'பூமிக்குப் புரியவைப்போம்', 'ஆறறிவு மரங்கள்' என இரண்டு கவிதைத் தொகுதிகள் வெளியாகின.
- இளைஞர் ஆண்டையொட்டி, 1984இல் டி.வி.எஸ். நிறுவனமும் இதயம் பேசுகிறது இதழும் இணைந்து நடத்திய போட்டியில் இவரது வெள்ளை நிறத்தில் ஒரு காதல் புதினம் முதல் பரிசு பெற்றது. இதயம் பேகிறது இதழில் தொடராக வெளியானது. அரசியல் விமர்சகர் சின்னக்குத்தூசி தேர்வு செய்தார். இதுவும் கல்லூரி படிக்கும்போதே நிகழ்ந்தது. பேராசிரியர்கள் இரா.இளவரசு, கவிஞர் மு.மேத்தா, பொன். செல்வகணபதி, இ.மறைமலை, பி.சிவகுமார் போன்றோர் ஆசிரியர்களாக – வழிகாட்டிகளாக- அமைந்தனர்.

விருதுகள்

- 1984-ல் இதயம் பேசுகிறது - டி.வி.எஸ் நிறுவனம் நடத்திய போட்டியில் வெள்ளை நிறத்தில் ஒரு காதல் நாவலுக்கு விருது.
- மொத்தத்தில் சுமாரான வாரம் குறுநாவல் தி.ஜானகிராமன் நினைவு போட்டியில் தேர்வு செய்யப்பட்டது. 1986-ல் தேர்வு செய்தவர் எழுத்தாளர் அசோகமித்திரன்.
- இவர் எழுதிய மானுடப் பண்ணை நாவல் 1996இல் தமிழக அரசின் விருது பெற்றது.
- எட்டாயிரம் தலைமுறை சிறுகதைத் தொகுப்பு 2008-ம் ஆண்டுக்கான தமிழக அரசின் விருது பெற்றது.
- எழுத்தாளர் சுஜாதா நினைவு அறிவியல் புனைகதை விருது (2008).

- வெட்டுப்புலி நாவல் (2009) கோவை ரங்கம்மாள் நினைவு விருது, ஜெயந்தன் அறக்கட்டளை விருது பெற்றது.
- ஆண்பால் பெண்பால் நாவலுக்கு (2011) விகடன் விருதும் ஜி.எஸ். மணி நினைவு விருதும் கிடைத்துள்ளன.
- வனசாட்சி நாவல் (2012) சுஜாதா அறக்கட்டளை விருது, மலைச்சொல் விருதுகள், அமுதன் அடிகள் விருது ஆகியன பெற்றது.
- வேங்கை நங்கூரத்தின் ஜீன் குறிப்புகள் நாவலுக்கு கனடா இலக்கியத் தோட்ட புனைவு இலைக்கிய விருது (2017) பெற்றார்.
- திராவிடர் கழகத்தின் பெரியார் விருது (2014), விஜய் டி.வி நீயா? நானா? வழங்கிய இலக்கிய விருது (2016) உள்ளிட்ட பல விருதுகள் பெற்றவர்.
- படைவீடு நாவல் (2021) வென்றுமண்கொண்டார் விருது, சௌமா விருது, வள்ளுவப் பண்பாட்டு நடுவம் விருது, உலகத் தமிழ்ப் பண்பாட்டு மையம் விருது ஆகியன பெற்றது.
- படைவீடு நாவலுக்காக மலேசிய நாட்டின் கே.ஆர்.சோமா நில நல வாரியத்தின் இலக்கிய விருது பெற்றவர். (பத்தாயிரம் அமெரிக்க டாலர் தொகை பரிசு.)
- தென்னிந்தியப் புத்தகக் கண்காட்சியின் 2024-ஆம் ஆண்டுடின் சிறந்த நாவலுக்கான கலைஞர் பொற்கிழி விருது பெற்றவர்.

எழுதிய நூல்கள்

- பூமிக்குப் புரியவைப்போம், ஆறறிவு மரங்கள் இரண்டும் கவிதைத் தொகுப்புகள்.
- வெள்ளை நிறத்தில் ஒரு காதல் (1984), மானுடப் பண்ணை நாவல் (1996), சொல்லித் தந்த பூமி (1997), ஏவி. எம். ஸ்டூடியோ ஏழாவது தளம் (2007), வெட்டுப்புலி (2009),ஆண்பால் பெண்பால் (2011), வனசாட்சி (2012), ஆபரேஷன் நோவா (2014), தாரகை (2016), நான் ரம்யாவாக இருக்கிறேன் (2018), படைவீடு (2020), பிரம்மராட்சஷ் (2021), ஞாலம் (2024) ஆகியவை இவரது நாவல்கள்.
- எட்டாயிரம் தலைமுறை (2008), சாலை ஓரத்திலே வேலையற்றதுகள் (2006), மீன்மலர் (2008), அமரர் சுஜாதா (2013), மஞ்சு அக்காவின் மூன்று முகங்கள் (2014) இவரது சிறுகதைத் தொகுப்புகள்.

- இவருடைய நூல்கள் பலவும் முனைவர் பட்டத்துக்கும் ஆய்வு பட்டயங்களுக்கும் எடுத்தாளப்பட்டுள்ளன. கல்லூரிகளில் பாடமாக வைக்கப்பட்டுள்ளன.

- திரைப் பிரமுகர்கள் பற்றிய அரிய செய்திகளைச் சொல்லும் செல்லுலாயிட் சித்திரங்கள் (திரை) (2009), நூற்றாண்டு கண்ட தமிழ்ச் சிறுகதைகளை அறிமுகப்படுத்தும் தமிழ்ச் சிறுகதைக் களஞ்சியம் - (2013) ஆகிய கட்டுரைத் தொகுப்புகளும் இவர் படைப்புகள். சென்னையின் வரலாற்றை மெட்ராஸ் நல்ல மெட்ராஸ் (2016) என்ற பெயரில் எழுதியிருக்கிறார். விகடன் இணைய இதழில் வெளிவந்து பெரும் வரவேற்பைப் பெற்றது.

- ஆனந்த விகடனில் வெளியான ஆபரேஷன் நோவா (2014), ஜூனியர் விகடனில் வெளியான ‘நான் ரம்யாவாக இருக்கிறேன்’ (2018) ஆகிய அறிவியல் புனைகதைகள் பெரும் வாசக வரவேற்பைப் பெற்றன. திரையுலகைப் பின்னணியாகக் கொண்டு தாரகை என்ற நாவலை எழுதியுள்ளார்.

திரைத்துறை பணிகள்

- உள்ளக்கடத்தல், ரசிகர் மன்றம், பீட்ஸா மம்மி -3, கொற்றவை உள்ளிட்ட திரைப்படங்களுக்கு வசனம் எழுதியுள்ளார். நான் ரம்யாவாக இருக்கிறேன், ஆபரேஷன் நோவா நாவல்கள் சினிமாவுக்காக ஒப்பந்தமாகிள்ளன.

குடும்பம்

தந்தை க.பாலகிருஷ்ணன் - தாய் பார்வதி. மனைவி திலகவதி.

மகன் மாக்ஸிம் - மருமகள் த.சந்தியா. பேத்தி அகல்விழி.

மகள் அஞ்சலி - மருமகன் ஸ்ரீதர். பேரன்கள் அதியமான், அகிலன்.

தொடர்புக்கு:

writertamilmagan@gmail.com

7824049160

வில்வித்தைக்காரனின் அம்புகள்

கவிஞர் நா.முத்துக்குமார்

"ஒளி இல்லாத பொருள் ஜகத்தில் இல்லை; இருள் என்பது குறைந்த ஒளி" என்றான் பாரதி. இதற்கு நேர்மாறான தளத்தில் சினிமாவின் விதிகள் இயங்குகின்றன. "இருள் இல்லாத பகுதி சினிமாவில் இல்லை; ஒளி என்பது பெரிய இருட்டு."

ஊமைப்படம் பேசத் தொடங்கி உலகத்தரத்திற்கு தமிழ் சினிமா சவால்விட்டுக் கொண்டிருக்கும் இன்று வரை கேமரா இல்லாமல், ஃபிலிம் இல்லாமல் கூட படப்பிடிப்புகள் நடக்கக்கூடும். ஆனால் ஈகோ இல்லாத படப்பிடிப்பு தேடிப் பார்த்தாலும் தென்படாது.

"சினிமாவில் தூங்கும்போதுகூட காலை ஆட்டிக்கொண்டே தூங்க வேண்டும். இல்லையென்றால் இறந்துவிட்டான் என்று சந்தேகப்பட்டு எடுத்துக்கொண்டு போய் புதைத்து விடுவார்கள்" என்றார் என்.எஸ்.கே. எவ்வளவு சத்தியமான வார்த்தைகள்! தமிழ் சினிமா மட்டுமல்ல, உலக சினிமாவுக்கும் இது பொருந்தும்.

சினிமா ஒரு விநோதமான பரமபதம். இங்கு ஏணிகளைவிட பாம்புகளே அதிகம். தாயம் விழுந்து ஆட்டம் முன்னேறத் தொடங்கி விட்டால் ஏணிகளே பாம்புகளாய் மாறுவதும் இங்கேதான்! கட்டங்கள் கண்டங்களாக எதிரே நிற்க, கனவுகளை உருட்டியபடி தொடரும் ஆட்டம் இது.

சினிமா இருபுறமும் கூர்மையான பகுதியுள்ள கத்தி. ஒருசிலரே அதில் காயம்படாமல் தங்களுக்கான தங்க ஆப்பிள்களை வெட்டி எடுத்துக் கொள்கிறார்கள்.

உச்சியில் ஏறும் வரைதான் சிகரங்கள் பிரமிப்பாகத் தெரியும். பள்ளத் தாக்குகள், கொண்டை ஊசி வளைவுகள், ஆள் விழுங்கும்

கனைகள், எல்லாம் கடந்து சிகரத்தை அடைந்தால் மலை உச்சியிலும் வெட்டவெளிதான் இருக்கும். உச்சியில் இருப்பவர்கள், 'வெட்ட வெளியில்தான் நாங்களும் இருக்கிறோம்' என்று கீழே இருப்பவர்களுக்குச் சொல்வதில்லை. சொன்னாலும் அடிவாரத்தில் உள்ளவர்களுக்குப் புரிவதில்லை. காலகாலமாகத் தொடர்கிறது இந்த மாய மலையேற்றம்.

தமிழ்மகனின் தாரகை (ஏவி.எம். ஏழாவது தளம்' - முதலில் இந்தத் தலைப்பில் வெளியானது.) நாவல் சினிமா உலகத்தைக் கழுகுக் கோணத்தில் *(Eagle's eye view)* பார்த்துப் பதிவு செய்கிறது. சினிமாவின் புல்லரிப்புகள், பரவசங்கள், பாசாங்குகள், பயங்காட்டல்கள், சவால்கள், சறுக்கல்கள், கலைவதற்காகவே அடுக்கப்படும் கனவுகள், பொறாமைகள், காய் நகர்த்துதல்கள், பகட்டுத்தனங்கள் என எல்லாவற்றையும் யதார்த்தமாகப் பதிவு செய்கிறார் தமிழ்மகன். ஒரு தேர்ந்த வில் வித்தைக்காரனின் அம்புகளைப் போல இவரது சொற்களும், சொற்களின் வழி விரிந்து செல்லும் கதை உலகமும் இந்த யதார்த்தத்துக்குத் துணை புரிகின்றன.

தீபிகாவுக்கு அம்மா வைத்த பெயர் சுந்தரி. சுந்தரி கூச்சம் தவிர்த்து, (நடிகைக்கு முதல் பாடமே 'கூச்சம் தவிர்) தீபிகா ஆகிறாள்!

கோடம்பாக்கத்து ரங்கராட்டினத்தில் ஜெயித்த குதிரைகள், தோற்ற எனப் பலவற்றில் மேலேயும் பயணித்து ஒரு நடிகரின் அரசியல் இயக்கத்தில் கலந்து கைதேர்ந்த தலைவியாவதுடன் கதை முடிகிறது.

சினிமாவின் பற்சக்கரங்களாக இருக்கும் நடிகர்கள், ஒளிப்பதிவாளர்கள், தயாரிப்பாளர்கள், விநியோகஸ்தர்கள், ஃபைனான்சியர்கள், பி.ஆர்.ஓ-க்கள், சினிமா நிருபர்கள், மேக்கப் மேன்கள், ரசிக மன்றத் தலைவர்கள், மிக முக்கியமாக அங்கிங்கெனாதபடி எங்கும் வியாபித்திருக்கும் ஜால்ராக்கள் என இந்நாவலில் வரும் பாத்திரங்கள் க்ளைடாஸ்கோப்பில் நுழைந்துவிட்ட வளையல் துண்டுகளைப் போல் நம் கண்முன் படிக்கப் படிக்க பல சித்திரங்களை உருவாக்குகிறார்கள்.

ஒத்துழைக்காத நடிகையை ரீடேக்குகள் வாங்குவது, மழை வாரத்தில் ரிலீஸ் செய்த படம் ஓடாமல் போவது, விருதுகளைப் பற்றி விநியோகஸ்தர்கள் கொண்டிருக்கும் கருத்துகள், அரசியல்வாதிகளின் வெள்ளை நிற ஆடை நடிகனின் மனதில் ஏற்படுத்தும் தயக்கம், எந்த நேரமும் இந்த வாழ்க்கையை விட்டுவிட்டு வெளியே வர சாவிகள் இருந்தும் மீண்டும் மீண்டும் புதுப்புது பூட்டுகளை விரும்பி பூட்டிக் கொண்டு தனித்திருக்கும் நிலை எனப் பல இடங்களில் தமிழ்மகனின் எழுதுகோல் சினிமாவின்

குறுக்குவெட்டுத் தோற்றங்களை வெளிச்சமிட்டு காட்டுகிறது.

அவருடைய சிறுகதைகளைப் படிக்கக் கொடுத்தார். எவருடைய சாயலும் இல்லாமல் காட்டுச் செடியைப் போல் வசீகரித்த கதைகள் அவை. மழை நின்ற பின்னும் தூறிக் கொண்டிருக்கும் மரக்கிளைகளைப் போல் இன்னமும் அக்கதைகள் அலையெழுப்புகின்றன. பத்திரிகைத் தொழில் எழுத்தைக் கொன்றுவிடும் என்பார்கள். இவர் விஷயத்தில் அது இன்னமும் நிகழாததை இந்நாவல் மீண்டும் நிரூபிக்கிறது.

சினிமாவைப் பற்றி எழுதப்பட்ட அசோகமித்திரனின் 'கரைந்த நிழல்கள்', 'ஜெயகாந்தனின் 'சினிமாவுக்குப் போன சித்தாளு', சுஜாதாவின் 'கனவுத் தொழிற்சாலை', ஜெயமோகனின் 'கன்யாகுமரி' போன்ற முக்கிய நாவல்கள் வரிசையில் தமிழ்மகனின் தாரகை நிச்சயம் இடம்பெறும்.

நிஜச் சரடும் கற்பனைச் சரடும்

ஆண் சமூகம், பெண்களுக்கு இரண்டு முகங்களை வழங்கியது. அதைத்தான் அவர்கள் சூட வேண்டும். ஒன்று புனித முகம். இன்னொன்று போக முகம். தாய் வழிச் சமூகத்தின் வீழ்ச்சியில் இந்தப் பரிசளிப்பு நிகழ்ந்தது.

விவசாயம் வளர்ந்தபோதும் இயந்திரங்கள் பெருகியபோதும் சினிமா வந்தபோதும் சாஃப்ட்வேர் வந்தபோதும் இந்த இரண்டு முகங்கள் பெண்களுக்குத் தேவைக்கு ஏற்ப அணிவிக்கப்பட்டன. அழகைமூலதனமாகக்கொண்டசினிமாவில்இந்தமுகங்களுக்குமிகை அலங்காரம் இருப்பது இயற்கைதான். பத்தாண்டுகளுக்கும் மேலாக நான் சினிமா நிருபராக இருந்தேன். அது, 90-கள். இந்த நாவலும் கிட்டத் தட்ட அந்தக் காலக்கட்டத்தில் நடப்பதாகத்தான் எழுதியிருக்கிறேன்.

கற்பனைச் சரடும் நிஜச் 'சரடும்' பின்னிப் பிணைந்து உருவாகியிருக்கிறது இந்த நாவல். நிஜச் சரடு என்பதை 'நாலு வரியாவது' தனியாக விவரிக்கவில்லை எனில் ஏதோ சும்மா வார்த்தை அடுக்குகளாக ஆகிவிடும்.

சினிமா என்ற மாய லோகத்தையொட்டிப் பிரயாணிக்கிற கதை இது. நான் கற்பனையாக எழுத ஆரம்பித்த சம்பவங்கள் சிலவற்றை நிஜமாகவே நடந்ததாகச் சொல்கிறார்கள். நான் நிஜமென்று நம்பி எழுதியவற்றை இப்படியெல்லாம் நடந்திருக்க வாய்ப்பில்லை என்கிறார்கள். அதனால்தான் நிஜச் சரடு என்கிறேன்.

தீபிகா என்ற நடிகை, திடீர் புகழ்பெற்று சிலருடன் அனுசரித்து சிலரை பகைத்து... யாரையோ அவசரஅவசரமாக மணந்து பிரிந்து... அரசியல் தலைவியாகிறாள். யோசித்துப் பார்த்தால் சினிமாவில் இருந்து அரசியலுக்கு வந்த பல நடிகைகளுக்கும் இது பொருந்தும்தான். திடீரென்று நடிகையாகி புகழ்பெற்றவர்கள்

ஏராளம் பேர். அவசரமாக யாரையோ மணந்து பிரிந்தவர்களும் நிறையபேர் இருக்கிறார்கள். அரசியலுக்கு வந்த நடிகைகளும் ஏராளம்பேர். அதனாலேயே இது நிறைய பேரின் நிஜக் கதையை ஞாபகப்படுத்தலாம். இருட்டில் கயிற்றை பாம்பென்று நினைத்தது போன்றதொரு ‘சங்கர’ மாயைதான் அது.

அதனால்தான் சங்கர மடத்தையும் நடிகையையும் இணைத்து வருகிற செய்திகளையும், மாயை என்றே கொள்ளவேண்டி இருக்கிறது. அரசியல், ஆன்மிகம், பொருளாதாரம், கலாசாரம் என சகலத் துறைகளிலும் தன் மாயக் கழுத்தை நீட்டியிருக்கும் சினிமாவைப்பற்றி - குறிப்பாக தமிழ் சினிமாவைப்பற்றி முடிவில்லாத தொடர்கதையாக எழுதிக்கொண்டே போக வேண்டியிருக்குமோ என்ற அச்சம் திடீரென்று என்னை சூழ்ந்த மறுவினாடி இந்தக் கதையை முடித்துவிட்டேன். ‘முற்றும்’ போட்டுவிட்ட பிறகு மீண்டும் ஆசையாகத்தான் இருக்கிறது... தொடர்வதற்கு.

சமகால தடயங்களைப் புனைவுகளின் ஊடே பதிவுசெய்வதில் எனக்கு எப்போதுமே இருக்கும் ஆர்வம் இந்த நாவலிலும் சாத்தியப் பட்டுள்ளது. மானுடப்பண்ணை, வெட்டுப்புலி, ஆண்பால் பெண்பால், வனசாட்சி என என்னுடைய நாவல்களைப் பிணைக்கிற ஒரு மாயச் சங்கிலியின் கண்ணி இந்த நாவலோடும் பிணைந்திருப்பதை வாசகர்கள் உணரலாம். பல சமகால உண்மைகள் இதிலே புத்தகப் பக்கங்களுக்கு இடையே வைக்கப்பட்ட ரயில் டிக்கெட் என மறைந்து கிடக்கின்றன. புரட்டுங்கள்... கிடைக்கப்பெறும்.

இந்த நாவலை மூன்று குறுநாவல்களாக ‘குங்குமச்சிமிழ்’ இதழில் வெளியிட உதவி புரிந்த எழுத்தாளர் கௌதம நீலாம்பரன் அவர்களுக்கும், அணிந்துரை வழங்கிய கவிஞர் நா.முத்துக்குமார் அவர்களுக்கும் என் நன்றி.

நண்பர்கள் சரவணன் சந்திரன், கே.என்.சிவராமன், யுவகிருஷ்ணா மூவரும் இந்த நாவல் மீது வைத்திருக்கும் நம்பிக்கைதான், மாத நாவலாக வந்த இதை மறுசீரமைப்பு செய்ய வைத்தது. அவர்களுக்கு நன்றி. நாவலை மெய்ப்பு பார்த்துக் கொடுத்த நண்பர்கள் கதிர்பாரதி, பாலு சத்யா ஆகியோர் என் மீது வைத்திருக்கும் அக்கறை சாதாரணமல்ல. அவர்களுக்கு என் நன்றி.

அட்டைப் படத்துக்காக மிகப் பொருத்தமான ஓவியத்தைப் பரிசளித்த ஓவியர் இளையராஜாவுக்கும் அட்டை வடிவமைப்பில் ஆலோசனை வழங்கிய நண்பர் பாண்டியன் அவர்களுக்கும் என் அன்பு.

அன்புடன்,
தமிழ்மகன்
14.04.16

திரைத்துறைப் பெண்களுக்கு...

பாகம் 1
இன்பத்துப் பால்

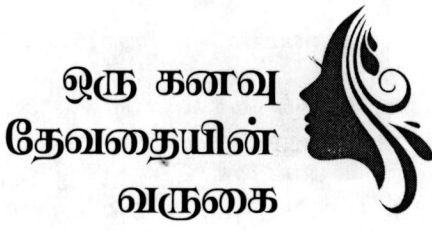

ஒரு கனவு
தேவதையின்
வருகை

தமிழில் எழுதிப் பார்த்தாள். பிறகு ஆங்கிலத்தில் எழுதிப் பார்த்தாள். எந்த மொழியிலும் அது புதிதாகத்தான் இருந்தது. அவள் எழுதியது ஒரு பெயர். புதிதாக இருந்ததுடன் விநோதமாகவும் இருந்தது. பின் அந்தப் பேப்பரை ராக்கெட் செய்து டி.வி-யை நோக்கிப் பறக்கவிட்டாள்.

முதலில் பெயரைப் பழகிக்கொள்ள வேண்டும். மனிதர்கள் பெயர்களால் ஆனவர்கள். பெயர்தான் எல்லாமுமாக இருக்கிறது. கடவுள்கள், அரசர்கள், மூதாதையர்கள் எனப் பலரும் நமக்குப் பெயர்கள்தான். ஆறுமுகம் வாழ்க, அம்சவேணி ஒழிக... பெயர்களை ஒட்டிய வியங்கோள் வினைமுற்றுகள். பெயரே அடையாளம். பெயரே முகவரி. பெயருக்குத்தான் புகழ்... பேரும் புகழும். முருகர் என்றால் ஒருவர் மகிழ்கிறார். முகமது என்றால் இன்னொருவர் மகிழ்கிறார்.

கடந்த வெள்ளிக்கிழமை வரை அவளுடைய பெயர் சுந்தரி. அப்படித்தான் இருந்தது. இனிமேல் அந்தப் பெயர் அவளுக்கானதாக இல்லாமலேயேகூட போகலாம்.

முதல்நாள் பாடல் காட்சிதான் எடுக்கப்போவதாகச்

சொன்னார்கள். தான் நடிக்கப்போகும் முதல் படத்தின் முதல் காட்சி. ஹோட்டலில் கொடுத்த ஒரு குறிப்பு நோட்டில் 'ஜனவரி 19' என பென்சிலில் எழுதியிருந்தாள். அவள் முதன்முதலாக நடிக்கப் போகும் நாள். சுந்தரிக்கு தூக்கமே வரவில்லை... தூக்கம் வர மறுப்பது தீபிகாவுக்கா... சுந்தரிக்கா? பெயரைத்தான் தீபிகா என மாற்றிவிட்டார்களே? அந்தப் புதிய பெயரே உடம்புக்குள் ஆவி புகுந்ததுபோல இருந்தது. நடிகை என்றால் புதிய பிறவி... புதிய பெயர் அவசியம். சாமியார்களுக்குப் பூர்வாசிரம பெயர்போல. நடிகை ஜல்சா ஸ்ரீ, ஜமுனா ஸ்ரீ என்று எத்தனையோ ஸ்ரீக்கள். தீபிகா... அப்படி ஒன்றும் நடிகை ஜோக்குகளில் இடம்பெறும் பெயர்போல இல்லை என்பதில் சின்ன ஆறுதல். பாட்டியின் பெயர் தாட்சாயிணி, அம்மா பெயர் அம்பிகா. இவள் பெயர் தீபிகா. தாட்சாயிணி தன் மகளுக்கு அம்பிகா எனப் பெயர்வைக்க ஒரு காரணம் இருந்தது. தீபிகா என்ற பெயருக்கு 'கா' மட்டும்தான் காரணம்,

சென்னையின் பிரதானமான ஹோட்டல் ஒன்றின் நான்காவது மாடியில் கிழக்கு பார்த்த பால்கனி அறையில் அவள் தங்கவைக்கப்பட்டிருந்தாள். பால்கனியை ஒட்டி பெரிய சாலை. அதை நூறு அடி சாலை என்றார்கள். ஓட்டல் அறை பிரம்மாண்டமாக இருந்தது. ஒருத்தி தங்குவதற்கா, தன்னுடன் நடிப்பவர்களில் இன்னும் சிலரும் சேர்ந்து தங்குவார்களா எனத்தான் முதலில் நினைத்தாள். நல்லவேளை அந்த சந்தேகத்தைக் கேட்டுவைக்கவில்லை. அந்த மாதிரி ஒரு படுக்கையில் படுக்கவும் உட்காரவும்கூட அவளுக்கு யோசனையாக இருந்தது. 'ஃப்ரெஷ்ஷாக இருக்க வேண்டும் நன்றாக தூங்கு' என்று டைரக்டர் சொன்னார். வந்தால்தானே? டூயட் சாங். ஃப்ரெஷ்ஷாக இல்லை எனச் சொல்லிவிடுவார்களோ? ஃப்ரெஷ் என்பது பழத்தின் தன்மையைச் சொல்லும் பதம்போல இருந்தது.

ஜன்னலுக்கு வெளியே வடபழனி எனச் சொல்லப்பட்ட அந்த இடம், வெளிச்சத் துண்டுகளாகத் தெரிந்தது. இருட்டில் வடபழனி முருகன் கோயிலைத் தேடினாள். காலையிலேயே ஒரு முறை இதே ஜன்னல் வழியாகப் பார்த்தாள். அதனால் இருட்டில் சுலபமாக அடையாளம் காண முடிந்தது. கன்னத்தில் போட்டுக்கொண்டாள். சாலை எந்த நேரமும் வாகனங்கள் விரைந்துகொண்டிருந்தன. திருச்சி, மதுரை, திண்டுக்கல் என பஸ்களில் போர்டுகளைப் பார்த்தாள். அதிலிருந்தே அது எல்லா வாகனங்களும் இங்கிருந்துதான் கிளம்புகின்றன என்பதைத் தெரிவித்தன. பக்கத்தில் கோயம்பேடு என்ற இடத்தில் இருந்துதான் எல்லா ஊருக்கும் பஸ்கள் போகின்றன என ரூம் கிளீன் செய்வதாக

வந்த பெண்மணி சொன்னாள். ஆட்டோவும் பைக்கும் மோதி அதை ஓட்டி வந்தவர்களுக்கு இடையே சண்டை வந்து, ட்ராஃபிக் ஜாம் ஆனது. அதைப் பார்ப்பதில் அவ்வளவு ஆர்வம் இல்லாமல் மீண்டும் வந்து படுத்தபோது, அம்மா நினைவுதான் வந்தது. தூக்கம் வரவில்லை. உதவியாளர் பெண்மணி ஒருவர் இருந்தார். அமுதா என்று பெயர். சினிமாவுக்காக வைத்துக்கொண்ட பெயராக இருக்குமோ? அவர், ஹேர் ட்ரஸ்ஸரும்கூட. சினிமா ஒரு கற்பனை உலகம். அதில் உலாவரும் அனைவருமே கற்பனை மனிதர்கள்தானோ?

காலையில் 6 மணிக்கு செட்டுக்கு வரச் சொல்லியிருந்தார்கள். இப்போது மணி? அறையில் டைம் பார்ப்பதற்கான ஒரு வசதியும் இல்லை. மணி என்ன ஆகியிருந்தால் என்ன, உடனடியாகத் தூங்க வேண்டும்... அம்மா... உடுமலை... பரணிகுமார்.... தூங்க வேண்டும்... உடுமலை... பரணிகுமார்... அம்மா... வடபழனி... தீபிகா... தூங்க வேண்டும்... அவள் அதிகாலையில் புரொடக்ஷன் ஆட்கள் வந்து எழுப்புவதற்கு அரைமணி நேரத்துக்கு முன் தூங்கிப்போனாள் தீபிகா.

ஐந்து மணிக்கு ஹோட்டலிலேயே மேக்கப் போட்டு, ஆறு மணிக்கு ஸ்பாட்டுக்கு அழைத்துவந்துவிட்டார்கள். பெரிய மனுஷி ஆனபோது உடுமலையில் சிங்காரித்து, ஸ்டுடியோவுக்கு அழைத்துப்போய் மயில் ஆசனத்தில் உட்காரவைத்து போட்டோ எடுத்தது நினைவுக்கு வந்தது. இப்போதும் சிங்காரித்து ஸ்டுடியோவுக்கு அழைத்துவந்திருக்கிறார்கள். அலங்கரிக்கப்பட்ட பெரிய இடம். பெரிய செட். அதை ஃப்ளோர் என்றார்கள். முதல் நாள் ஷூட்டிங் என கேமிராவுக்கு ஆரத்தி காட்டி தேங்காய் உடைத்தார்கள்.

பல நூறு வாட்ஸ் வெளிச்ச மழையில் நிற்கும்போது யார் எங்கே இருந்து பார்க்கிறார்கள் என்பதே தெரியவில்லை. படபடப்பும் கூச்சமுமாக இருந்தது தீபிகாவுக்கு. வியர்க்கும்போது எல்லாம் அமுதாவுக்கு எப்படித்தான் தெரியுமோ, உடனே வந்து ஐஸில் நனைத்த துணியால் துடைத்துவிட்டுப் போனாள். பிடிவைத்த சிறிய முகம் பார்க்கும் கண்ணாடியைக் கொடுத்து, சரிபார்த்துக்கொள்ளச் சொன்னாள். டான்ஸ் மாஸ்டர் ஒரு பெண். யார் யார் எந்தெந்த இடத்தில் நிற்க வேண்டும் என விளக்கினார். மறுபடியும் ஒரு சில விளக்குகளைத் தவிர்த்து மற்ற விளக்குகளை அணைத்துவிட்டனர். கேமிராவில் கோணம் பார்க்க சில விளக்குகளை எரியவிட்டார்கள். மறுபடியும் அணைத்தார்கள். விளக்கை அணைத்ததும் மாய உலகம் கலைகிறது. சலசலப்பு. நடனப் பெண்கள் அவர்களுக்குள் குறும்பாகப் பேசி சிரிக்கிறார்கள். ஜிகுஜிகுவென நாற்பது

பெண்கள். நாயகனும் நாயகியும் காதல் வயப்பட்ட கிறக்கத்தில் ஒருவர் கன்னத்தில் ஒருவர் கண்ணை மூடி உரசிக் கிடப்பதுதான் முதல் ஷாட்.. ப்ளாஸ்டிக் வொயர்களால் பின்னப்பட்ட காகிதப் பூச்சரங்களைக்கொண்டு அவர்களைத் தனித்தனியே பிரித்தெடுக்கும் நோக்கத்தோடு தயாராக இருந்தார்கள் அந்த நாற்பது நங்கைகள். நாயகன் உடம்பிலும், நாயகி உடம்பிலும் தனித்தனியே பூச்சரம் சுற்றப்பட்டு, அதன் நுனிகளைப் பற்றியபடி பத்துப் பத்து பேர்.

நடனப் பெண்களுக்குத் தகதகவென ஜரிகை ஆடை. 'பிரா' மாதிரியும் இல்லாமல், கை வைக்காத ஜாக்கெட் மாதிரியும் இல்லாமல் இருந்தது மேல் பகுதிக்கான மறைப்பு. கீழ் பகுதிக்கு அதே ஜரிகைத் துணியை இரண்டு கால்களுக்கும் இடுப்பில் இருந்து முட்டி வரை சுருட்டிவிட்டதுபோல் அலங்காரம். உதட்டுக்கும் முகத்துக்கும் மிகையாகவே சாயம் ஏற்றியிருந்தனர் அனைவரும். எல்லாருக்கும் 'எல்லாமும்' மிகையாக இருந்தன.

ஹீரோவைப் பார்த்து "வீனோத் சார், ஒரு மானிட்டர் பாத்துருவமா?" என டான்ஸ் மாஸ்டர் மீரா கேட்டதும். 'நான் எந்த நேரத்திலும் தயார்' என 'தம்ஸ்அப்' காட்டினான் வினோத். அவனும் சினிமா உலகுக்குப் புதியவந்தான் என்றாலும், அவன் நடித்து இரண்டு திரைப்படங்கள் வெளியாகியிருந்தன. உடன் நடிக்க இருப்பவள் புதுமுகம் என்பதில் அவனுக்கு ஓர் அதிருப்தியிருந்தது. சிம்ரன், ஜோதிகா என்ற எதிர்ப்பார்ப்பெல்லாம் இல்லாவிட்டாலும் அடுத்த கட்டங்களில் இருப்பவர்கள் யாராவது இருந்தால் படத்துக்கு ஒரு 'கிரேஸ்' இருக்கும் என நினைத்தான். ஆனால், படத் தயாரிப்பு நிர்வாகமோ புதுமுகம் என்பதைவைத்துத்தான் படத்துக்கு பப்ளிஸிட்டி வேலைகளையே ஆரம்பித்தனர். மூன்றாவது படத்திலேயே கண்டிஷன் எல்லாம் எடுபடாது என அவனுக்கும் தெரியும். அட்வான்ஸில் மட்டும் கவனமாக இருந்து, மூன்றில் ஒரு பங்கை முதலிலேயே வாங்கிக்கொண்டான். தெலுங்கு பையன். கொஞ்சம் வசதியும் இருந்தது. முதல் படத்துக்கு அவன் அப்பாவே நிறைய ஃபைனான்ஸ் செய்தார். சிவப்பு, உயரம், அகலம் என சிரஞ்சீவியை நினைவுபடுத்தும் தோற்றம். படம் நான்கு வாரம் ஓடியது. அதற்கு 50-வது நாள் போஸ்டர் ஒட்டி அதற்கு விழாவும் எடுத்தார்கள். திருச்சியில் ஒரு தியேட்டரில் காலைக் காட்சியாக 50 நாட்கள் ஓடியதாகச் சொன்னார்கள். ஓட்டியும் இருக்கலாம். இந்தப் படம் ஓடினால்தான் அடுத்து இண்டஸ்ட்ரியில் இருக்க முடியும் என்ற கவலையும் அவனுக்கு இருந்தது.

கழுத்தில் தொங்கிக்கொண்டிருந்த விசிலை எடுத்து உரக்க ஒரு சத்தம் கொடுத்துவிட்டு "சவுண்ட்" என்றாள் மீரா.

ட்ராலியில் உட்கார்ந்தபடி கேமிராமேன் அஜய். அதற்கு

சற்றுத்தள்ளி சின்ன டர்க்கி டவலை தோளில் போட்டிருந்த இயக்குநர் அர்விந்த், எதற்கெடுத்தாலும் தவிப்போடு ஓடிக்கொண்டிருக்கும் உதவி இயக்குநர்கள், உதவிக் கேமிராக்காரர்கள், படப்பிடிப்புத் தளத்தில் இருந்தே தீர வேண்டிய சிலரோடு தேவையே அற்ற சிலரும் நடனத்தைப் பார்க்கத் துடிப்பாகக் காத்திருந்தனர்.

சவுண்ட் என்ற வார்த்தையைக் கேட்டதும் அரங்கத்தின் வாசல் பக்கம் இருந்த 'நாகரா' ஆசாமி பழங்காலத்து டேப் ரிக்கார்டர் போல இருந்த கருவியைச் சுழலவிட்டார். எந்தப் பகுதியை ஓடவிட வேண்டும் என்பதற்கு டேப்பில் ஒரு அடையாளம் ஒட்டி வைத்திருந்தார்.

'டிங் டிடிங்டிங் டிங்

டிங்டிடிங்டிங் டிங்...

பருவரோஜா ஒண்ணு

பத்திகிச்சி நின்னு

படைச்ச அந்த பிரம்மனுக்கு

பவர்ஃபுல்லு கண்ணு'

நடனப் பெண்கள் தொப்புளையும் மார்பகங்களையும் ஒரு நேரத்தில் லாகவமாகக் குலுக்கி ஆடியபடியே வந்து மலர்ச்சரங்களை வீசி நாயகனையும் நாயகியையும் பிரிக்க...

இன்னுமொரு நீண்ட விசில் ஊதி பாடலை நிறுத்திவிட்டு, "ஓ.கே... கேர்ள்ஸ்..... மாலா, நீ முன்னாடி வா... சார், டேக் போயிடலாமா?" டைரக்டரைப் பார்த்து அனுமதி கேட்டாள் மீரா.

டைரக்டர் அரவிந்த், யோசனையாக தாடையைச் சொறிந்தார். அனுமதி கேட்ட மீரா, ஒரு துள்ளலில் அவனை நெருங்கினாள்.

"என்ன சார்?"

"புதுப் பொண்ணு... எக்ஸ்பிரஸன் பத்தல. லைட்டா உதட்டைக் கடிச்சு ஃபீலிங் கொடுக்கச் சொல்லுங்க. வினோத்கிட்ட சொல்லி 'பத்திகிச்சி நின்னு'னு லைன் வரும்போது பொண்ணோட வயித்தில தடவச் சொல்லுங்க."

"அவ்ளோதானே? தட....விடுவோம்" என்று சிரித்துக்கொண்டே.... விய்ய்ய்ங்ங் என்று ஒரு விசில்.

மீரா, வினோத்திடம் விளக்கிவிட்டு தீபிகாவிடம வந்தாள். "ஃபீலிங்கே பத்தல. பேர் என்ன சொன்னீங்க?" என்றாள்.

சு... எனக் குவிந்த உதடுகளைத் திருத்தினாள்.

"தீபிகா."

“ஓ.கே. தீபிகா. கூச்சம்லா பாக்கக் கூடாது. சுமி அக்காகூட வந்த புதுசுல இப்படிதான் இருந்தாங்க. இப்ப பாரு. ஃப்ரீயா இருக்கணும். ஓ.கே...?”

“சரிக்கா.”

எல்லா உறவுகளுக்கும் ‘அக்கா’, ‘அண்ணன்’ மட்டும்தான். தீபிகாவுக்கு அப்படித்தான் சொல்லிக்கொடுத்திருந்தான் ஸ்ரீராம்.

மீரா சிரித்தாள். டைரக்டரின் விருப்பத்தை விளக்கிவிட்டு, “ரெடி டேக்... கமான் கேர்ள்ஸ். பொஸிஷன்ல நில்லுங்க”.

விசிலை ஊதி முடித்ததும் உதட்டின் பிடிதளர்ந்து அது தானாக மீராவின் மார்பின் மீது வந்து விழுந்தது. மீரா சுறுசுறுப்பான துள்ளலான குள்ளமான டான்ஸ் மாஸ்டர். என்ன மாதிரி நடிகருக்கும் ஏற்ற மாதிரி நடனக் காட்சிகள் அமைப்பதில் வல்லவள். துப்பட்டாவை இடுப்பின் குறுக்கே இறுக்கிக் கட்டியபடி காட்சிகளை விளக்கிக்கொண்டிருந்தாள்.

“லைட்.... சவுண்ட்.... கேமிரா... ஆக்‌ஷன்.”

சூடான வெளிச்சம் பொத்தென்று முகத்தில் அடித்தது. இந்த முறை டேக் ஓ.கே. அர்விந்த் எதிர்பார்த்ததைவிட நன்றாக அமைந்துவிட்டது காட்சி. மீராவைப் பார்த்துக் கண்ணடித்துப் பூரிப்பாய்ச் சிரித்தார். அந்தப் பாடலின் அடுத்த சில வரிகளுக்கு அடுத்த சில அசைவுகளை எடுத்தனர். மீராவும் டைரக்டரும் பேசிக்கொள்வது அத்தனை அந்யோன்யமாக இருந்தது.

“சார், நாளைக்குள்ள முடிச்சுடுங்க. நாளான்னைக்குப் பொள்ளாச்சியில பவன்சுந்தர் சார் படம். ஃபர்ஸ்ட்டு ஃபர்ஸ்ட்டு அவர் படத்துக்கு டான்ஸ் பண்றேன்.”

“நீங்க பண்றீங்க. படத்தில அவர் இல்ல ஆடணும்? தொப்பைக்கு நேரா கையை இப்படியும் அப்படியும் ஆட்டுவாரு. அதானே?”

“வேணாம் சார், யார்னா போய் அப்படியே போட்டுகுடுத்துருவாங்க... ப்ரேக் கொடுத்திடலாமா?”

“ஓ.கே. பிரேக்.”

சாப்பாட்டு வேளை. ஆளாளுக்கு ஒரு தட்டைத்தூக்கிக்கொண்டு நகர்ந்தனர். தொழிலாளர்கள் ஸ்டூல்களை நோக்கி ஓட, துண்டு போட்டிருந்த டைரக்டரை நோக்கி ஃபேன் ஒன்று எங்கிருந்தோ வந்து சேர்ந்தது. ஆலைச் சங்கு ஊதியதும் வழக்கமாக ஒரு தொழிற்சாலையில் பசியாறும் அவகாசத்தை அங்கே பார்க்க முடிந்தது. சினிமா தொழிலாளர்கள், சினிமா டெக்னீஷியன்கள், டான்ஸர்கள், நடிகர்கள் என சிறிய வர்ணாஸ்ரம அடுக்கு. ஒரு

மணி நேர இடைவெளியில் அனைவருக்குமான பந்தி ஆங்காங்கே நடந்தது. டைரக்டருக்கு அருகே கேமிராமேன் அஜய். அவசர அவசரமாக நாற்காலிகள். அரை ஆள் உயர அடுக்கு டிபன் பாக்ஸ்களில் இருந்து சாப்பாடு பரிமாற்றம்.

வினோத், "வீட்ல இருந்து சாப்பாடு வந்திருக்கு. வர்றீங்களா?" என்று தீபிகாவை அக்கறையாக அழைத்தான்.

"ஃப்ரெண்ட் ஒருத்தர் வெயிட் பண்றார்... சாரிங் சார்" என்று நழுவிக்கொண்டு வந்து சேர்ந்தாள். நடிகர், நடிகைக்கு மட்டும் தனியாக மேக்கப் அறைகள். அவர்கள் விருப்பப்பட்டால் அங்கேயே சாப்பிடலாம்.

லைட்மேன் வகையறாக்கள் அவசர அவசரமாகச் சாப்பிட்டுவிட்டு மீண்டும் லைட் அரேன்ஜ்மென்டுகளுக்காகப் புழுக்கமான செட் பரண்களுக்கு ஏறிக்கொண்டார்கள். பொழுதன்னைக்கும் அவர்களுக்கு லைட் பிடிக்கிற வேலை. 500 வாட்ஸ் பல்பு வெளிச்சம் அனல் கக்கும். பொஸிஷனுக்கு ஏற்ப அந்த அனல் வெளிச்சத்தைத் திருப்பிவைக்க வேண்டும்.

டீ, பீடிக்கட்டு சகலமும் கீழிருந்து கயிற்றின் மூலம் மேலே அனுப்பப்படும். தியாகராஜ பாகவதர், எம்.ஜி.ஆர் காலத்தில் இருந்து லைட் பிடித்து அவர்களுக்கு எல்லா ஜிகினா வேலைகளும் மரத்துப்போய் இருந்தன. புதுமுகம், பழையமுகம் எல்லாமே அவர்களுக்கு ஒரே முகம்தான். கக்கத்தில் போட்டோ ஆல்பம் வைத்துக்கொண்டு போகிற வருகிறவர்களிடம் எல்லாம் சான்ஸ் கேட்கும் அசாமியாகட்டும்... அந்த மாதிரி கேட்டு, அடுத்த வருஷத்தில் 'புரட்சி ஸ்டார்' ஆனவர்கள் ஆகட்டும். அவர்களுக்குப் பெரிய சலனத்தைத் தருவதில்லை. சாப்பிட்டோமா... பரண்மீது ஏறினோமா என்றிருந்தார்கள்.

தீபிகா சற்றே நிதானித்து லேசான மிடுக்குடன் தன் மேக்கப் அறைப் பக்கம் வந்தாள். வழியில் அமர்ந்திருந்த சிலர், உடனே எழுந்து வழிவிட்டார்கள். ஒரே நாளில் தன் வாழ்க்கையில் இப்படி மாற்றமா என மிரண்டு ரசித்தாள். சிகரெட்டை நசுக்கிவிட்டு அருகில் வந்தான் ஃபோட்டோ கிராஃபர் ஸ்ரீராம்.

"சாப்பிடலாம்" என்றாள் தீபிகா.

"எப்படிப் போகுது ஷூட்டிங்?" என்றான்.

"நீங்கதான் பாக்கறீங்களே?"

"டான்ஸ் மாஸ்டர் வந்து என்ன சொன்னாங்க?"

"ஃபீலிங் பத்தலைனு சொன்னாங்க."

ஸ்ரீராம் கண்ணை மூடி தலையை சிலுப்பினான். "நிஜமாகவே உனக்கு நடிக்கறதுக்குப் பிடிக்குதா?"

"என்ன இப்பிடிக் கேட்டுட்டீங்க... இதுக்குதானங்க வந்தது... பிடிக்குது... ஆனா வினோத்தான் சமயம் பார்த்து இடுப்புல கிள்றாருங். ரொம்பத் தேய்க்கிறாருங்க.."

"எத்தனை ங்க... பட்டிக்காடுனு சொல்லிடுவாங்க... சரியா? 'ங்க' இல்லாம பேசப் பழகு. இன்னும் என்னென்னவோ பண்ணுவானுங்க."

"பரவால்லங்..." அவசரமாக வார்த்தையைத் துண்டித்துவிட்டுச் சிரித்தாள்.

"அடுத்த ஜனவரி வரும்போது நீ பெரிய ஆர்டிஸ்ட் ஆகிடுவே... அப்ப என்னை எல்லாம் ஞாபகம்கூட இருக்காது."

"என்னங் ஸார் இப்படி சொல்லிட்டீங்களே?"

"சும்மா சொன்னேன். அடுத்த வருஷம் மில்லெனியம் இயர் தெரியும் இல்ல? கம்ப்யூட்டரே எல்லாத்தையும் மறந்துடும்னு சொல்றாங்க."

"நான் மெஷின் இல்ல, மனுஷி" என்றாள் பொய்க்கோபத்துடன்.

மாயா சொன்ன கதை...

என்னவெல்லாமோ நடந்துவிட்டது என் வாழ்க்கையில். ஏராளமான வெற்றிகள், எதிர்கொள்ள முடியாத தோல்விகள். எட்ட முடியாத வசதிகள், ஹேர்பின் திருப்பங்கள், திகட்டத் திகட்ட இன்பங்கள், திணறவைத்த சறுக்கல்கள்... பணம், கார், கவலைகள்... என அடுக்கிக்கொண்டே போகலாம்.

முன்னணி கதாநாயகிகளில் ஒருத்தி ஆகக் கனவு கண்டவள் நான். சொல்வதற்கு நிறைய விஷயங்கள் இருப்பது மாதிரி இருந்தாலும் சொல்லிக்கொள்கிற மாதிரி விஷயமா இது என நினைப்பார்கள் எல்லோரும். ஆனால், நான் சொல்லப் போகிறேன், மாயா என்ற புனைப் பெயரில்.

அப்போது வயது எனக்கு 17. ஹாஸ்டல் வாசத்தில் ப்ளஸ் டூ முடித்துவிட்டு இனி அம்மாவோடு இருக்கப்போகிறோம் என்ற ஆசையோடு சென்னை வந்தேன்.

அம்மா ஒரு நடிகை. இரண்டாவது கதாநாயகியாக இருந்து இரண்டொரு வருஷத்தில் அக்கா, அண்ணியாகி... அம்மா வேடத்துக்கு என்று முத்திரை குத்தப்பட்டவள்.

சிறு வயதில்... அம்மா ஒரு நடிகை என்பதில் பெருமிதம் இருந்தது. சினிமாவிலோ, போஸ்ட்டரிலோ, பத்திரிகைகளிலோ அம்மாவின் முகம் பிரசுரம் ஆகியிருந்தால் சந்தோஷமாகத் தோழிகளிடம் காட்டுவேன்.

புத்தி தெரிந்ததும் அம்மா ஏற்ற வேடங்கள் பெருமைப்பட்டுக் கொள்ளும் விதமானது இல்லை என்று தெரிந்தது. அம்மா ஒரு கவர்ச்சி நடிகை. அம்மாவின் முகத்தைவிட அவருடைய இடுப்பையும், மார்பையும்தான் சினிமாவிலும் பத்திரிகைகளிலும் காட்டுகிறார்கள் என்று தெரிந்தது.

மயக்குகிறவள், ஆசைநாயகி, சதிகாரி, கொள்ளைக் கூட்டத் தலைவனுக்குப் போதை விழிகளுடன் மது ஊற்றிக் கொடுத்து ஆட்டம் போடுகிறவள் இப்படித்தான் இருந்தது அம்மாவின் வேடங்கள். ஒரு வயதுக்கு அப்புறம் இவர்தான் என் அம்மா என்ற நான் யாரிடமும் சொல்லிக்கொண்டதில்லை. ஆனால், அம்மா, அம்மாதானே? அம்மாவுடன் இருக்க வேண்டும் என்ற ஆசையில்தான் சென்னைக்கு வந்தேன். நான் பிறந்த கொஞ்ச நாட்களிலேயே அப்பா பிரிந்துபோய்விட்டார். நட்ட நடு நகரத்தில் அம்மா என்ன மாதிரி வாழ்க்கை வாழ்ந்திருப்பாள் என்று எனக்குப் புரிந்தது. படித்த படிப்புக்காக எங்கேயாவது ஒரு வேலைக்குப் போயாவது அம்மாவை நல்லபடியாக வைத்துக்கொள்ள வேண்டும் என்று நினைத்திருந்தேன்.

■

2

‘நாணம் பெண்களுக்கு அழகு’ என்பது சாதாரண தாய்மார்கள் முதற்கொண்டு மகாகவிகள் வரை வலியுறுத்தி வந்திருக்கிறார்கள். தீபிகாவின் அம்மா அம்பிகாவும் “பொண்ணுன்னா கொஞ்சமாவது ரத்தத்தில் கூச்சம் இருக்கணும்டீ” என்று சொல்லிவந்திருக்கிறாள். தீபிகா அதை நம்பி வளர்ந்தவள்.

நடிகை ஆகிவிட்டாளோ, ‘கூச்சமாக நடி’ என்றால் மட்டும் அதை வெளிப்படுத்தினால்போதும். டேக் சொன்னதும் 400 பேர் முன்னிலையில் கொஞ்சம்கூட கூச்சம் இல்லாமல் கூச்சப்பட வேண்டும். அதுதான் நடிப்பு. மீனா போல கூச்சப்பட வேண்டும். சிம்ரன் போல நடனம் ஆட வேண்டும். தேவயானி போல வருத்தப்பட வேண்டும். ரம்யா கிருஷ்ணன் போல கோபப்பட வேண்டும் என்பதுதான் அவளுக்கு நடிப்புப் பயிற்சிக்கான அளவுகோல்.

நிலம் அதிர நடக்கக் கூடாது, சத்தமாகப் பேசக் கூடாது, வாய்விட்டுச் சிரிக்கக் கூடாது என அம்பிகா நிறையக் கட்டுப்பாடுகள் வைத்திருந்தாள். போன மாதம் அவள் இறந்துபோன பிறகு, அம்மாவின் மேற்படி கட்டுப்பாடுகளுக்குப் பொருள் இருப்பதாகத் தோன்றவில்லை.

அம்பிகாவுக்குப் பெண்ணை யார் கையிலாவது ஒப்படைத்து விட்டுக் கண்ணை மூடினால் பிறவிக்கடன் தீரும் என்ற சிந்தனை நோய் பீடித்தது. எங்கே அநாதையாக விட்டுவிட்டுப் போய்விடுவோமோ என்ற அதிகப்படியான பயம். பயமே நோயாகிப்போனது. சுந்தரிக்குத்தான் அந்தக் கட்டுப்பாடுகள். தீபிகாவுக்கு இல்லை.

ஒருவித ஒழுங்கும் ஒழுங்கற்ற தனமுமாக இருந்தது ஷூட்டிங் ஸ்பாட். காலையில் ஆறு மணிக்கு மேக்கப். ஏழு மணிக்கு டிஃபன். லைட் மேன் ஒருவர் ஏணியில் ஏறிக்கொண்டிருக்கிறார். யாரோ நான்கு பேர் கேமிராவை ட்ராலியில்வைத்து முன்னும் பின்னும் நகர்த்திப்பார்க்கிறார்கள். ஒருவர் படப்பிடிப்புக்காகப் பொருத்தப்பட்ட பல்புக்கு முன் சதுரத்தில் அடைக்கப்பட்ட டிஸ்யூ பேப்பரை வைத்துவிட்டுப் போகிறார். தீபிகா உட்கார்ந்திருந்த இடத்துக்கு நேர் எதிரே ஒருவர் ஒரு பிளாஸ்டிக் தென்னை மரத்தை நட்டுவிட்டுப் போனார். காட்சிக்கான உடைகள் வந்து இறங்குகின்றன. எங்கோ மதியவேளைக்கான சாப்பாடு நடக்கிறது. யாரும் சொல்லாமலேயே எல்லாம் நடப்பதுபோல ஓர் ஒழுங்கு. பணம், பணத்துக்காகப் பணம். சினிமாவில் பணம் ரவுண்டு கட்டி அடித்தது. பரபரப்பாக இருக்கிறது பட உலகம். யார் யாரோ, யாரையோ நம்பி, எதற்காகவோ பாடுபட்டுக்கொண்டிருந்தார்கள். படப்பிடிப்பில் எந்த நேரமும் ஐம்பதில் இருந்து நூறு பேர் குறுக்கும் நெடுக்குமாக ஓடிக்கொண்டிருந்தார்கள். படம் டைரக்ட் பண்ணுகிற அர்விந்த், கேமிராமேன் அஜய், உடன் நடிக்கிற சிலர் தவிர மற்றவர்கள் குறிப்பாக என்ன வேலைசெய்கிறார்கள் என்று தீபிகாவுக்குப் புரியவில்லை.

வெள்ளையும் சொள்ளையுமாக இஸ்திரி கலையாத ஆடையும், நிறைய விரல்களில் மோதிரம் அணிந்த ஆசாமிகள் என்றால் மரியாதைக்குரியவர்கள் என்பதைக் குத்துமதிப்பாக உணர்ந்தாள். அத்தகைய நபர்கள் வரும்போது உடனடியாக நாற்காலிகள் போடப்பட்டு மின்விசிறிகள் கொண்டுவந்து வைத்தார்கள். கூலிங் கிளாஸ் அணிந்த கண்களால் ஷூட்டிங்கை அளந்தார்கள்.

சினிமா ஆண் சூழ் உலகமாக இருந்தது. இருக்கும் சில பெண்களும் உடுமலைப் பேட்டைச் சுற்று வட்டாரத்தில் பார்த்திராத ரகம். இந்த சில நாட்களில் உதவி இயக்குநர்கள் கொஞ்சம் பரிச்சயமானார்கள். படத்துக்கான காட்சி முடிந்ததும் அடுத்த காட்சி பற்றி அவர்கள்தான் விவரித்தார்கள். ஒரு சிலர் ‘மேடம்’ என்று அழைத்து, அடுத்தகாட்சியைப் பற்றி விவரித்தார்கள். சினிமாவை இன்னும் பழகிக்கொள்ளாததாலேயே அவையெல்லாம் மிகுந்த செயற்கையாக இருந்தன.

‘டேக்’ போகும் போதெல்லாம் ‘டச்-அப்’ அமுதா, தீபிகாவின் முகத்தில் தண்ணீர் அடித்து வெள்ளைத் துணியால் ஒற்றியெடுத்தாள். பலருக்குப் பெயரே அவர்கள் பார்க்கும் தொழில்தான். ‘புரொடக்ஷன்’, ‘டச்-அப்’, ‘காஸ்ட்யூம்’ என்று அழைத்தாலே செவிசாய்க்கிறார்கள். அரிதாரம் பூசி முடித்ததும் கூடவே தவழ்கிறது ஒருவித பெட்ரோல் மணம். லிப்ஸ்டிக், மை, ஜொலிப்பான ஆடை, கலகலவென நகைகள் பூட்டி அப்படி சிங்காரிக்கிறார்கள். மேக்கப் போட்டுவிடும் மனிதருக்கு 40 வயதுக்கு மேல் இருக்கும். சந்தனம், குங்குமம், விபூதி என்று நெற்றி நிறையப் பொட்டுகள் வைத்திருந்தார். மேக்கப் போடுவதற்கு முன் கண்ணை மூடி தொழுதுவிட்டுத்தான் முகத்தில் கைவைக்கிறார்.

“எந்த கெட்ட எண்ணமும் இல்லாமல் மேக்கப் போடணும். சாமிக்கு சிங்காரிப்பது மாதிரிதான்” என்று முதல்நாள் மேக்கப் போடும்போது சொன்னார். இருந்தாலும் கழுத்து, முதுகு பகுதிகளில் அவர் அரிதாரத்தை எடுத்து குழப்பும்போது நெளியத்தான் வேண்டியிருந்தது. உடன் நடிக்கும் இன்னொரு நடிகைக்கும் அவர்தான் மேக்கப். ‘எந்த இடத்தில் என்ன தடவுகிறார்கள்’ என்ற அக்கறையே இல்லாமல் ஒரு வார இதழைப் படித்துக்கொண்டிருக்கிறாள்.

தீபிகாவுக்கு எல்லாரும் நன்கு பழகிவிட்டது மாதிரியும் யாருமே அறிமுகமில்லாதது போலவும் இருந்தது. யாரெல்லாமோ வந்து வலிந்து பேசினார்கள்.

“புவனாஸ்ரீ, சித்ராவுக்கு எல்லாம் பி.ஆர்.ஓ. பார்க்றேன். நல்ல பப்ளிசிட்டி பண்ணலாம். பத்திரிகைல உங்களைப்பத்தி நிறைய வந்தாத்தான் நாலு புரொட்யூஸருக்குத் தெரியும்... மாச சம்பளமா கொடுத்தாலும் சரி, ஒரு ‘ப்ரஸ்மீட்’டுக்கு இவ்வளவுனு கொடுத்தாலும் சரி” என்றார் ஒருவர்.

டைரக்டர் தூரத்தில் இருந்து இதைப் பார்த்துவிட்டு ‘வேண்டாம்... வேண்டாம்’ என கையசைத்தார்.

“சரி சார், அப்புறம் சொல்றேன்” என்று சொன்ன பிறகும் அரை மணி நேரம் பேசிக்கொண்டிருந்தார் அந்த பி.ஆர்.ஓ. ‘உன்னை ஷில்பா மாதிரி ஆக்குவேன்’,‘அசப்புல பத்மினி மாதிரி இருக்கீங்க’ என்று சம்பந்தமில்லாமல் சொல்லிக்கொண்டே போனார். படம் சான்ஸ் வாங்கித் தந்தா பத்து பர்சென்ட் கமிஷன் தந்தால்போதும் என்பதை மட்டும் வெவ்வேறு விஷயங்களுக்கு நடுவேயும் வலியுறுத்தினார்.

அவர் பேசுவதில் ஒரு முக்கியமான விஷயத்தைக் கவனித்தாள். அடுத்த “படத்திலேயே உங்களுக்கு 15 லட்சம் சம்பளம் பேசி

முடிக்கிறேன் மேடம்... உங்க கான்டாக்ட் நம்பர் கொடுத்து வைங்க" என்றார். அது ஒரு மந்திர வார்த்தையாக இருந்தது. நம்பவும் முடியாமல் தவிர்க்கவும் முடியாமல் இக்கட்டான நிலை. 'உங்க நம்பரைக் கொடுத்துட்டு போங்க' என வாங்கிக்கொண்டு அனுப்பிவைத்தாள்.

அவர் போன பிறகு டைரக்டர் வந்து, "அவன் பி.ஆர்.ஓ கிடையாது. மாமா பையன். அவங்கிட்டலாம் பேச்சு வெச்சுக்காதீங்க" என்று சொல்லிவிட்டுப் போனார். முதலில் 'யாருடைய மாமா பையன்?' என்றுதான் கேட்க நினைத்தாள் தீபிகா. அதில் ஏதோ தவறான பிரயோகம் இருப்பதை உணர்ந்து, டச்-அப் பெண்ணிடம் கேட்டாள்.

"பி.ஆர்.ஓ-ன்னா என்ன அர்த்தம்?"

"நம்மள பத்தி பத்திரிகைல சொல்லி நாலு வார்த்தை நல்லவிதமா வரப்பண்ணுவாங்கமா. பப்ளிஸிட்டி பண்றவங்க."

"டைரக்டர் வேற மாதிரி சொன்னாரு?"

"நடிகைகிட்ட பேசணும்னா பத்திரிகைக்காரன், பி.ஆர்.ஓ., போட்டா புடிக்கிறவன்னு சொல்லிக்கிட்டுத்தான் பலரும் வர்றாங்க. அதில யாரு உண்மையானவங்கன்னு எப்படிம்மா தெரியும். டைரக்டர் அதான் சொல்றாரு. பொம்பளையும் பணமும் சேர்ந்து நடமாடற இடம்மா.... கூட்டிக்குடுக்கறத அவனவன் லெவலுக்கு செய்வானுங்க... நாமதான் சேப்டியா இருந்துக்கணும்."

"....."

"யார் என்ன பண்ணுவான்னு சொல்ல முடியாது. சில நேரத்தில் சில உப்புமா கம்பெனி புரொட்யூஸரே ஃபைனான்ஸியர்கிட்ட அனுப்பிவைக்கிறான். ஒடம்பு நோகாம சம்பாதிக்கணும்னு நினைக்கிறவன் எல்லோரும் அப்படித்தான் பண்ணுவானுங்க!"

அம்மா இறந்துபோன பின்பு சுந்தரி நிலைகுலைந்து போனாள். உடுமலைப் பேட்டையிலிருந்து பொள்ளாச்சிக்குப் போகிற வழியில் காலையில் இட்லியும் மாலையில் மசால் வடையும் விற்க முடிகிற மாதிரியான ஒரு சிற்றூரில், அநாதையாக ஒரு பெண் எத்தனை நாள் ஜீவித்திருக்க முடியும்? பக்கத்து வீட்டுப் பெண்மணிகள் ஓரிரு வாரம் ஆறுதல் சொல்லி உடன் இருந்தார்கள்.

இந்த நேரத்தில்தான், தமிழகத்தின் முன்னணி வார இதழான 'மல்லிகை' பத்திரிகையில் 'கதாநாயகி ஆக வேண்டுமா?' என்ற அறிவிப்பைப் பார்த்தாள்.

'நடனம் தெரிந்த, அழகிய உடலமைப்புகொண்ட பெண்கள் விண்ணப்பிக்கவும். ஃபைவ் பை செவன் சைஸ் உருவ புகைப்படத்துடன் பெயர், முகவரி, தொ.பே. எண் ஆகியவற்றைக்

குறிப்பிட்டு எழுதவும்' என்று பத்திரிகை தரப்பிலிருந்தே குறிப்பிட்டிருந்தார்கள்.

கடைசி தேதி... அடடா... இன்னும் ஒருநாள்தான் இருந்தது.

சுந்தரி அதிகம் யோசிக்கவில்லை. பெட்டி, பத்திரிகையோடு உடனே கிளம்பினாள். தெருவாசிகள் "ஐய்யய்யோ அம்மணி... மெட்ராஸ்ல ஒருநா கூட உன்னால முழுசா இருக்க முடியாது. நாங்க இருக்கோம். பெசாம எங்கக்கூட இருந்துடு அம்மணி" என்று தடுத்துப்பார்த்தனர்.

சுந்தரிக்கு அந்த விளம்பரத்தைப் பார்த்ததிலிருந்து அது 'தெய்வத்தின் கட்டளை' போலவே இருந்தது. ஒரு பத்திரிகை இப்படியான அறிவிப்போடு எதேச்சையாக தன் கண்ணில் ஏன்பட வேண்டும்? இதுதான் சந்தர்ப்பம். அம்மா படத்துக்கு முன் சீட்டெழுதிப் போட்டாள். 'சினிமா' என வந்தது. இக்கட்டான சூழ்நிலையில் அம்மாவே தனக்கு இப்படி ஒரு வழிகாட்டுவதாக சுந்தரி நினைத்தாள்.

"ஒண்ணும் பிரச்னை இல்லக்கா. பத்திரிகை ஆபிஸ் மூலமாத்தான் போறேன். சரிப்பட்டு வரலைன்னா அடுத்த டிரெயினைப் புடிச்சு ஓடியாந்துருவேன். எதுவாச்சும் லேட்டாகும்னா சுமதி அக்கா வீட்டுக்குப் போன் பண்ணி சொல்றேன் போதுமா?" என்று சுந்தரி பிடிவாதமாக, அழுத்தமாகச் சொல்லிக்கொண்டிருக்கவும் ஒவ்வொருத்தராக "அப்புறம் உன் இஷ்டம்மா" என்று பின்வாங்க ஆரம்பித்தனர். அவளுடைய முழு வாழ்க்கைக்கும் உத்திரவாதம் தருகிற அளவுக்கு அவர்களின் இரக்க சுபாவங்களுக்கு வலிமை போதாது என்பது இன்னொரு காரணம்.

கமலா பாட்டியை நினைத்தால்தான் பாவமாக இருந்தது. கடைசி வரை போராடிப்பார்த்தது. வயசு பெண்ணை நமக்கு என்ன வந்தது என்று விட்டுவிட முடியாமல் தவித்தது. மருமகள் தயவில் ஒண்டிக்கொண்டிருக்கும் அந்த வயதான பெண்மணி எந்தத் தைரியத்திலோ, "சொன்னா கேளு தாயீ.. இங்க யாரையாவது நல்லப் பையனாப் பார்த்து கல்யாணம் பண்ணிவெக்கிறேன். கொஞ்சம் அவகாசம் கொடு ஆத்தா.. உன் வாழ்க்க நல்லா இருக்கும்" எனக் கண்ணீர்விட்டது. கடைசி விநாடியில் ஊரிலேயே இருந்துவிடலாம் என சஞ்சலம் ஏற்பட்ட தருணம் அதுதான்.

அம்மாவே அனுமதிகொடுத்த பிறகு எதற்கு தயங்க வேண்டும்? கோவையில் இருந்து அன்ரிஸர்வ்டு கம்பார்ட்மெண்ட்டில் பெட்டியைப் பாதுகாப்பாக வைத்துவிட்டு, நின்றபடியே பயணம் செய்தாள். சேலம் வந்த பிறகுதான் சுருண்டு படுக்க ஓர் இடம் கிடைத்தது.

மாயா சொன்ன கதை...

சென்னை வந்த மறுநாளே புரொடக்ஷன் மேனேஜர் என்று சொல்லிக்கொண்டு சந்தானம் என ஒருவர் வர ஆரம்பித்தார். வரைந்து வைத்தது மாதிரி விபூதி குங்குமம். வெள்ளை பேண்ட், வெள்ளைச் சட்டை, வெள்ளைச் செருப்பு. அவர் கண்ணில் தென்படுவதற்கு சில விநாடிகளுக்கு முன் அவருடைய வெற்றிலை-பன்னீர் புகையிலை வாசம் நம்மை எட்டிவிடும்.

"உன் பொண்ணா இது? கிளி மாதிரி இருக்காளே.. சினிமாவில போடு. நாலே வருஷத்தில சாலிக்கிராமத்தையே வளைச்சுப் போட்டுர்லாம் நீ" என்று அம்மாவை உசுப்பேத்தினார். அம்மாவை ஒருமையில் அழைக்கிற வயசு இல்லை அவருக்கு. கொஞ்சம் அதட்டினால், 'உங்க நல்லதுக்குத்தான் சொல்றேங்கா' எனக் கும்பிடு போடுபவராகவும் தெரிந்தது. ஓர் அசட்டுத் துணிச்சல்தான்.

"அவ வேலைக்குப் போகப்போறதா சொல்றாண்ணே" அம்மா விருப்பமில்லாமல் மறுப்புத் தெரிவித்தாள்.

"பாப்பா, நான் சொல்றதக் கேளு. நாலே நாலு வருஷம். கார், பங்களா, நகை நட்டுனு அள்ளிடலாம். இதுதான் வயசு. இப்பவே நடிக்க வர்றதுதான் புத்திசாலித்தனம். இன்னும் ரெண்டு வருஷம் கழிச்சு சுதாரிச்சா பிரயோஜனமில்ல. நீயும் உங்கம்மா மாதிரி அம்மா வேஷம்தான் கட்டணும்."

"எனக்கு சினிமா வேண்டாம் சார்... பயமாக இருக்கு."

"என்ன சொர்ணா... பொண்ணை இப்படி வளர்த்து வெச்சிருக்கே, பயப்படறதுக்கு என்ன இருக்கு? பெரிய கம்பெனி, பெரிய ஹீரோ, பெரிய டைரக்டர் படமா செலக்ட் பண்ணி நடிச்சா ஒரு தொல்லையும் கிடையாது. விரல்கூட மேல படாம கோடி கோடியா சம்பாதிக்கலாம்."

துளியூண்டு சபலத்தை ஏற்படுத்தியது அவருடைய பேச்சு.

"நீ மட்டும் உம்னு சொல்லு. மணிரத்னம் டைரக்ஷன்ல விஜய்யை ஹீரோவாப் போட்டு ஏவி.எம் பேனர்ல ஒரு படத்தை ஆரம்பிச்சடலாம்."

இந்த காம்பினேஷனே என்னைக் கனவில் மிதக்கவைத்தது.

"நீங்க சொல்ற மாதிரி மணிரத்னம், விஜய்னா பரவால்ல..." அந்த ஒரு வார்த்தை போதுமானதாக இருந்தது அவருக்கு. வீட்டுக்கு யார் யாரையோ அழைத்துவந்தார்.

எனக்கு ஒரு நல்ல வாய்ப்பு கிடைக்க வேண்டும் என்று அம்மா யார் யாரிடமோ கெஞ்சினாள், கொஞ்சினாள். மணிரத்னத்தையும்,

விஜய்யையும் போட்டோவில்கூட என்னிடம் காட்டவில்லை. இவர் மணிரத்னம் மாதிரி டைரக்டர், இவர் விஜய் மாதிரி ஹீரோ என்று நகல் ஆசாமிகளை அறிமுகப்படுத்தினார்கள். அன்று மலேசியாவில் இருந்து செல்வந்தரை அழைத்துவந்தார்கள். தமிழில் படம் எடுக்க வந்திருப்பதாகப் பெட்டியைத் திறந்து காண்பித்தார். சூட்கேஸ் நிறைய பணம்.

அம்மா என்னை, "ரூம்ல போய் உட்காரு" என்றாள்.

கொஞ்ச நேரத்தில் அந்த மலேசிய ஆசாமி என் ரூமுக்குள் வந்து "என்னம்மா, ஹீரோயின்" என்றார். அந்த அழைப்பில் சிறிய உரிமைமீறல் இருந்தது.

நான் அம்மாவின் ஆதரவு நாடி வெளியே எழுந்து செல்ல முற்பட்டேன். அதற்கு வாய்ப்பே இல்லை. அம்மாதான் வெளியே இருந்து என் அறைக் கதவைச் சாத்தினாள்.

■

3

சுந்தரியின் அம்மாவுக்கு வெள்ளச்சி அக்கா மிகவும் உதவியாக இருந்தார். மாவு அறைக்க, அடுப்படியில் வேக, பாத்திரங்கள் தேய்க்க என டிபன் சென்டரில் வேலை வரிசைகட்டும். அம்பிகா தன் பெண்ணுக்கு ஒரு வேலைவைக்க மாட்டாள். எல்லா வேலைகளையும் வெள்ளச்சியைவைத்தே சமாளிப்பாள். சுந்தரி நன்றாகப் படித்து அவள் சொந்தக் காலில் நிற்கிற அளவுக்கு ஆளாகிவிட்டாள் போதும் எனத்தான் ஆசைப்பட்டாள். 45 வயசான பிறகும் கழுத்தில் தாலி ஏறாமல் குடும்ப பாரமாகிவிட்டவள் வெள்ளச்சி. தெருவில் யார் வீட்டில் அழைத்தாலும் வேலை செய்ய ஓடுவாள். மெயின் வேலையாக அம்பிகாவின் டிபன் சென்டருக்கு வந்துவிடுவாள்.

சுந்தரி படிப்பாள். பள்ளிக்கூடம் போய்வருவாள். 'அம்மாவுக்கு ஒத்தாசையா இரு கண்ணு' என்பார் கமலா பாட்டி. அம்பிகா அதெல்லாம் ஒண்ணும் வேணாம் என்று சொல்லிவிடுவாள். பொண்ணை மகாராணி கணக்கா வளக்கிறா என்றே அக்கம் பக்கத்தில் பொறாமையாகவும் பெருமையாகவும் பேசுவார்கள். சுந்தரியின் ப்ளஸ் டு பரீட்சை நேரத்தில் வெள்ளச்சி திருச்சிக்குப் போய்விட்டாள். அங்கே அவளுடைய அண்ணிக்குக் குழந்தை

பிறந்திருப்பதால் கூடமாட இருக்க அனுப்பிவிட்டார்கள். அம்பிகாவுக்கு விட்டுவிட்டு ஜுரம். கொஞ்ச நாளாகக் கடையே போடவில்லை. அம்பிகா போன பிறகுதான் வீட்டில் இவ்வளவு வேலை இருந்ததே சுந்தரிக்குத் தெரியும். நம்மால் முடியாது என்று முதல் நாளே நினைத்தாள்.

இப்படித்தான் மெட்ராஸ் வந்தாள் சுந்தரி. ஏவி.எம் ஏழாவது தளத்தில் ஷூட்டிங் ஆரம்பம். இப்போது வினோத் இடுப்பைக் கிள்ளுகிறான் என்றெல்லாம் ஊருக்கு திரும்பிப்போக அவள் தயாரில்லை. தீபிகாவாக மறுபிறவி எடுத்தபோதே அதில் தெளிவாகிவிட்டாள். பெயர் மாறியது, பிறவி மாறியதுபோலத்தான். போட்டோகிராபர் ஸ்ரீராம், 'இன்னும் என்னென்னமோ பண்ணு வாங்க' என்று சொன்னதின் அர்த்தம் புரிந்திருந்தது அவளுக்கு.

"சார், நான் உங்க ஆபிஸுக்கு வந்தபோது என்ன உறுதியோடு வந்தனோ... அதிலிருந்து கொஞ்சம்கூட மாறல" என்றாள் ஸ்ரீராமிடம்.

ஸ்ரீராம் அவளைப் பத்திரிகை ஆபிஸில் பார்த்ததை நினைத்துப் பார்த்தான்.

சுந்தரி பெட்டியோடு பத்திரிகை ஆசிரியரைப் பார்க்க வரவேற்பறையில் காத்திருந்தாள். அடுத்த வார இதழுக்கு அட்டைப் படம் அமையாத டென்ஷனில் இருந்த ஆசிரியர், "போட்டோ தானே அனுப்பச் சொன்னோம்? இப்படி ஆளே வந்தா எப்படி? போட்டோவைக் குடுத்துட்டுப் போகச் சொல்லு" என்று தீர்மானமாகக் கூறிவிட்டார்.

எடிட்டர் சொன்னதை ஸ்ரீராம்தான் வந்து சுந்தரியிடம் சொன்னான்.

"என் கிட்ட ஃபோட்டோ எதுவும் இல்லீங்?" என்று மிரட்சியான கண்களோடு சொன்னாள் சுந்தரி. அவள் சாதாரணமாகத்தான் சொன்னாள். போட்டோ இல்லை என்றால் கிளம்பு என்று ஸ்ரீராமும் சாதாரணமாகச் சொல்லி அனுப்பியிருக்கலாம். அந்த நேரத்தில் என்ன கிரகம் எப்படி செயல்பட்டதோ, எந்த தேவதையின் அருள் கிரணம் ஸ்ரீராமின் நெற்றிமீது விழுந்ததோ உதவிகோரி நின்ற அந்தக் கண்களுக்கு ராம் கட்டுப்பட்டான். சுந்தரியை தன் தோளில் தொங்கும் மூன்றாவது கண் இல்லாமலேயே படமெடுத்தான் ஸ்ரீராம்.

ஏதோ ஒரு அம்சம் அவளை மீண்டும் மீண்டும் அவனைப் பார்க்கத் தூண்டியது. மும்பை இறக்குமதிகளின் சிவப்போ, மிடுக்கோ இல்லாவிட்டாலும் ஒரு வசீகரம் இருந்தது. லிப்ஸ்டிக், மை, ஜிகினா, நவீன ஆடை... எதுவும் இல்லாததால் ஏற்பட்ட ஈர்ப்பு.

வரவேற்பறையில் முருகன் காலண்டர் மாட்டப்பட்டிருந்த இடத்தில் நின்றிருந்தாள். காலண்டர் மாட்டப்பட்ட இடத்தைத் தொடக்கூடிய உயரம் இருந்தாள். வழக்கமாக அருள்பாளிக்கும் பாவனையில்தான் முருகன் காலண்டர்கள் இருக்கும். அந்தக் காலண்டரில் வணக்கம் சொல்லிக்கொண்டிருந்தார். 'ப்ளீஸ் ஹெல்ப் பண்ணுப்பா' என்பதுபோல. ஏறத்தாழ ஐந்தரை அடி, அடர்த்தியான கருப்புக் கூந்தல். குதிரை வால் போல வாரி கிளிப் போட்டிருந்தாள். அவளுடைய சிவப்புக்கு, ஜரிகைவைத்த சிவப்புப் புடவை ஒருவித சம்மதம் சொன்னது. சினிமாவுக்கான அலங்காரங்கள் செய்தால் ஒரு நடிகை என்று யாரும் நம்பக்கூடிய முகம்.

ஸ்ரீராம் தன்னை ஏற இறங்கப் பார்த்துக்கொண்டிருந்ததால் வேலை கிடைத்துவிடும் என்ற நம்பிக்கைத் துளிர்விட்ட, இன்டர்வியூ இளைஞன் மனநிலை சுந்தரிக்கு. தன்னியல்பாக முந்தானையை சரிசெய்து, எடுப்பாகத் தோன்றுவதற்கான ஓர் அவசர முயற்சியில் இறங்கினாள்.

"என்ன படிச்சிருக்கீங்க?" என்றான் ஸ்ரீராம்.

"பி.காம். படிக்கிறேன்ங்க. கரஸ்ல" என்றாள் சுந்தரி.

"மெட்ராஸ்ல தெரிஞ்சவங்க யாராவது இருக்காங்களா?"

"யாரும் இல்லீங். நான் தனியாத்தான் வந்தேன்."

'டேன்ஜரான பெண்ணா இருக்கும்போலருக்கே' என்று அதிர்ந்தான். அடுத்த விநாடியே 'பாவம்பா' என்றும் நினைத்தான்.

"நீங்க ஒரு போட்டோ எடுத்துத் தர்றீங்களாங்?"

"ங்... ங்னு பேசாதீங்க... தலையில குட்ற மாதிரி இருக்கு." ஸ்ரீராம் அதன் பிறகும் இறுக்கமாக இருக்கப் பிடிக்காமல் பக்கத்து ஸ்டூடியோவுக்கு அழைத்துச் சென்று அங்கிருந்த வழக்கமான மேக்கப் உபகரணங்களைக்கொண்டே ஒருவாறு அவளை உருமாற்றினான். பளிச்சென்று இருந்தது முகம்.

நடிக்க வருகிறேன் என்று சாலிகிராமம் ஏரியாக்களில் வந்து குடியேறும் எத்தனையோ பெண்களுக்கு மேக்கப் ஸ்டில்ஸ் எடுத்திருந்த அவனது அனுபவத்தில் தயக்கம் இல்லாமல் ஒரு நடிகைக்கான முகம்தான். மேக்கப் ஸ்டில்ஸுக்கான வழக்கமான சிலபல போஸ்களில் அவளைச் சுட்டுத் தள்ளினான்.

சுடிதார், புடவை எல்லாவற்றிலுமே அழகாகத் தோன்றினாள். பெரிய நீளமான கண்கள். பளிச் என ஒரு சிரிப்பு. வாளிப்பான உடம்பு. அதற்கான மினுமினுப்பு... என அடிப்படை தகுதிகள்

இருந்தன. பேச்சு, சாதுர்யம், சமாளிப்பு எல்லாம் பாஸ்மார்க் வாங்குமா என இனிமேல்தான் தெரியும். பார்வைக்கு ஓ.கே. இத்தனைக்கும் அவளே கையோடு கொண்டுவந்திருந்த உடையிலேயே அப்படி ஜொலித்தாள். ஒவ்வொரு 'க்ளிக்' க்கும் நடுவே, அவள் சென்னைவந்து சேர்ந்த கதையையும் கேட்டுக்கொண்டான். சுந்தரிக்கு உதவுவது என்று தீர்மானித்துவிட்டான் ஸ்ரீராம். நடனம் தெரிந்திருக்க வேண்டும் என்ற நிபந்தனை மட்டும்தான் இடித்தது. டி.வி-யில் பார்த்த சிம்ரன் நடனங்களை பக்கத்து வீட்டுக் குழந்தைகளோடு ஆடுவேன் என்றாள். "ஸ்கூல் ஆனுவல் டே ஃபங்ஷன்ல ஆடியிருக்கேன்" என்றாள் கூடுதல் தகுதியாக.

அவசர, அவசரமாகப் பிரின்ட் போட்டு, தலையங்கம் எழுதிக்கொண்டிருந்த எடிட்டரின் டேபிளின் மீது போட்டோக்களை வைத்தான். போட்டோக்களையும் ஸ்ரீராமையும் மாறி மாறிப் பார்த்துவிட்டு, "ரேப்பருக்கா? எங்கய்யா இவ்வளவு சீக்கிரத்தில் புடிச்சே?" என்றார் எடிட்டர்.

அட்டைக்கான படம் என்று எடிட்டர் முடிவுசெய்துவிட்டதாலே, அவள் நாயகிதான் என்பதில் பாதி வெற்றி.

"கிருஷ்ணாவைக் கூப்பிடுப்பா. இந்த வாரம் ரேப்பர் ஸ்டோரி என்னன்னு கேட்கணும்" என்றார்.

"ரேப்பர் ஸ்டோரியும் இந்தப் பொண்ணோட ஸ்டோரியும் ஒண்ணுதான் சார்!"

மூக்குக்கண்ணாடியை நெற்றியின் மையத்தில் அழுத்தி ஊன்றிவிட்டு, 'என்ன சொல்றே?' என்று பார்த்தார்.

" 'கதாநாயகி ஆக வேண்டுமா?'னு அறிவிச்சோம்ல. அதுக்கு வந்த பொண்ணு ஸார் இது. 'ஹீரோயின் கிடைச்சாச்சு'னு அட்டையில போட்டுறலாம்".

சுந்தரியை கான்ஃபரன்ஸ் ரூமில் உட்காரவைக்கும்படி சொன்னார் எடிட்டர். முட்டை வடிவ மேசை போட்ட பெரிய அறை அது. தனியாக அந்த அறையில் உட்கார்ந்திருந்த நேரத்தில் அம்பிகாபதி நாடகத்தில் நடித்ததால்தான் தாட்சாயிணி தம் மகளுக்கு அம்பிகா எனப் பெயரிட்டிருப்பாள் என யூகித்தாள். பையன் பிறந்திருந்தால், அம்பிகாபதி எனப் பெயர் வைத்திருப்பாளோ? இவ்வளவு நாளாக இல்லாமல் தன் அம்மாவின் பெயர் காரணத்தை இப்போது கண்டுபிடித்தது ஆச்சர்யமாக இருந்தது. ஏ.ஸி போட்டுவிட்டு, காபி கொடுத்தார்கள்.

நாயகி தேவை என்று அறிவிப்பு கொடுக்கும்படி கேட்டிருந்த

சினிமா டைரக்டர் அர்விந்தும் புரொட்யூஸர் ஏழுமலையும் ஒரே காரில் வந்தனர். எடிட்டர் அறைக்குப் போய் போட்டோக்களைப் பார்த்தனர். இரண்டு பேரும் ஒரே நேரத்தில் ஒருவரை ஒருவர் பார்த்துக்கொண்டனர். பிறகு எடிட்டரைப் பார்த்தனர். மூவரின் முகத்திலும் முதலில் அறிவிக்கப் போகிறவர் யார் என்ற தயக்கமும் விருப்பமும் இருந்தது. எனக்கு ஓ.கே என ஆரம்பித்துவைத்தார் எடிட்டர். 'ஹோம்லியாவும் இருக்கு... அதே நேரத்தில ஒரு ஈர்ப்பும் இருக்கு' என்றார் தயாரிப்பாளர் ஏழுமலை. புதிதாக எதாவது சொல்ல வேண்டுமே என தவித்த இயக்குநர், 'யெஸ் ஒரு அட்ராக்ஷன் இருக்கு, ஃபேஸ்ல' என சில கருத்துக்களைச் சொன்னார். தோற்றத்தைப் பொறுத்தவரை எல்லோருக்கும் ஓ.கே.

பப்ளிசிட்டிக்காக பத்திரிகைகளில் கதாநாயகிக்கு அறிவிப்பு கொடுத்திருந்தாலும் டைரக்டரும் புரொட்யூஸரும் ஒரு மும்பைப் பார்ட்டியை முடிவுசெய்து வைத்திருந்தனர். பத்திரிகை மூலமாக யாராவது கிடைத்தால் சரி, இல்லாவிட்டால் அவர்கள் தேர்ந்தெடுத்து வைத்திருந்த மும்பைப் பெண்ணையே 'மல்லிகை நாயகி' என்று அறிவித்துவிடுவதாகத் திட்டம். படத்தின் பெயர் 'மல்லிகை' என்பதால் அதே பெயர்கொண்ட பத்திரிகையோடு இப்படியொரு கூட்டணி, பத்திரிகைக்கும் பப்ளிஸிட்டி, படத்துக்கும் பப்ளிஸிட்டி...

இரண்டு பேரையும் கான்ஃபரன்ஸ் ரூமுக்கு அழைத்துவந்தார் எடிட்டர். தீபிகா அவசரமாக எழுந்து நின்று மூவரையும் பார்த்து வணக்கம் சொன்னாள். பெருந்தன்மை பொங்க உட்கார சொன்னவர்தான் தயாரிப்பாளராக இருக்க வேண்டும். அவருடைய கழுத்தில், கைகளில் விரல்களில் 'பொன்னார் மேனியனே!'

"ஏம்மா, வீட்டு சம்மதத்தோடதானே வந்தே?" என்றார் எடிட்டர்.

"சம்மதம் சொல்றதுக்கோ, வேணான்னு சொல்றதுக்கோ யாரும் இல்லீங் சார். என் வாழ்க்கையை நானேதான் முடிவு பண்ணியாகணும். நான் நடிகையாகறதுனு முடிவு பண்ணிட்டேன்".

எடிட்டர், டைரக்டர், புரொட்யூஸர் மூவரும் இதில் ஏதாவது பிரச்னை வருமா என ஒருவர் முகத்தை ஒருவர் பார்த்துக்கொண்டனர்.

"என்ன பேர்மா?"

"சுந்தரி."

"பழைய பேர் மாதிரி இருக்கே" என்றார் புரொட்யூஸர்.

"ஜோதிகா, கனகா, தேவிகா, அம்பிகா..... இந்த மாதிரி 'கா'ல

முடியற மாதிரி ஒரு பேர் வெச்சா, சென்டிமென்டா ஒர்க்அவுட் ஆகும்” என்று அபிப்ராயம் சொன்னார் டைரக்டர்.

எடிட்டர் சொன்னார்:

“தீபிகா?”

சில நிமிடங்களில் ஆபிஸ் பரபரப்பானது. ஒவ்வொருத்தராய் ஒண்ணுக்கு போறதுக்காக வந்த சாக்கில் சுந்தரியைப் பார்த்துக்கொண்டு போயினர். பொறுப்பாசிரியர் கிருஷ்ணாவையே சுந்தரியைப் பேட்டி எடுக்குமாறு எடிட்டர் சொன்னபோது, ரிஸப்ஷனில் அமரவைக்கப்பட்டு இருந்த சுந்தரியை, ‘வாங்க தீபிகா’ என கண் சிமிட்டி சிரித்து அழைத்துப்போனார். தீபிகா என முதன்முதலில் விளிக்கப்பட்ட ஆச்சர்யமும் வெட்கமும் பிடிங்கித் தின்ன, பொறுப்பாசிரியரின் கேபினுக்குள் நுழைந்தாள்.

இதோ இப்போது கேமிரா முன்னால் நடனமாடிவிட்டு ‘லஞ்ச்’ பிரேக்கில் சாப்பிட்டுக் கொண்டிருக்கிறாள்.

வடபழனியிலேயே ஒரு ஓட்டலில் ரூம் எடுத்துவிட்டார்கள். படம் முடிகிற வரை ஓட்டலில் தங்கிக்கொள்ளலாம். கூட துணைக்கு ஹேர் ட்ரஸ்ஸர் அமுதம்மா. பத்தாததுக்கு எடிட்டரும் “ஷூட்டிங்ல ரெண்டு நாள் கூட இருப்பா” என்று ஸ்ரீராமை அனுப்பி வைத்தார். அவர் சொன்னதுக்குக் கட்டுப்பட்டு ஸ்ரீராமும் ரெண்டு நாள் இருந்துவிட்டான். நாளை முதல் இந்த சினிமா உலகில் காலம் தள்ளுவது சுந்தரி என்றழைக்கப்பட்ட தீபிகாவின் சாமர்த்தியம்.

“ஓ.கே. நான் கிளம்பறேன்... வேணும்னா ரெண்டு நாள் கழிச்சு வந்து பாக்றேன்” என்று சாப்பிட்ட கையோடு ஸ்ரீராம் கிளம்ப ஆயத்தமானான். “ஏதாவது உதவி வேணும்னா கூப்பிடுங்க” தன் விசிட்டிங் கார்டைக் கொடுத்தான்.

நடிக்க நினைத்து சென்னையில் காலடி எடுத்துவைத்த முதல்நாளே ஒருத்திக்கு நடிகை முத்திரை கிடைத்தது ஒருவேளை தமிழ் சினிமாவில் நிகழ்ந்தே இல்லாத சாதனையாக இருக்கக்கூடும். இப்போதுகூட, இந்த நீண்ட கனவின் முடிவில் கண்களைத் திறந்ததும் உடுமலைப்பேட்டை வீட்டின் கூரைதான் கண்ணில்படும் என்ற சந்தேகம் அவளுக்கு இருந்தது. இந்தக் கனவு, ஸ்ரீராமுக்குச் சொந்தம். அவன் இல்லை என்றால் இன்னேரம் ஊருக்குத் திரும்பிப் போயிருப்பாள். அவன் எடுத்துக்கொண்ட அக்கறை, அவன் காட்டிய நம்பிக்கை... தீபிகாவுக்குக் கண்கலங்கியது.

அதே நேரத்தில் சம்பிரதாயத்துக்குக் கதவை ஒரு தட்டு தட்டிவிட்டு உள்ளே நுழைந்தார் உதவி இயக்குநர்.

“ரெடியாயிட்டீங்களா மேடம்?” என்றான்.

கிளம்ப ஆயத்தமாகி நின்ற ஸ்ரீராமை நோக்கிக் கையெடுத்துக் கும்பிட்டு, "ரொம்ப தாங்க்ஸ்" என்றாள் தீபிகா. ஸ்ரீராம் பைக்கை கிளப்பிக்கொண்டு போவதைப் பார்த்துவிட்டு, உதவி இயக்குநரின் பின்னால் நடந்தாள்.

மாயா சொன்ன கதை...

அம்மாவுக்கு ரொம்ப சந்தோஷம். அவளுக்கு ஒரு வருஷமெல்லாம் புரண்டாலும் கிடைக்காத தொகை. அம்மா, என்னை பொன் முட்டை வாத்தாகப் பார்த்தாள்.

"எல்லாம் கொஞ்ச நாளைக்குத்தான், அப்புறம் நீ ராணி மாதிரி இருக்கலாம்" என்று சமாதானம் சொன்னாள்.

அம்மாவுடைய கணக்குகள் எனக்குப் புரியவில்லை. வேகமாக வேறு ஒரு அப்பார்ட்மென்டுக்கு மாறினாள். மூன்று பெட் ரூம் அப்பார்ட்மென்ட். புத்தம் புதிய வீடு. ஏசி, சோஃபா செட், மாதம் பத்தாயிரம் ட்யூ கட்டுவதாக ஹூண்டாய் அக்சென்ட் கார் என்று படுவேகமாக என்னுடைய அந்தஸ்தை மாற்றினாள். அடுத்த மாதம் வீட்டு வாடகைக்கோ, காருக்கோ கட்ட வேண்டிய தவணையைப்பற்றி அம்மா கொஞ்சம்கூட யோசிக்கவே இல்லை.

எனக்கு நிறைய அழகு காஸ்மெடிக் சமாச்சாரங்களையும் கரடி பொம்மைகளையும் வாங்கிக்கொடுத்தாள். "எதற்கு கரடி பொம்மை?" என்று கேட்டபோது, "எல்லா நடிகையும் கரடி பொம்மை வெச்சிருப்பாங்க.. நீ பார்த்ததில்ல?" என்றாள்.

விதம்விதமாக என்னை போட்டோ எடுத்து அவளுடைய சமார்த்தியத்தில் பத்திரிகைகளில் பிரசுரம்செய்ய வைத்தாள். நிறையப் பேர் நடிக்க வாய்ப்புத் தருவதாக வந்து போனார்கள். அம்மா கவனமாக இருந்தாள். உறுமீன் வரும்வரை காத்திருந்தாள். எல்லாம் அமைந்து அடுத்த வாரம் பொள்ளாச்சியில் ஷூட்டிங் போல பேசிவிட்டுப் போனார்கள். ஏதோ ஒரு காரணத்தால் படம் நின்றுவிடும். ராஜா சார் இசையில் பல படங்களை இயக்கிய டைரக்டர் ஒருவரும் வந்துபோனார். ஒரு சில புதிய டைரக்டர்கள் வந்து எனக்காகவே உருவாக்கிய கதைபோல உருகி உருகி கதை சொன்னார்கள். சில வயதான ஹீரோக்களின் தங்கையாக நடிக்க முடியுமா என்று விசாரித்தார்கள். தங்கை முத்திரை விழுந்தால் அதோடு கதாநாயகியாக ஆகவே முடியாது என்று தடுத்துவிட்டார் சந்தானம். யாருடைய ஆலோசனையைப் பின்பற்றுவது என்பதைக் கண்டுபிடிப்பது ஒரு வரம். வெற்றிபெற்ற நடிகைகளுக்குப் பின்னால் ஒரு நல்ல மேனேஜர் இருக்கிறார். வெற்றிபெற்ற நடிகைகள்

எல்லோரும் மேனேஜரை பின் தொடர்கிறார்கள். சினிமா என்பது திறமை, மேனேஜர், வாய்க்கும் படம், வாய்க்கும் பி.ஆர்.ஓ., பேட்டியை வெளியிடும் பத்திரிகை எல்லாம் சம்பந்தப்பட்டது.

மெல்ல மெல்ல மலேசியப் பணம் கரைந்தது. கார்க்காரன் இரண்டாவது மாதத் தவணையே சரியான நேரத்தில் கட்டவில்லை என்று நோட்டீஸ் அனுப்பிவிட்டான். வீட்டு வாடகை பதினைந்தாயிரம் கழுத்தைப் பிடித்தது.

ஒரு மாதத்திலேயே இத்தனை சொகுசு வாழ்க்கையை இழந்து விட்டு பழையபடி திரும்ப வேண்டியிருக்குமோ என்ற பயம். மரியாதையோடு வாழ வேண்டுமானால் கொஞ்சம் மானத்தை விட்டுவிட வேண்டும் என்று எனக்கு நெருக்கடி.

■

4

தன்னந்தனியாக ஒரு பெண் சினிமா நடிகையாகத் திரைத்துறையில் நுழைவதில் ஓர் இனம் புரியாத திகில் தீபிகாவுக்கு இருக்கத்தான் செய்தது. தன்னந்தனியாக ஒரு பெண் இட்லி கடை நடத்துவதிலும்தான் அத்தகைய திகில் மனநிலை அவளுக்கு இருந்திருக்கும் என்று தேற்றிக்கொண்டாள். சுமதி அக்காவீட்டுக்குப் போன் செய்து விஷயத்தைச் சொன்னாள். தங்கியிருக்கும் ஹோட்டலின் எண்ணையும் பெயரையும் குறித்துக் கொள்ளச் சொன்னாள். இப்போது அங்கு எல்லோருக்குமே தெரிந்திருக்கும்.

ஏற்கெனவே உங்க அம்மாவுக்கு சினிமாவில் ஒரு மோசமான அனுபவம் கிடைத்திருக்கும்போது மீண்டும் இங்கு வந்து கஷ்டப்பட வேண்டுமா என ஸ்ரீராம் ஒரு முறை கேட்டபோது, எனக்கு எங்க அம்மா பண்ணின மிஸ்டேக் என்னவென்று தெரியும் எனச் சொன்னாள் தீபிகா. அனுபவங்களில் இருந்து பாடம் கற்றுக்கொள்வது உயிரின இயல்பு. கொசுக்கள்கூட ஒரே வகையான பூச்சி மருந்துக்கு தலைமுறைதோறும் சாவது இல்லை. இம்யூன் டெவலப்மென்ட் நடக்கிறது. இது என் முறை எனச் சொல்லிக்கொண்டாள்.

திருவிழாவில் காணாமல்போன குழந்தையை, பஞ்சுமிட்டாய் வாங்கித்தந்து சம்பந்தப்பட்டவர்கள் வரும்வரை பாதுகாத்து வைத்திருந்தவர் மாதிரிதான் ஸ்ரீராம், மல்லிகை எடிட்டர், ஹேர் ட்ரஸ்ஸர் போன்றவர்கள் தெரிந்தார்கள். ஆனால், தம்மைக் கூட்டிப்போக சம்பந்தப்பட்டவர்கள் யாருமே வரப்போவதில்லை என்று அவளுக்குத் தெரியும். இந்தப் பஞ்சுமிட்டாய் ஆதரவுகள் எல்லாம் கரைந்து ஒரு நிதானத்துக்கு அல்லது ஒரு சூறாவளிக்குத் தன்னை ஆட்படுத்திக்கொள்வதுதான் அவளுடைய தீர்மானமாக இருந்தது.

ஷூட்டிங்குக்கு வந்த முதல் இரண்டு நாட்கள் ஸ்ரீராமும் கூடவே இருந்ததால் கொஞ்சம் பாதுகாப்பு இருந்தது. அடுத்தடுத்த நாளில் தீபிகாவுக்குக் கொஞ்சம் சங்கடங்கள் தூக்கல்தான். டைரக்டர் காட்சியை விளக்கிக்கொண்டிருக்கிற சமயங்களில் வினோத், தீபிகாவின் தோளைப் பிடித்தபடியோ 'எதார்த்தமாக' அவள்மீது சாய்ந்தபடியோ இருந்தான்.

"பொஸிஷன் மாறிட்டே பார்" என்று அர்விந்த் அக்குளைப்பிடித்துத் திருப்பி நிறுத்துகிறார். வசனப் பேப்பரைப் படித்துக் காட்டும்போது ஒரு தடவை அவர் கை மார்பின் மீதுபட்டது. எதேச்சையாகப்பட்டுவிட்டது மாதிரி இருக்க வேண்டியிருந்தது. உடன் நடித்த ஷன்மதி என்ற நடிகை அப்படித்தான் இருந்தாள். சில நேரங்களில் அவளே அதற்கு இடம் கொடுத்தது போலவும் இருந்தது. கூச்சம் தவிர். புத்தம் புதிய ஆத்திச்சூடி.

காலையில் எடுக்கப்பட்ட நடனக் காட்சியில் குனிந்து கையை இப்படியும் அப்படியும் குலுக்கி ஆட்டும்படி ஒரு காட்சியை எடுத்தார்கள். குனிந்து நின்றபோது எதிரே ட்ராலியில் இருந்து காமிராவை இயக்கினார்கள். அதில் என்ன எடுத்திருப்பார்கள் என அவதானிக்க முடிந்தது. அதே பொஸிஸனில் குனியவைத்து போட்டோ கிராபர் போட்டோ எடுத்தார். அவரை ஸ்டில்ஸ் என அழைத்தார்கள். ஏதோ கிருஸ்தவ பெயர் என நினைத்தாள். போட்டோ ஸ்டில்ஸ் எடுப்பதால் அவருக்கு அந்தப் பெயர் என்பதை பலருக்கும் இருந்த தொழிற்பெயரை வைத்து அவளாகவே கண்டுபிடித்தாள். "வண்ணத்திரைக்கு சென்டர் ஸ்ப்ரெட் கேட்டு வந்தாங்க சார்" என்றார் ஸ்டில் கேமிரா மேன்.

"பி.ஆர்.ஓ கிட்ட ஒரு வார்த்தை சொல்லிட்டுக் கொடுப்பா..." என்ற டைரக்டர், "பி.ஆர்.ஓ-வை வரச்சொல்லு நானே பேசிக்கிறேன்" என்றார். நடிப்பது மட்டுமல்ல; தெரிந்துகொள்வதற்கு அதைவிட நிறையவே இருந்தது. சராசரி வாழ்வில் இடம்பெற நிறைய மனிதர்கள் இங்கே இருந்தார்கள். சினிமாவுக்கான கூடுதல் குணங்கள் அவர்களிடம் இருந்தன.

அஜய் சார் வந்தால் செக்ஸ் காமெடிகளுக்குப் பஞ்சம் இருக்காது. "புதுசா கார் ஓட்டக் கத்துக்கிட்டிருக்கிற இரண்டு பொம்பளைங்களோட புருஷன்காரனுங்க ஒரு இடத்தில் மீட் பண்ணாங்களாம். 'என்னப்பா.... உன் வைஃப் ட்ரைவிங் எப்படி?'ன்னானாம். 'தூக்கத்தில் அடிக்கடி புடிச்சுகிட்டு 'கியர்' போட்டுகிட்டே இருக்கா'ன்னு சொல்லிட்டு, 'உன் வைஃப் எப்படி?'ன்னானாம். அதுக்கு அவன், 'உன் கேஸ் பரவாலப்பா.... தூக்கத்தில அடிக்கடி... புடிச்சி வெச்சுகிட்டு அஞ்சு லிட்டர் போடுப்பாங்கிறா' அப்படீன்னு சொன்னானாம்."

எல்லோரும் விழுந்து விழுந்து சிரித்தார்கள். ஷன்மதியும் சிரிக்கிறாள். தீபிகாவுக்கு என்ன ரியாக்ட் பண்ணுவது என்று பெருத்த குழப்பமாக இருந்தது. ஆனால், சிரிக்கிற எல்லோருமே தீபிகாவின் 'ரியாக்ஷன்' என்ன என்பதில் குறிப்பாக இருப்பது தெரிந்தது. என்ன இருந்தாலும் ஊர் நாட்டுப் பொண்ணு என்ற மனநிலை அவர்களுக்கு இருந்தது. ஜோக் புரியவில்லையா என நினைத்துவிடப் போகிறார்கள் என தீபிகா நினைத்தாள். இது மடிகிற கேஸா என்று நோட்டம் பார்க்கிற உத்திதான் இத்தகைய ஜோக்குகள். தீபிகாவுக்கு அது புரியாமல் இல்லை. தலை குனிந்தபடி புன்னகைத்தாள். நான் இதில் பங்கெடுத்துக்கொள்ளவில்லை. ஆனால், அதற்காக உங்களை வெறுக்கவும் இல்லை என்ற பாவனைகளை ஒருங்கே வெளிப்படுத்துவது அவளுடைய நடிப்புத் தொழிலுக்கே சவாலாக இருந்தது.

இரவில் துணைக்குப் படுத்துக்கொள்கிற ஹேர் ட்ரஸ்ஸர் அமுதா கதை கதையாகச் சொன்னாள்.

"அவனவன் பொண்டாட்டிகிட்ட பார்க்காதத பாக்கற மாதிரி வந்து பாயுவானுங்க. ஒருத்தன்கிட்ட சம்மதிச்சுட்டாபோதும், வரிசையா வந்துருவானுங்க. ஜாக்கிரதையா இரும்மா. கட்டாயப்படுத்துவானுங்க. கோ ஆபரேட் பண்ணலைனா சரியா நடிக்கத் தெரியலைனு 'ஸ்பாட்'ல வெச்சு திட்டுவானுங்க. கன்னத்துல அறைவானுங்க. அடுத்த படத்தில சான்ஸ் தரமாட்டானுங்க. ஏன் அந்தத் தெலுங்கு பொண்ணு புவனாஸ்ரீய... ஃபர்ஸ்ட் படத்தில உண்டு இல்லைன்னு ஆக்கிவுட்டானுங்களே... 'என் அம்மாவே என்னை பணத்துக்காகக் கட்டாயப்படுத்தறாங்கன்னு அந்தப் பொண்ணு பேட்டி எல்லாம் கொடுத்ததே... படிக்கலை?"

ஒருவேளை அம்மா இல்லாத பெண் என்பதாலேயே தன் மீது இரக்கம் காட்டுகிறார்களோ என்று நினைத்தாள் தீபிகா. திக்குத் தெரியாதக் காட்டில் தவறிப்போன குருட்டுக் குழந்தை போல இருந்தது அவள் நிலைமை. அழுதுகொண்டு ஓரிடத்தில் நிற்பதைவிட போய்க்கொண்டே இருப்பது நல்லதென்றுபட்டது.

அமுதம்மா அவ்வப்போது, தீபிகாவின் பூர்வீகத் தகவல்களைத் திரட்டுவதில் ஆர்வம் காட்டினார். 'அம்மா என்ன ஊரு? அப்பா என்ன செஞ்சுக்கிட்டு இருந்தாரு? கூட பொறந்தது எத்தனை பேரு?' என்பனவற்றை வெவ்வேறு விதமாகக் கேட்டுப்பார்த்தார். ஏனோ அவற்றை யாரிடமும் அவள் பகிர்ந்துகொள்ள விரும்பவில்லை. பதில் சொல்வதை வெகுநாளுக்காகத் தவிர்த்தபின்னர் அவரும் கேட்பதை நிறுத்திக்கொண்டார். 'அழுத்தக்காரி' என நினைத்திருக்கக்கூடும். உண்மைதரும் கேவலமான அடையாளத்தைவிட அழுத்தக்காரிப் பட்டம் நல்லதுதான். அம்மாவையும் அப்பாவையும் பற்றி ஒரு தோராயமான சித்திரத்தை அவள் மனதில் ஏற்படுத்திக்கொண்டாள். அதையே மனதில் ஏற்றி, அதையே நம்ப ஆரம்பிப்பதில் அவளுக்கு ஒரு பாதுகாப்பும் இருந்தது. மற்றவர்களையும் அதையே நம்பவைப்பதுதான் நல்லது. மல்லிகையில் பேட்டி கண்டபோது, அவர்களே அப்படித்தான் ஒரு கதையை எழுதிக் காண்பித்தார்கள்.

"இண்டஸ்ட்ரியில நல்லவங்களே இருக்க மாட்டாங்களா அமுதம்மா?"

"அப்படி எல்லாம் சொல்லக் கூடாதும்மா. நிறைய நல்லவங்க இருக்காங்கமா. ஒரு தெருவுல ஒரே ஒரு ரவுடி இருந்தா எல்லாரும் அவனைப்பத்திதானே பேசுறோம். ஒரே ஒரு அவுசாரி இருந்தா எல்லோரும் அவளையே கவனிக்கிறதில்லையா?" என லாஜிக்காகக் காரணம் சொன்னார். அன்று ஆறு மணிக்கே 'பேக்கப்'.

மானிட்டரில் எடுத்த காட்சிகளையெல்லாம் போட்டுக் காண்பித்தார் அர்விந்த். தீபிகாவின் மீது உரசியபடியே காட்சிகளைப் பார்த்தான் வினோத். ஆர்வமிகுதியால் அப்படிப் பார்த்ததாக நினைத்துக்கொள்ள வேண்டியதுதான். "தீபிகா அசத்துதுப்பா" என்றான், தீபிகாவை நோக்கிக் கண்சிமிட்டி.

"நல்லா பண்றேம்மா" என்ற அர்விந்த், 'நான் சொல்றது சரிதானே?' என்பதாக அஜய்யைப் பார்த்தான்.

"நாட் பேட்... யூ ஷுட் டெவலப்" என்று தன்னிடம் அபிப்ராயம் கேட்கப்பட்டுவிட்டதாலேயே தீபிகாவை நோக்கி அறிவுரை பாணியில் சொன்னான் அஜய். பாதி சொல்லிக்கொண்டிருக்கும்போதே, எங்கே 'இதைச் சொல்ல உனக்கு என்ன தகுதியிருக்கிறது' என்று தீபிகா கேட்டுவிடுவாளோ என வார்த்தைகள் தயங்கி, "நல்லா பண்றீங்க" என்று அந்த வாக்கியத்தை முடித்தான்.

அஜய் சொல்வதை தீபிகா கவனித்த கூர்மை அவனுக்கு அந்த பயத்தை ஏற்படுத்தியிருக்க வேண்டும். பள்ளி நாட்களிலேயே அவளுடைய வகுப்புத் தோழிகள், வகுப்பு ஆசிரியை பலரும் சில வினாடிகள் அவளுடையப் பார்வைக்குப் பணிந்ததுண்டு.

“ஏண்டி அப்படி பார்க்கறே?” என்று கேட்டிருக்கிறார்கள். ‘எப்படி பார்க்கிறேன்?’ என சாதாரணமாகத் திருப்பிக் கேட்பாள் சுந்தரி.

“என்னமோ கோபமா முறைக்கிற மாதிரி இருக்குடீ நீ பாக்கறது” என்பாள் அவளுடைய பத்தாம் வகுப்பு தோழி சுமதி. “என்னடீ லுக்கு? என்ன தெனாவட்டு உனக்கு” என்று அடியும் வாங்கியிருக்கிறாள் கணக்கு டீச்சரிடம். தீபிகாவே அதை உணர்ந்ததில்லை. அந்தப் பார்வை எப்படியிருக்கும் என்பதை அவளாலும் அவளுடைய பீரோ கண்ணாடி மூலம் கண்டறிய முடியவில்லை. திமிரோ, ஆணவமோ, அலட்சியமோ, மிடுக்கோ இருக்கும்போல் தெரிகிறது அதில். அஜய் அதைக் கண்டுதான் மிரண்டிருக்கிறான் என்பதை நினைத்து மனதுக்குள் சிரித்தாள்.

“நான் கிளம்பட்டுமா சார்?”

“கொஞ்சம் இரு. புரொட்யூசர் வர்ரேன்னு சொல்லியிருக்கார். நிறைஞ்ச அமாவாசை. அக்ரிமென்ட் போடணும்னு சொன்னார்” என்றார் அர்விந்த்.

“ஓ.கே... ஓ.கே. நாளைக்கு தீபிகாவோட டீர்ட்” என்றான் வினோத்.

செட்டுக்குள் புரொட்யூசர் ஏழுமலை இன்னும் இரண்டு பேருடன் மிக அழகான ப்ரீஃப்கேஸூம் கொண்டுவந்தார். சிகரெட் வாசனையும் சென்ட் வாசனையும் அந்த இடத்தை நிறைத்தது. அவர்களும் வெள்ளை வெளேர் என்ற செருப்புகள் அணிந்திருந்தார்கள். கனமான தங்கச் சங்கிலி, கனமான பிரேஸ்லெட்டுகள், மோதிரங்கள் என்பவை ‘ஃபைனான்ஸ்’ அடையாளங்கள். செல்போன்கள் வைத்திருந்தார்கள்.

“நமஸ்காரம்மா.”

“வணக்கங் சார்.” சே... அலுத்துக்கொண்டாள். ‘நப் போல் வளையாதே... ங் எனச் சொல்லாதே.’

“உக்காரு... உக்காரு. எப்படிப் போகுது ஷூட்டிங்?”

“ரொம்ப புடிச்சிருக்கு சார்.”

“தொந்தரவு எதுவும் இல்லையே?”

“இல்ல சார்.”

“அந்தப் பத்திரிகை தம்பி இன்னிக்கு வரலையா?”

“ரெண்டு நாளா வரலை சார்... நாளைக்கு வர்றேன்னார்.”

“ம்... இந்தாம்மா இங்க கையெழுத்துப் போடு.”

ஆங்கிலத்தில் டைப் பண்ணப்பட்ட பாண்ட் பேப்பர்ஸ். சுற்றிலும் பார்த்தாள் தீபிகா. என்ன எழுதியிருக்கிறது, என்னசெய்வது, படிக்க

வேண்டாமா, வழக்கமாக இப்படித்தானா, சம்பிரதாயமா இது? ஒரு வினாடிக்குள் முடிவெடுத்துவிட வேண்டிய இக்கட்டில் உள்ளங்கையெல்லாம் வியர்த்துவிட்டது தீபிகாவுக்கு.

ஹேர் ட்ரஸ்ஸர் அமுதா மட்டும்தான் அந்த இடத்தில் தனக்கு ஓரளவுக்கு நெருக்கம்போல் இருந்தது. ஒரு தடவை அமுதாவின் முகத்தைப் பார்த்தாள். அவள் எந்தவித சலனமும் அற்று அங்கு என்ன நடக்கப்போகிறது என்று பார்த்துக்கொண்டிருந்தாள். அமுதாவின் தொண்டைக்குழி ஏறி இறங்கியது. அந்த ஒரு சிக்னல் போதும்போல இருந்தது தீபிகாவுக்கு.

படிக்க ஆரம்பித்தாள்.

புரொட்யூஸர் ஏழுமலை பெரிதாக மூச்சை இழுத்துவிட்டபடி, "படிச்சுட்டுதான் போடு. ஒரு ஃபார்மாலிட்டி அவ்வளவுதான். இந்தப் படம் முடியறவரைக்கும் வேற படம் கமிட் பண்ணக்கூடாது. அடுத்த படத்துக்கும் டேட்ஸ் கொடுக்கணும்னு எழுதியிருக்கு. முதல் படத்துக்கு சம்பளம் அம்பதாயிரம். இப்பவே அஞ்சாயிரம் அட்வான்ஸ். அவ்வளவுதான் சமாசாரம். நீயும் ஒரு தடவ படிச்சிடும்மா" என அவள் படிப்பதற்கு அனுமதிக்கும் தொனியில் மேற்கொண்டு படிக்க வேண்டாம் என தடுக்கப் பார்த்தார்.

தீபிகா நிதானமாகப் படித்துவிட்டு, நேற்று ஓட்டல் ரூம் பாய்க்கு ஆட்டோகிராஃபில் போட்டது மாதிரி 'தீபிகா' என்று கையெழுத்துப்போட்டாள்.

மாயா சொன்ன கதை...

"ஏதாவது பண்ணும்மா" என்றேன். "உன் வாயால் சொல்லணும்னுதான் காத்திருந்தேன்... நாளைக்கே நம்ம பிரச்னை தீர்ந்துடும். கொஞ்சநாள் சமாளிச்சுட்டாபோதும்" என்றாள்.

எப்படித்தான் ரூட் பிடிக்கிறார்களோ? மலேசியக்காரனைப்போல இப்போது ஒரு மார்வாடியை வீட்டுக்குக் கூட்டிவந்தார்கள். சினிமாவுக்கு ஃபைனான்ஸ் செய்கிறவர் என்றார்கள். "இவளை ஹீரோயினியா போட்டாத்தான் ஃபைனான்ஸ் தருவேன்" என்று அந்த ஆள் சொன்னால், அதற்குக் கட்டுப்பட தயாரிப்பாளர்கள் தயாராக இருப்பதாகச் சொன்னார்கள்.

மார்வார்டியோடு வந்த ஆள், "கைராசியான சேட்டு. நாளைக்கே ஹீரோயினி ஆயிடுவே" என கிசுகிசுத்தான்.

நாங்கள் இருந்த அபார்ட்மென்ட் கொஞ்சம் காஸ்ட்லி. ஒவ்வொரு

வீடும் 30 லட்சம், 40 லட்சம் என்று விலை. அந்த மாதிரி வீட்டில் இருந்துகொண்டு ஹூண்டாய் அக்சென்ட் மாதிரி குட்டி கார் வைத்திருப்பது இலக்கணப்பிழை. தவறு... ஒட்டாது.

தத்தமது அந்தஸ்துகளைக் காப்பாற்றிக்கொள்ள மக்கள் படுகிறபாட்டை நான் அந்த வீட்டில் முழு அர்த்தத்தோடு பார்த்தேன். பையனை டாக்டருக்கும், என்ஜினியருக்கும் படிக்கவைத்து கால் கோடிக்கும் அதிகமாக வரதட்சணையாகக் கறந்தார்கள். தவறான பேர்வழிகளுக்காக வாதாடினார்கள். சட்டத்துக்குப் புறம்பான படிவங்களில் கையெழுத்துப் போட்டார்கள். யோசித்துப் பார்த்ததில் நான் மட்டும்தான் அந்த வீட்டில் யாருக்கும் துன்பம்தராமல் சம்பாதித்தேன். இன்பம்தந்து சம்பாதித்தேன். ஆனால், அந்த நியாயம் எனக்கு மட்டும்தான். யாரோ எங்கள் வீட்டின் கண்ட கண்ட நேரத்தில் கண்ட கண்ட ஆம்பளைகள் வந்துபோவதாக பெட்டிஷன் எழுதிப் போட்டுவிட்டார்கள்.

ட்யூட்டி நேரம் முடிந்து மஃப்டியில் ட்ரிம்மாக வந்தார் ஒரு போலீஸ் அதிகாரி. பேச்சில் விசாரிக்கவந்த மிடுக்கு தெரிந்தாலும் பார்வையில் தடுமாற்றம் தெரிந்தது.

“சிவியர் ஆக்ஷன் எடுக்கணும்தான் ஆர்டர் வந்திருக்கு. நான்தான் முதல்ல விசாரிச்சுட்டு வர்ரேன்னு சொல்லிட்டு வந்திருக்கேன்!” ‘நான் நினைத்தால் உங்களைக் காப்பாற்ற முடியும்’ என்ற தொனி. ‘உங்க பாஸ்போர்ட் என் கையில்’ தோரணையில் அமர்ந்திருந்தார். விஷயம் போலீஸ் வரைக்கும் போய்விட்டதே! ‘விபச்சார வழக்கில் பிடிபட்ட அழகி’ என்று பத்திரிகையில் போட்ட பிறகு தொடர்ந்து உயிரோடு இருக்க முடியுமா? என்று நான் துடித்துக்கொண்டிருந்தேன். சமீபத்தில்தான் வினிதா, மாதுரி, பிரியதர்ஷினி என சில நடிகைகளை விபசார வழக்கில் கைதுசெய்ததாகச் சொன்னார். நடிகைகளை மிரட்டுவது சுலபம் என அவரே சொன்னபோதும் அம்மா மிக சகஜமாக இருந்தார். எதோ எல்.ஐ.சி. ஏஜென்டிடம் பேசுகிற பாவனையில். அம்மாவுக்கு சினிமாவில் ஜெயிக்கிற சாதுர்யம் இருந்ததோ, இல்லையோ இந்த மாதிரி ஆசாமிகளை சமாளிக்கும் திறமை இருந்தது.

“எவன் எழுதிப்போட்டான். பேரைச் சொல்லுங்க. அவன் வண்டவாளம் என்னன்னு சொல்றேன். சினிமா ஆர்ட்டிஸ்ட்னா நாலு டைரக்டர், புரொட்யூஸர் வருவாங்கதான். எதுவா இருந்தாலும் நடிகர் சங்கம் மூலமாத்தான் பதில் சொல்வேன்” எனத் துணிச்சலாகப் பேசினாள்.

“அப்போ... இங்க அந்த மாதிரி எதுவும் நடக்கலங்கறீங்களா?”

“எங்களைப் பார்த்தா எப்படி தெரியுது சார்? இவங்க அப்பா

துபாய்ல என்ஜினீயரா இருக்கார். எங்க செலவுக்கு மட்டும் மாசம் நாப்பதாயிரம் அனுப்புறார்னா பார்த்துக்கங்க. அவருக்கு எவ்வளவு சம்பளம்?"

அம்மா, தடாலடியாக எனக்கு ஒரு துபாய் அப்பாவை உருவாக்கினாள். சில நடிகைகள் தங்கள் அப்பா வெளிநாட்டில் வேலை பார்ப்பதாகச் சொல்லும் ரகசியம் இதுதானோ என்று தோன்றியது. அந்த அதிகாரிக்கு இந்த மாதிரி துபாய் அப்பா, சிங்கப்பூர் அப்பாவெல்லாம் புளித்துப்போன சங்கதிபோலும், சிரித்தார்.

"நீங்க ஏன் துபாய்ல இருந்து வந்துட்டீங்க?" என்றார் நக்கலாக.

"சரி சார். இப்ப என்னங்கறீங்க?" அம்மா ஸ்ட்ரெய்ட் டீலிங் பேசினாள்.

"இதைத் தொழிலா பண்றவங்க யாரு. சினிமா சான்ஸுக்காகப் பண்றவங்க யாருனு தெரிஞ்சுக்கிட்டு வந்திருக்கேன். நீங்க ரெண்டாவது ரகம்" என்றார் ஆணித்தரமாக.

நேரம் கடத்த விரும்பாமல் அம்மா பீரோவைத் திறந்து ஒரு ஐம்பது ரூபாய் கட்டைக் கொண்டுவந்தாள். மார்வாடி கொடுத்துவிட்டுப் போனதில் மீதம் 9 கட்டுகள் பீரோவில் இருந்தன. அதிகாரி ரூபாய் கட்டை எடுத்து முகத்தருகே சர்ர்ரென்று நீவிவிட்டுவிட்டு மறுபடி டீபாயின் மீது போட்டுவிட்டு எழுந்தார். "நா வர்றேன்." டீல் பிடிக்கவில்லை என்று அர்த்தம்.

"என்ன வேணும் உங்களுக்கு?"

அப்படி வா வழிக்கு? புருவம் உயர்த்தினார். அவர் பார்வை என்மீது விழுந்தது. நிஜமாகவே அம்மா பதறினாள். "வேண்டாம் சார் சின்னப் பொண்ணு. இங்க வாங்க சொல்றேன்... கவனத்தைக் கலைக்கும்விதமாக சட்டென்று அவர் கையைப்பிடித்து இழுத்து பெட்ரூமுக்குள் அழைத்துச் சென்றாள். அம்மாவின் இந்தத் திடீர் அழைப்பால் திக்கு முக்காடியபடி இழுத்த இழுப்புக்கு ஓடினார் அவர்.

■

5

‘மல்லிகை நாயகி’ என்று அட்டையிலேயே அமர்க்களமாகப் பிரசுரித்திருந்தார்கள். ஸ்ரீராம், 10 பிரதிகள் கொண்டுவந்து படப்பிடிப்புத்தளத்தில்டைரக்டர்,கேமிராமேன் உள்ளிட்டோருக்குப் பிரசாதம்போல கொடுத்தான். தீபிகாவுக்கு எல்லா புத்தகத்தையும் வாங்கி, எல்லாவற்றிலும் தன் முகத்தைப் பார்க்க வேண்டும்போல் இருந்தது.

‘உடுமலைப் பேட்டையில் எல்லோரும் பார்த்திருப்பார்கள். ‘நம்ம கிளாஸ் ஸ்டூடண்ட்’ என்று டீச்சர்கள் பெருமைப்பட்டுக்கொள்வார்கள்.

‘நல்லா படிக்கிற பொண்ணாச்சே... இவளுக்கு ஏன் இந்த புத்தி?’ என்று தனலட்சுமி டீச்சர் முகம் சுளிக்கக்கூடும். அவருக்கு ‘சினிமாக்காரி’களைப் பிடிக்கவே பிடிக்காது. ஏன் டீச்சர் என்றால், “இப்படி ஒரு ட்ரெஸ்ஸைப் போட்டுக்கிட்டு ஆயிரம் பேர் முன்னால ஆடுறாங்களே... நீயும் நானும் ஆட முடியுமா?” என்பார். எத்தனை நம்பிக்கை... நீயும் நானும் ஆட முடியுமா எனக் கேட்டதில். நான் ஆட ஆரம்பித்துவிட்டேன் டீச்சர்.

கழுத்து, மார்பு, தோள்பட்டை, இடுப்பு, முழங்காலில் இருந்து

கணுக்கால்வரை அரிதாரத்தைப் போட்டு தேய்தேய் என்று தேய்க்கிறார்கள்.

"அழகுக்காக மட்டும் இல்லாம்மா... மொகத்தில் அடிக்கிற ஆயிரம் வாட்ஸ் பல்பு சூட்டைத் தாக்குப் பிடிக்கிறதுக்கும்தான்" என்று மேக்கப் மேன் சொன்னார்.

தீபிகாவுக்கு, தேய்த்துத் தேய்த்து கூச்சத்தைச் சுரண்டுகிறார்கள் போல இருந்தது. முன்னழகுக்கும், பின்னழகுக்கும் 'பேட்' வைக்கிறார்கள். எடுப்பாகத் தெரிய வேண்டுமாம்.

வயரால் பின்னிய மடிக்கும் வசதிகொண்ட நாற்காலியில் கால்மேல் கால்போட்டு அமர்ந்திருப்பது ஒரு சித்திரம்போல தீபிகாவுக்கு இருந்தது. பொம்மை, பேசும்படம் இதழ்களில் நடிகைகள் பேட்டி வரும்போது அவர்கள் அப்படித்தான் அமர்ந்திருப்பார்கள். பத்மினி அமர்ந்திருக்கும் ஒரு படத்தை அம்மா பீரோ மீது ஒட்டிவைத்திருந்தாள். அவ்வளவு மிடுக்காக இருக்கும். தீபிகா சற்றே தயக்கத்தோடு கால் மேல் கால் போட்டு அமர்ந்தாள். அது ஒரு அந்தஸ்தைக் குறிக்கிறது. சுற்றி இருப்பவர்களை அது சற்றே தள்ளி நிற்க வைக்கிறது. பத்திரிகையில் வெளியான செய்தியை ஒவ்வொரு ஷாட் இடைவேளையின்போதும் மீண்டும் மீண்டும் படித்தாள். எந்த நேரமும் கால் மேல் கால் போட்டு அமருவது கொஞ்சம் சிரமமாகத்தான் இருந்தது. விரித்துப் போட்ட தலைமுடி முகத்தில் வந்து விழுவதும் அதை பின்னால் கோதிவிட்டபடி பேசுவதும் ட்ரேட்மார்க். அதை ஒவ்வொரு இரண்டாவது வாக்கியத்துக்கும் செய்ய வேண்டியிருந்தது.

மல்லிகையில் என்னென்னவோ எழுதியிருந்தார்கள். 'படித்துக்கொண்டே நடிப்பேன்' என்று டைட்டில்! பி.காம், படிப்பதைப் பெரிதுபடுத்தியிருந்தார்கள். 'மல்லிகை கண்டெடுத்த தமிழ் நாயகி என்றும், மும்பை நாயகிக்கு சவால்விடும் தீபிகா' என்று நான்கு பக்கத்துக்கு இழுத்திருந்தார்கள்.

"எத்தனை வாட்டி படிச்சாலும் அதேதான்" என்றான் ஸ்ரீராம்.

"இல்ல. நா வேற ஆர்ட்டிகல் படிக்கிறேன். ரொம்ப நல்லா வந்திருக்கு. தாங்க்ஸ்."

"நீங்களும் டைரக்டரும் 'லவ்' பண்றதா அடுத்த வாரம் ஒரு 'காஸிப்' போட்டுவிடவா?" என்றான்.

"ஐய்யோ லவ்வா?" என்று அதிர்ந்தாள்.

"ரெண்டு வரி போட்டாலும் அதுதான் பிரமாதமா 'ரீச்' ஆகும்."

"ஐய்யோ வேணாம் வேணாம்."

“சரி, நா கிளம்பட்டுமா?”

“எனக்கு ஒரு மொபைல் ஃபோன் வேணும். அவசரத்துக்கு உங்களை கான்டாக்ட் பண்ண முடியலை.”

“ஒரு நடிகை பேசற பேச்சா இது? சொடுக்கினா 10 மொபைல் கிடைக்கப் போவுது” என்றான் ஸ்ரீராம்.

தீபிகா காற்றில் நடு மற்றும் கட்டை விரல்களின் நுனிகளை லேசாகச் சுண்டினாள். “எங்க கிடைக்கலையே?” என்றாள்.

“உடுமலை பார்ட்டி உஷார் பார்ட்டி. சரி சரி என்ன பட்ஜெட்?”

“ஃபைவ் தவ்ஸன்?”

“குட்.”

“ஈவனிங் வர்றீங்களா வாங்கிடலாம். எனக்கும் கொஞ்சம் பர்ச்சேஸ் பண்ண வேண்டியிருக்கு. நேத்துதான் ப்ரொட்யூஸர் அட்வான்ஸ் கொடுத்தாரு.”

“ம்ம். ஓ.கே. ஆறு மணிக்கு இங்க வரட்டுமா?”

“ஏழு மணிக்கு வாங்களேன்... ஓட்டலுக்கு.”

“ஓ.கே.”

இன்று வினோத், தீபிகா இரண்டு பேர் காம்பினேஷன். வீட்டு வேலையில் மூழ்கியிருக்கும் தீபிகாவை மெல்ல பூனைபோல வந்து கட்டி அணைத்து, திகிலூட்டிப் பூரிக்கவைக்கும் காட்சியும் புதுப்புடவை பரிசளிக்கும் காட்சியும் காலையில் எடுத்தார்கள். அவசர அவசரமாகக் குளித்து முடித்து அந்தப் புதுப் புடவையுடன் இருவரும் சினிமாவுக்குக் கிளம்பும் காட்சி இப்போது படமாக்கப்பட்டது. ‘ஐயோ எனக்குப் புடவைக்கட்டத் தெரியாதே’ என்று பாவாடை, ஜாக்கெட்டுடன் தீபிகா சிணுங்குவதும் வினோத் அவளுக்குப் புடவை கட்டச் சொல்லித் தருவதும் இப்போது.

கொசுவத்தை அவள் பாவாடைக்குள் வினோத் சொருக, தீபிகா அப்படியே நாணத்தால் சிவந்து அவன் மேல் சாய, கனவுப் பாட்டு.

இந்தப் பாட்டைத்தான் முதல்நாள் எடுத்தார்கள்.

“பருவ ரோஜா ஒண்ணு

பத்திகிச்சு நின்னு.”

படத்தின் மிக முக்கியமான காட்சிபோல எல்லோருமே தீபிகாவைப் பார்த்துக்கொண்டிருந்தனர். சீக்கிரம் காட்சி ஓ.கே. ஆகி, தமக்குப் போர்த்திக்கொள்ள ஒரு மேல்துண்டு கிடைக்காதா என்று தவித்துக்கொண்டிருந்தாள் தீபிகா.

ஆறுமணிக்கு 'பேக்கப்' சொல்கிற வரை அதே மாதிரி நிலையில் நடிக்கச் சொல்லிக்கொண்டிருந்தார்கள். ஒன்பது டேக். நான்கு மானிட்டர்.

'மேக்கப்' ரூமில் வேறு உடைக்கு மாறி கிளம்புவதற்கு ஆயத்தமான போது புரொடக்ஷன் மேனேஜர் ராம்சக்தி வந்தார்.

"நாளைக்கும் இதே ஸ்டூடியோதாம்மா. காலை ஒம்போது மணிக்கு ஓட்டலுக்கு கார் வந்துடும்' என்றபடி, பாக்கெட்டிலிருந்த செல்போனை எடுத்து "இந்தாங்க... புரொட்யூஸர் உங்ககிட்ட கொடுக்கச் சொன்னாரு. இது சார்ஜர்" என்றார்.

"எனக்கா?" பூரிப்பாகக் கேட்டாள்.

"உங்களுக்கே உங்களுக்குத்தான். இது ப்ரொட்யூஸர் நம்பர். பேசுங்க."

ஹேர் டிரெஸ்ஸர், "எல்லாம் பண்ணுவானுங்க" என்றாள். தீபிகா ஒருமுறை அமுதாவை ஏறிட்டுவிட்டு, புரொட்யூஸருக்கு ஃபோன் போட்டாள். "எதுக்கு ஸார் இதெல்லாம்?"

"ஆங்... கங்க்ராஜுலேஷன். நீதானம்மா அந்தப் பத்திரிகைகார தம்பிகிட்ட செல்போன் வேணும்னு கேட்ட? இப்ப 'எதுக்கு ஸார்'ங்கிறயே?"

"இது... இது என்ன விலை ஸார்?"

'பகபக'வென சிரித்தார்.

"விலைதானே? சொல்றேன். ஏழுமணிக்கு ஓட்டலுக்குவந்து சொல்றேன். அந்தத் தம்பியை வரவேணாம்னு சொல்லிடு" என்றபடி ஃபோனை வெட்டினார்.

'திக்'கென்றது தீபிகாவுக்கு. ஏழு மணிக்கு ரூமுக்குவந்து சொல்ல வேண்டிய அளவுக்கு அப்படியொன்றும் பிரமாதமான கேள்வியைத் தீபிகா கேட்டுவிடவில்லை.

"என்னம்மா ரூமுக்கு வர்ரேன்றாரா?" அமுதாவின் அனுபவம் பேசியது. 'ஆமாம்' என்ற அசைவோடு பார்த்தாள்.

"இவ்வளவு நாள் விட்டுவெச்சதே அதிகம்."

"நான் என்ன சொல்றது இப்போ?"

"என்னம்மா சொல்ல முடியும்? அட்ஜெஸ்ட் பண்ணிகிட்டு போகணும். இல்ல நடிக்கவே வந்திருக்கக் கூடாது."

தீபிகாவின் முகத்தில் வியர்வை அரும்பியிருந்தது. சவால் ஆரம்பித்துவிட்டது தெரிந்தது. அம்மா பண்ணின மிஸ்டேக்... அந்தத் தவற்றை நாமும் செய்யக் கூடாது. தவறுகளில் இருந்து

பாடம். நோய் விரட்டும் மருந்துகளை எதிர்த்துத் தயாராகும் வைரஸ். இம்யூனேட்டட் கொசு. தீபிகாவின் மனத்தில் சாத்தானின் கொம்பு முளைத்த முகம் தோன்றி மறைந்தது.

“இத பார்மா. உனக்குப் பிடிக்கலைன்னா சொல்லிடு. இப்பவே போனை போடு. சண்டாளனுங்க டார்ச்சர் பண்ணுவானுங்க. ஒரு சில கம்பெனில தாம்மா இந்த மாதிரி ஒரு பிரச்னையும் இருக்காது. வந்தமா, நடிச்சமா, கூலிய வாங்கினமான்னு இருக்கும். இந்த மாதிரி சில பாவிங்க... இதுக்காகவே படம் எடுக்கறானுங்க” என்று சலித்துக்கொட்ட ஆரம்பித்தாள். பெண்களுக்குப் பணியிடங்களில் ஏற்படும் தொல்லைகள் என தீபிகாவை அட்டைப் படமாக வெளியிட்ட மல்லிகை இதழிலேயே ஒரு கட்டுரை வெளியாகியிருந்தது. ஸ்ரீராம் கேட்டபோது அந்தக் கட்டுரையைத்தான் படித்துக்கொண்டிருந்தாள். காட்டில் சுள்ளி பொறுக்கும் பெண்களில் இருந்து கம்ப்யூட்டர் இயக்கும் பெண்கள் வரை பலருக்கும் ஆண்களால் தொல்லைகள் இருப்பதை ஓர் ஆய்வறிக்கை சொல்லியிருந்தது. அதைப் படித்தபோதே தீபிகா, தம்மைப் போன்ற ஓர் அனாதைக்கு சினிமாவில் தொல்லை இல்லாமல் இருந்தால்தான் ஆச்சர்யம் எனத் தெளிவாக இருந்தாள். இப்படி தினமும் ஓட்டாமல் ஷூட்டிங்குக்கு வந்துவிட்டுப் போவதால்தான் யாருமற்ற அனாதை என்ற எண்ணம்தான் அவளுக்கு இருந்தது. புரொட்யூஸரை சந்திப்பது ஒருவகையில் நமக்கு ஒரு பாதுகாப்புதான் என அவள் நினைத்தாள். அம்பிகாவின் அடுத்த கட்டம் தீபிகா. அம்மா பெயரில் பாதி தனக்குப் பெயராக வந்ததில் ஒரு மகிழ்ச்சியும் ஒரு பலமும் அவளுக்கு ஏற்பட்டிருந்தது.

கடிகாரத்தைப் பார்த்தாள் தீபிகா. 6.30 சட்டென்று முந்தானையால் முகத்தைத் துடைத்துக்கொண்டு செல்போனை அமுத்தினாள்.

“ஹலோ ஸ்ரீராம். சாரி இன்னைக்குக் கொஞ்சம் வேலையாயிடுச்சு. நாளைக்குக் கடைக்குப் போகலாம்.”

“ஓ.கே.”

“செல்போன் வாங்கியாச்சு. அதிலிருந்துதான் பேசறேன்.”

“ஐ ஸி... எப்ப வாங்கினே?”

“வாங்கல.”

“பின்ன?”

“சொடுக்குப் போட்டேன்” செல்லை அத்தோடு நிறுத்திவிட்டு, எல்லா தைரியத்தையும் மீறி கண்களில் துளிர்த்த நீரை துடைத்துக்கொண்டே, ஹேர் டிரஸ்ஸரிடம் “நீங்க ஒன்பது மணிக்கு வந்தா போதும்மா” என்றபடி காரை நோக்கிப் போனாள் தீபிகா.

மாயா சொன்ன கதை...

எனக்கு அதற்குமேல் அங்கிருக்கவே பிடிக்கவில்லை. டிரைவரை அணுகி தேவி தியேட்டருக்குப் போ என்றேன். ஒரு சண்டை படம்! இரண்டு மணி நேரம் அங்கே இருந்தால்போதும் என்று இருந்தது.

நான் வீடு திரும்பியபோது இரவு மணி 10. வீட்டில் அம்மா மட்டும்தான் இருந்தாள். துணைக்கு டிவி சீரியல்.

“எங்கடீ போனே.. செல்போனை எடுத்துக்கிட்டுப் போகக் கூடாது?”

“யார் வந்தாலும் ரூமுக்குள் கூட்டிக்கிட்டுப் போகாதே இனிமே” என்றேன்.

“இல்லாட்டி பெரிய பிரச்னை பண்ணிடுவான். உன்னைப் பிடிச்சு உயிரெடுப்பான். என்னோட போகட்டும்னுதான்.”

அம்மா எனக்கு கவசமாக இருந்தாள். எதற்காக இவ்வளவு ஆடம்பர வாழ்க்கை. எதற்காக இவ்வளவு பணம் என்று புரியாமலேயே இருவரும் சிக்கிக்கொண்டதுபோல இருந்தது. ஆடம்பரமாக இருப்பதற்காகச் சம்பாதித்தோம். சம்பாதித்துவிட்டதற்காக ஆடம்பரமாக இருந்தோம்.

யாரோ கதவு தட்டும் சப்தம் கேட்டது. எதிர் ஃப்ளாட் ஆசாமிகள். அந்த வீட்டில் யாரும் தங்குவதில்லை. ஏதோ கொடௌன் போல அந்த ஃப்ளாட்டைப் பயன்படுத்தி வந்தார்கள். இந்த அபார்ட்மென்ட் கட்டிய பில்டருக்குச் சொந்தமான ஃப்ளாட். ஏதோ சரக்குகளைக் கொண்டுவந்து அடுக்குவார்கள். மீண்டும் கொண்டுசெல்வார்கள்.

அந்த சரக்கு ஆசாமிகள்தான்.

“மேடம் ஃப்ளாட் சாவி கொண்டுவரல. நைட்டுக்கு மட்டும் இதை இங்க வெச்சுட்டுப் போகட்டுமா?” என்றனர்.

ஏழெட்டு அட்டைப் பெட்டிகள். செராமிக் டைல்ஸ் பேக்கிங் போல இருந்தன.

“காலைல வந்து எடுத்துடுவீங்க இல்ல?” என்ற கண்டிஷனோடு வைப்பதற்கு அனுமதியளித்தாள் அம்மா. அம்மா மீண்டும் டி.வி. பார்க்க ஆரம்பித்து ஒரு டைல்ஸ் பெட்டியை தலைக்கு இழுத்துவைத்துப் படுத்தாள். என்னதான் சோபா இருந்தாலும் சில்லென்று டைல்ஸ் தரையில் புரண்டுகொண்டிருப்பதில் அப்படி ஒரு சுகம் அம்மாவுக்கு. படுத்ததும் அதே வேகத்தோடு எழுந்து டைல்ஸ் பெட்டியைப் பிரித்தாள். “என்ன வெச்சிருப்பானுங்க

உள்ளே. டைல்ஸ் மாதிரி தெரியலையே?"

யாரோ வைத்துவிட்டுப் போன பொருளை இங்கிதம் இல்லாமல் பிரித்துப் பார்ப்பதில் அம்மாவுக்கு இருந்த ஆர்வம் எனக்கு எரிச்சலூட்டியது. அடுத்த கணமே எரிச்சல் அதிர்ச்சியாக மாறியது. பெட்டியில் இருந்த அனைத்தும் ஆயிரம் ரூபாய் நோட்டுக் கட்டுகள். இருவரும் திகைத்துப்போய் ஒருவரை ஒருவர் பார்த்துக்கொண்டோம்.

∎

6

ராம் தியேட்டர் எதிரே கங்கை அம்மன் கோயில் தெருவில் நிறைய துணை நடிகர்கள் குடியிருந்தார்கள். சினிமாவில் வாய்ப்பு தேடுகிறவர்கள் சிலரும் தங்களை துணை நடிகர்கள் என்றே சொல்லிக்கொள்வார்கள். சில பெண்கள் வயிற்றுப்பாட்டுக்கு எப்படி எப்படி பிழைக்க வேண்டியிருந்தது. அவர்களுக்கும் துணை நடிகை என்ற கவசம் தேவையாக இருந்தது. மெடிக்கல் ஷாப்பை ஒட்டி, உள்ளே நுழைந்த அந்தத் தெருவில் குவாட்ரஸ் போல இருந்தது அந்த அப்பார்ட்மென்ட். அதில்தான் ஹேர் ட்ரஸ்ஸர் அமுதாவின் வீடும் இருந்தது.

காலையில் கதவைத் திறந்து கதவில் மாட்டியிருந்த பையில் இருந்து பால் பாக்கெட்டை எடுக்கும்போதே காம்பவுண்டில் ஒரே களேபரமாக இருந்தது.

போலீஸ்காரர்கள் நிறைய பேர் நின்றிருந்தனர்.

“வெளிய போகாதக்கா, போலிஸ்காரனுங்க விசாரிக்கிறானுங்க” பக்கத்துவீட்டு கிரில் வழியாக வள்ளி சொன்னாள். வள்ளி என்பதுதான் அவள் பெயர் என்பதில் அமுதாவுக்கு சந்தேகம் இருந்தது. இன்னொரு சமயம் வேறு பெயர் சொன்னாள். “வள்ளிதாங்க

நிஜமான பேரு. சினிமாவுல நடிக்கிறதுக்கு நிஷிதா... நீங்க வள்ளினே கூப்புடுங்க. உங்க பேரு நிஜமாவே அமுதாதானாக்கா?" என்றாள். இந்த மாதிரி இடத்தில் குடிவந்துவிட்டோமே என வருத்தமாக இருந்தது அமுதாவுக்கு. இப்போது போலீஸ் வந்திருப்பது இன்னும் குடைச்சலாக இருந்தது.

"ராசாத்தி வூட்ல நைட் ஒரு மர்டர் ஆகிப்போச்சுக்கா. யாரையோ கூட்டியாந்திருக்கா. வந்தவனுக்கு பாதியில ஹார்ட் அட்டாக் ஆகிப்போச்சாம். அவளே போலீஸுக்கு போன் பண்ணிச் சொல்லிட்டா. எந்த ஊரு. எதுக்கு வந்தான்... எப்படி செத்தான்னு விசாரிக்கிறாங்க."

"ஹார்ட் அட்டாக்ல செத்தான்ற... எதுக்கு மர்டர் ஆகிப்போச்சுன்னு கிளப்பிவிட்ற? மர்டர்னா கொலைடீ"

"சாவு வுழுந்துடுச்சின்ற அர்த்தத்துல சொல்டங்கா."

"சரி சரி. போலீஸ் கிளம்பற வரைக்கும் வெளிய போவத."

காலையில் ஸ்பாட்டுக்கு வந்து, "செல்ஃபோனைக் காட்டு பார்க்கலாம்" என்றான் ஸ்ரீராம்.

"அமுதா அம்மாகிட்ட இருக்கு ஸ்ரீ. ஒரு நிமிஷம். அம்மா அந்த போனை கொடுங்களேன்."

அவள் இப்போதெல்லாம் ஒருமையில் அழைக்கத் தொடங்கியிருப்பதை கவனித்தான். அனுபவமே ஒரு புரமோஷன். தான் ஒரு கட்டத்தைக் கடந்துவிட்டோம் என ஒருவர் தன்னைத்தானே உயர்த்திக்கொள்வதுதான் ஒருமையில் அழைக்கத் தொடங்குவது. தன்னை, 'சார்' என்று அழைக்கத் தொடங்கிய புதுமுகங்கள் பலர் எந்தக் கட்டத்தில் பெயர் சொல்லி அழைப்பவர்களாக மாறத் தொடங்குகிறார்கள் என்பதில் ஸ்ரீராமுக்கு ஒரு கவனம் இருந்தது. சுவாரஸ்யமும் இருந்தது.

"காஸ்ட்லி மாடல்... வெலை அதிகமா இருக்குமே?" என்றான்.

"ரொம்ப காஸ்ட்லி." தீபிகாவின் கண்களில் நீர் திரையிட்டது.

'டச்'அப்பை அழைத்து வெண் துணியால் மேக்கப் கலையாமல் கண்களைத் துடைத்துக்கொண்டாள்.

"நேற்று ஒருவிதமா எனக்கு முதலிரவு முடிஞ்சது" என்று மீண்டும் கலங்கத் தயாரான கண்களை வேறு பக்கம் திருப்பிக்கொண்டாள் தீபிகா. ஸ்ரீராம் இதை எதிர்பார்க்காமல், "ஐம் ஸாரி" என்றான். ஆனால் அவனுக்கு அவளுடைய கண்களைப் பார்க்க வேண்டும் என தோன்றியது. கண்கள் மனது பேசுவதை மொழியெர்க்கும். அதை வெளிக்காட்டிவிடக்கூடாது என்பதால்தான் அவள் முகத்தைத்

திருப்பிக்கொண்டாளா என்பதை அறியும் ஆர்வத்துடன்தான் அதைப் பார்க்க விரும்பினான் என்பது உண்மையில் அவனுக்கும் தெரியாதுதான்.

"புரொட்யூஸர்" என்றாள் சுருக்கமாக.

ஸ்ரீராம் புரொட்யூஸர் கண்ணில்படுகிறாரா என்று அனிச்சையாகத் துழாவினான்.

"மேடம், ஷாட் ரெடி" ஒரு அஸிஸ்டென்ட் தயங்கிக் குரல்கொடுத்தான். உதவி இயக்குநர்கள் வசனக் காகிதங்களை ஏற்ற இறக்கங்களோடுப் படித்துக்காட்டுவதே ஒரு பாடம்தான். அவர்களிடம் தீபிகாவுக்கு ஓர் இணக்கம் ஏற்பட்டிருந்ததை ஸ்ரீராம் கவனித்தான்.

"இதோ வந்திட்றேன்" தீபிகா 1000 வாட்ஸ் விளக்கு வெளிச்சத்தை நோக்கிப் போனாள். அவள் உட்கார்ந்திருந்துவிட்டுப் போன காலி இருக்கையைப் பார்த்துக்கொண்டு சில நிமிடம் உட்கார்ந்திருந்த ஸ்ரீராம், ஒரு சிகரெட்டைக் கொளுத்திக்கொண்டு படத்தளத்துக்கு வெளியே கொஞ்சம் நேரம் நடந்தான். "ஹோட்டல் அறையில் புதுமுகத்துடன் புரொட்யூஸர் ஜல்சா" என்ற பத்திரிகை புத்தி வேலை செய்தாலும் தீபிகாவைப் பொறுத்தவரை பரிதாபமாகத்தான் இருந்தது அவனுக்கும். ஒருவேளை இப்படியெல்லாம் நடக்கும் என்று எதிர்பார்க்கவில்லையோ இவள் என்று நினைத்தான்.

'ஷாட்' முடிந்ததும் தீபிகா தேடிக்கொண்டு ஃப்ளோருக்கு வெளியே வந்து, "என்ன யோசனை?" என்றாள்.

"இல்ல சிகரெட்" என்று அதைக் காலில் போட்டு நசுக்கிவிட்டு மீண்டும், "சாரி. கேட்கும்போதே கஷ்டமா இருக்கு. சிலர் எதிர்பார்த்தே இதில் வர்றாங்க. சிலர் விருப்பப்பட்டும் வர்றாங்க. எல்லாருக்கும் பணத்தில குறி. உங்களுக்குப் பிடிக்கலைனா இதோட வந்துருங்க. எங்க ஆபிஸ்லயே ஒரு வேலை வாங்கித் தர்றேன்" என்றான்.

"ஆரம்பத்தில இப்படி கொஞ்சம் அட்ஜெஸ்ட் பண்ணணும்னு தோணுது. அலுவலகப் பெண்களுக்கும் இந்த மாதிரி சிக்கல்கள் இருக்குன்னு மல்லிகைல எழுதியிருக்கீங்களே. அப்புறம் என்ன? நம்ம விருப்பமில்லாம இப்படி நடக்காதுனு சொல்றாங்க."

"போலீஸ் டிபார்ட்மென்ட்ல வேலைசெய்ற பெண்கள், மீடியாவில வேலைசெய்ற பெண்கள் எல்லாருக்கும் சிக்கல் இருக்கு. சிலர் சுதாரிப்பா இருக்காங்க. சிலருக்குப் பழகிடும். சிலர் பயன்படுத்திக்கிறாங்க" என்றான் ஸ்ரீராம்.

"இப்படிலாம் உண்டுன்னு எதிர்பார்த்ததுதான். ஆனா, நேத்துதான்

எனக்கு முதல் தடவை. அதைப் புரொட்யூஸர்கிட்ட சொன்னேன். ஆனா அந்த ஆளு, 'எல்லாரும் அப்படித்தான் சொல்றாங்க'னு சொல்லிட்டான். அதுதான் ரொம்ப கஷ்டமாயிடுச்சு." ஆள்காட்டி விரலால் கண்ணீரைச் சுண்டிவிட்டு, "பரவால்ல இன்னும் கொஞ்சம் நாள் பாக்கிறேன். முடியாதுனு தோணுச்சுன்னா உங்ககிட்ட வேலை கேக்கிறேன்."

"ஒரு படம் நடிச்சிட்ட பிறகு எந்த நடிகையும் ஆபிஸ் வேலைக்குப் போனதா சரித்திரமே இல்லை" என்றான் ஸ்ரீராம் அவநம்பிக்கையோடு.

"நீங்க பாட்டுக்கு அட்டையில போட்டுட்டீங்க. வடபழனில எங்க போனாலும் மக்கள் அடையாளம் கண்டுபுடிச்சு சிரிக்கிறாங்க. எங்க ஹோட்டல் ரிஸப்ஷனிஸ்ட் அம்மணி ஆட்டோகிராப் கேட்டா, நேத்து." தீபிகா சந்தோஷமாக சிரித்தாள். பிரபலமாவதன் சுவை. புகழ் பெத்தட்டீன். சுவைத்துவிட்டால் விடாது.

மீண்டும், 'ஷாட் ரெடி' அழைப்பு.

"நான் ஈவ்னிங் போன் பண்றேன்" என கிளம்பிப் போனான் ஸ்ரீராம்.

"என்ன அவன்கூட பேச்சு. கோடி கோடியா இன்வெஸ்ட் பண்ணி படம் எடுக்கிறோம். அவனை சும்மா ஸ்பாட்டுக்கு வரக்கூடாதுனு சொல்லிடு" என்று ஆவேசமாகக் கத்தினார் அர்விந்த். ஒவ்வொரு காட்சியை விளக்கும்போதும் அவருக்குத் தாங்க முடியாத எரிச்சல். சிடுசிடுவென எரிந்து விழுந்தார்.

"ஏம்மா உனக்கு ஒரு தடவ சொன்னா புரியாதா? இதுக்காகத்தான் நியூ ஃபேஸ் வேணாம்னு தலையால அடிச்சுகிட்டேன். எல்லாரும் சேர்ந்து தலையில கட்டிபுட்டாங்க" என்று எல்லார் முன்னிலையிலும் கூப்பாடு போட்டார். 12 டேக். காட்சி ஓ.கே. ஆகவில்லை. அழுதுகொண்டே வந்து அமுதாவிடம் அமர்ந்தாள்.

இத்தனைக்கும் மிகச் சாதாரணமான காட்சி. "ஈவனிங் சீக்கிரம் வந்துடுங்க" என, வினோத்தை நோக்கிச் சொல்ல வேண்டும். தீபிகா ஒவ்வொரு முறை வசனம் சொல்லி முடித்ததும், ஃபீலிங்கே இல்லை எனத் தலையில் அடித்துக்கொண்டு இடிந்துபோய் உட்கார்ந்தார் அரவிந்த். உதவி இயக்குநர் ஒருவர் நடித்துக்காண்பித்தார். குரலில் முகத்தில் ஒரு ஏக்கம் இருக்க வேண்டும் எனச் சொன்னார். தீபிகா காட்டிய ஏக்கம் போதவில்லை என்பது பெரிதுபடுத்தப்பட்டது.

"நான் சரியாத்தானே சொன்னேன்... சரவணன் எப்படி நடிச்சுக் காண்பிச்சானோ அதைத்தான் நடிச்சேன். வேணும்னே டைரக்டர் இப்படி பண்றார் அமுதம்மா."

“நேத்து புரொட்யூஸர் வந்துட்டுப்போனது தெரிஞ்சுபோச்சு நாய்க்கு. அதான் நாக்கத் தொங்கப்போட்டுக்குனு சீறுது.” அமுதம்மா யூகமாகத்தான் சொன்னார்.

சட்டென்று தலையுயர்த்தி அமுதாவைப் பார்த்தாள் தீபிகா. லஞ்ச் ப்ரேக்கின்போது, டைரக்டர் செல்லுக்குத் தொடர்புகொண்டு, “ஸார்... நான் தீபிகா. இன்னைக்கு மீட் பண்ணலாமா?” என்றாள்.

மறுமுனையில் திகைப்பு. ஒருவித கம்பீரத்தோடு பணியவைத்த திருப்தியில், “அப்படியா? ஓ.கே. ஆறு மணிக்கு நானே கூப்பிட்றேன்” என்று ‘கட்’ செய்தார் அர்விந்த்.

அமுதா ஒன்றும் புரியாமல் பார்த்தாள்.

“அவங்க வழிக்குப்போய் வழிக்குக்கொண்டு வரப்போறேன்” என்றாள்.

சாப்பாட்டு இடைவேளைக்குப் பிறகு முதல் டேக்கிலேயே தீபிகா நடித்த காட்சி ஓ.கே. ஆனது.

அதன் பிறகு கூச்சமே இல்லாமல் நடந்துகொண்டார் அர்விந்த். காலையில் இருந்ததற்கு அப்படியே நேர் மாறாக நடந்துகொள்கிறோமே என்ற நடத்தை வித்தியாசம் இன்றி சிரித்து சிரித்துப் பேசினார். ‘போண்டா எவ்வளவு பெரிசா இருக்கு” என்று சாயங்கால டிபன் வேளையில் தீபிகா சாதாரணமாகச் சொன்னதற்கு, அப்படியொரு சிரிப்பு சிரித்தார். தீபிகாவின் போண்டாவைப் பற்றிய கருத்தை ஆமோதிக்கும்விதமாக அஜய்யின் முதுகில் ஆர்வமிகுதியால் தட்டி, “தீபிகா சொல்ற மாதிரி இது பிக் போண்டாதான்” என்று சர்டிபிகேட் கொடுத்தார்.

புரொடக்ஷன் ஆட்களைக்கூப்பிட்டு, “போண்டா ஏன் இவ்ளோ பெருசா இருக்கு. கொஞ்சம் ஸ்மால் சைஸ்ல போடுங்க” என்றார் அக்கறையாக.

தீபிகாவுக்கு ஒரு மாதிரி ஆகிவிட்டது. ஏதோ பேச ஒரு விஷயம் வேண்டுமே என்பதற்காகத்தான் அவள் போண்டாவைப் பற்றிச் சொல்ல ஆரம்பித்தாள். இது ஒரு யூனியன் பிரச்னைபோல ஆகும் என அவள் நினைக்கவில்லை. தீபிகா இப்போது பார்த்தபோது போண்டா அப்படி ஒன்றும் பெரிதாக இல்லைபோலவும், உடுமலை கீதா பவன் ஓட்டலில் போடுவதைவிட சிறியதுதான்போலவும் தோன்றியது.

ஒருவரை சந்தோஷப்படுத்துவதற்கு அவர்கள் சொல்லும் அற்ப விஷயங்களையெல்லாம் சிலாகித்துப் பேசுவது சராசரியான இயல்புதான் என்றாலும் போண்டா விஷயம் கொஞ்சம் ஓவர். அர்விந்த் விஷயத்தில் சந்தோஷப்படுத்துவது சந்தோஷத்தை அடைவதற்காக!

“என்னம்மா பொண்ணு நீ? இவன் பண்ற டார்ச்சருக்கு பயந்து அவசரப்பட்டுட்டீங்க? வரிசையா லைன் கட்டிக்கினு வந்துடுவானுங்களே?” என்று அமுதா அம்மாள் பயமுறுத்தினாள்.

தீபிகாவுக்கு உள்ளூர பயம் இருந்தாலும் நேற்று புரொட்யூஸரிடம் ஏற்பட்ட அனுபவத்தால் பயத்தைவிட நக்கல் உணர்வு அதிகமாக இருந்தது. அம்மாவின் முகம் நினைவின் வீச்சுபோல தோன்றி மறைந்தது. இடது புறத்தில் இருந்து வலது புறமாக வீசியதா, மேலிருந்து கீழா வீசியதா என்று புரிபடாத ஒரு வீச்சு அது.

அம்மாவுக்கு நேர்ந்த கதி தனக்கு நேர்ந்துவிடக்கூடாது என்கிற ஜாக்கிரதை உணர்வின் அறிகுறி. அழுவதில், புரளுவதில புண்ணியமில்லை. இது ஆண்களின் உலகம், ஆண்களின் தேவைகளை மிக சாமர்த்தியமாக நிறைவேற்றிக்கொள்ளும் உலகம். அதே சாமர்த்தியத்தோடு இதைப் பெண்களின் உலகமாக மாற்றி சாதித்துக்கொள்ள வேண்டும். அவர்களின் தேவைகளை சாமர்த்தியமாக நிறைவேற்றத் தெரிந்தவர்களுக்கு இது பெண்களின் உலகம்.

இன்றைய இரவுக்காகக் காத்திருந்த அர்விந்த், கிரேனில் அஜய்யுடன் அமர்ந்தபடி அடுத்த காட்சிக்கான கோணம் பார்த்தபடி அங்கிருந்தே தீபிகாவையும் பார்த்தார். பரவசம் கலந்த ஏக்கப் பார்வை. தீபிகா அவரைப் பார்த்து மிக அலட்சியமாக ஒரு புன்னகையை உதிர்த்தாள். அர்விந்த் மேலும் பரவசமான ஏக்கத்தோடு பதிலுக்குப் புன்னகைத்தார். விரல் சுண்டினால் ஓடிவரும் நாய்க் குட்டிகளாக இவர்களை மாற்ற வேண்டும். சேதாரம் இல்லாமல் சாதிக்க வேண்டும்.

“எங்க வீட்டாண்ட ஒரு சாவு விழுந்துடுச்சும்மா” எனக் காலையிலேயே அமுதா சொல்லியிருந்தார். இப்போதுதான் போலீஸ்காரர்கள் விசாரிப்பு இருப்பதால் ஹோட்டலிலேயே தங்கிக்கொள்ளலாம் என நினைத்திருந்ததாக சொன்னாள். மாலை மலர் பேப்பரில் கதை கதையாகப் போட்டிருந்தார்கள். அதைப் படித்தபோது தீபிகாவுக்கும் கூட அமுதாவை வீட்டுக்கு அனுப்பிவைக்க யோசனையாகத்தான் இருந்தது.

ராசாத்தி வீட்டுக்கு வந்தவர் கோயமுத்தூர்காரார். வயது 62 பேப்பரில் போட்டிருந்தார்கள். வசதியானவர். ஏதோ பம்பு செட் டீலர்ஷிப் விஷயமாக சென்னை வந்தவருக்கு, சென்ட்ரல் ஸ்டேஷனில் வைத்து விதி விளையாடியது. ராசாத்தியைப் பார்த்திருக்கிறார். பயணத்தை கேன்சல் செய்துவிட்டு, டாக்ஸி வைத்து ராசாத்தியின் வீட்டுக்கு வந்திருக்கிறார். இன்டெர்நெட்டில் பணம் கட்டி வாங்கிய ஆண்மை வீரிய ஸ்ப்ரே ஒன்று அவரிடம்

இருந்தது. அதைப் பரிசோதித்துப் பார்த்துவிட விரும்பியிருக்கிறார். பரிசோதனையின் இடையில் இதயப் படபடப்பு அதிகமாகி அப்படியே இறந்துவிட்டார். ரொம்ப நேரமாக ஆள் பேசாமல் படுத்திருக்கிறானே என ராசாத்தி அவனை கீழே புரட்டியபோதுதான் அவன் இறந்துவிட்டதே தெரிந்திருக்கிறது.

பேப்பரில் இரண்டு பக்கங்களுக்கு விவரித்திருந்த செய்தியின் சுருக்கம் இதுதான். அதற்காகத்தான் அமுதா அம்மா வீட்டுக்குப் போக பயப்படுகிறார்.

செய்தியைப்படித்துவிட்டு, “நீங்க ஒரு எட்டரைக்கு வந்துடுங்க. அதுக்குள்ள டைரக்டரை அனுப்பிவெச்சுர்றேன்” என்றாள் தீபிகா. ராசாத்தியின் செய்தியைப் படித்ததும் அனுப்பிவெச்சுர்றேன் என்பதற்கு இரண்டு அர்த்தம் தொனித்தது.

செல்போனை எடுத்து ஸ்ரீராமுக்கு கால் போட்டாள். அர்விந்த்தை நோக்கி, ‘ஒரு நிமிஷம்’ என சைகை செய்துவிட்டு செட்டுக்கு வெளியே வந்தாள்.

“ஸ்ரீராம்?”

“தீபிகா... சொல்லு.”

யாரும் இருக்கிறார்களா என்று சுற்றிலும் நோட்டமிட்டாள்.

“இன்னைக்கு டைரக்டர் தொல்லை. ரூமுக்கு வரச்சொல்லிட்டேன்.”

“உனக்கென்ன பைத்தியமா?”

“சொல்றத கேளுங்க. அவன்கிட்ட ஏழரைக்கு வரச் சொல்லியிருக்கேன். நீங்க எட்டு மணிக்கு எதேச்சையா வந்தது மாதிரி வந்துருங்க. அதுக்குள்ள எதுவும் ஆகாம பாத்துக்குறேன்.”

“இதெல்லாம் எதுக்கு? ஓடிப்போடா நாயேன்னு சொல்ல வேண்டியதுதானே?”

“அதெல்லாம் அடுத்த படத்தில. இப்ப முடிஞ்சவரைக்கும் அவாய்ட் பண்ணணும். நீ கண்டிப்பா வரணும்.”

“வந்தா?”

“இன்னொரு நாள் பார்த்துக்கலாம்னு அனுப்பிடுவேன்.”

“என்ன திட்டமோ போ.”

“ஸ்ரீராம்! அதுக்குள்ள முடிஞ்சா முடிஞ்சுட்டுப் போகட்டும். உங்களை வரவேணாம்னு சொல்லிடறேன். ஓ.கே.?”

“இன்னைக்கு அவனுக்கு ஏழரைதான்” ஸ்ரீராம் சிரித்தான்.

பேக்கப் சொல்லி எல்லோரும் களையும்போது அர்விந்த் மீது இழையாத குறையாக நின்று மீண்டும் 'செவன் த்ர்ட்டி' என்று சொல்லிவிட்டு வந்தாள்.

7.25 வரை வாசலிலே காத்திருந்தவர் போல அத்தனை சரியாக ஏழரைக்குக் கதவைத் தட்டினார் அர்விந்த். தீபிகா கதவைத் திறந்ததும் குறுகுறுவென அறையை நோட்டமிட்டபடி, "யாருமில்லையே?" என்றார்.

"ஐய்யோ யாருமில்ல. வாங்க" என்று அவரைக் கையைப்பிடித்து இழுத்து சோபாவில் சாய்த்துவிட்டு, "ஹேர் ட்ரஸ்ஸர் ஒன்பது மணிக்குதான் வருவாங்க" என்றாள். பெருந்தன்மையாக நடந்துகொள்வதா, சிறுந்தன்மையாக நடந்துகொள்வதா என்று குழப்பத்தில் அவள் கையை மெல்லப் பிடித்துத் தடவிக்கொடுத்தார்.

"என்ன சாப்பிடறீங்க?" என்றாள்.

"உன்னை" என்று சிரித்தபடி சிகரெட்டைக் கொளுத்தினார்.

"பொறுமையா சாப்பிடலாம். ஒரு ஆப்பிள் ஜூஸ் சொல்லவா?"

"அவ்வளவு பொறுமைலாம் இல்ல எனக்கு."

"ரொம்பத்தான்."

ஸ்ரீராம் சொன்னபடி எட்டு மணிக்குள் முடிந்துவிடும்போல இருந்தது.

"குளிச்சுட்டு ட்ரஸ் சேஞ்ச் பண்ணிட்டு வந்துட்றேன்."

"நானும் குளிக்கணும். சேர்ந்தே குளிச்சிட்டு, நிதானமா ட்ரஸ்ஸை சேஞ்ச் பண்ணிக்கலாம்."

செல்லமாக சிணுங்கி, "அசிங்கம் அசிங்கம்" என்றாள்.

அதே நேரத்தில் தீபிகாவின் செல் போனும் சிணுங்கியது. அவசரமாக எடுத்து, "ஹலோ" என்றாள்.

"நான் புரொட்யூஸர் பேசறேம்மா" அவசரமாக அர்விந்தை நோக்கி ஒரு சைகை செய்துவிட்டு, 'புரொட்யூஸரா! வணக்கம் சார்" என்றாள். "நெக்ஸ்ட் ஷெட்யூல் சாங்க். ஊட்டியில. காஸ்ட்யூம் செலக்ட் பண்ணணும். கார் அனுப்பறேன் வர்றீயா?"

"டைரக்டரும் அங்க வருவாரா சார்?" என்றாள்.

"அவன் எதுக்கு?"

"அதுக்கில்ல இன்னொரு நாள் வெச்சுக்கலாம்னுதான் சார்."

"என்னம்மா?"

"கொஞ்சம் தலைவலியா இருக்கு. நாளைக்கு வெச்சுக்கலாமா?"

"ம்ம்... சரி."

சிவப்பு பட்டனை அழுத்திவிட்டு, “புரொட்யூஸர் காஸ்ட்யூம் செலக்ட் பண்ணனுமாம்” என்றாள்.

“நான் இல்லாம செலக்ட் பண்ணிடுவானாமா அவன்?” என்று கோபப்பட்டவரை தலையைக் கோதிவிட்டு, “அதான் நாளைக்கு வெச்சுக்கலாம்னு சொல்லிட்டேனே அப்புறம் என்ன?” என ஆசுவாசப்படுத்த முயன்றாள்.

அர்விந்த், உதார்விடும் உத்தேசத்தில், “நான் இல்லாம புடுங்கிடுவானா அவன்? கோடு போட்ட அண்ட்ராயர் போட்றவன் எல்லாம் காஸ்ட்யூம் செலக்ட் பண்ற அளவுக்குப் போயிட்டானா? பச்சைக் கலர் பேன்ட்டும் ரோஸ் கலர்ல சர்ட்டும் போட்டுகிட்டு மெட்ராஸுக்கு வித் அவுட்ல வந்தவனெல்லாம் எங்கிட்ட வேல காட்றானுங்களா?” பொரிந்து தள்ளிக்கொண்டிருந்தார் அர்விந்த்.

கையிலிருந்த செல்போனின் வாய்ஸ் ரெக்கார்டரை அழுத்தினாள், “புரொட்யூஸரைப் போய் அப்படி சொல்லலாமா?” என்றாள்.

“புரொட்யூஸர்னா பெரிய கொம்பனா?” என்று ஆவேசம் அடங்கும் வரை பொங்கினார் அர்விந்த்.

நேரம் கடந்துகொண்டிருப்பதை உணர்ந்தவனாக அவள் தொடையில் தட்டினார். ‘ஆ’ என்று சிணுங்கி செல்போனை நிறுத்திவிட்டு அர்விந்தை நெருங்கினாள். “நேற்று என்னாச்சு தெரியுமா?” என்றபடி நைட்டியை முட்டிவரை தூக்கினாள். அர்விந்த் மிரட்சியும் தவிப்புமாகப் பார்த்துக்கொண்டிருந்தான்.

“தொடைல சரியான கடி. இத பார்” என்றபடி ‘பாத்ரூம் செப்பலோடு காலைத் தூக்கி அவர் மடியில்வைத்தாள். சற்றும் எதிர்பார்க்காத அர்விந்த், தன்னை அவமானப்படுத்திவிட்டதாக உதறித் தள்ளுவதா, பரவால்ல வெச்சுக்கோ என்பதா என்பது புரியாமல் ஒரு குருட்டாம் பார்வை பார்த்தார்.

“ஓ சாரி” என்று நிதானமாகச் செருப்பை உதறிவிட்டு மீண்டும் அதே இடத்தில் காலைவைத்து, “இதோ சிவந்து இருக்கில்ல?” என்றாள்.

அர்விந்த் சிவந்த இடத்தில் கையைவைத்து, ‘தீபிகாதானா’ என்று பார்த்தான்.

காலிங் பெல் அடித்தது.

மாயா சொன்ன கதை...

அவை லட்சங்களா, கோடிகளா என்ற தெளிவுபடுத்திக்கொள்ள திராணிகூட இல்லை எங்களுக்கு. சாதாரண அட்டைப் பெட்டியில் நடு ஹாலில் பணத்தைப் போட்டுவிட்டு நிம்மதியாகத்

தூங்க முடியுமா?

ஒரு அட்டைப் பெட்டிக்குள் சுமார் 100 கட்டுகள் என்றாலும் எட்டு அட்டைப் பெட்டியில்... "ஒரு கோடி தேறும் டீ. எல்லாத்தையும் எடுத்துக்கிட்டு ஓடிடலாமா?" என்றாள் அம்மா.

"தேடிப் பிடிச்சுக் கொன்னுடுவாங்கமா?"

அந்தப் பணம் அம்மாவுக்குள் ஏற்படுத்தின ரசாயனம் நடுங்கவைத்தது. அவள் முகமே மாறிவிட்டது. எப்படியாவது இரவே அவ்வளவு பணத்தையும் அடைந்துவிட வேண்டும் போல அவசரப்பட்டாள். அவள் முகத்தைப் பார்க்கவே பயமாக இருந்தது.

காலை 10 மணிவாக்கில் அதே ஆட்கள் வந்தார்கள். பெட்டிகளை எடுத்துக்கொண்டார்கள். 'ரொம்ப தேங்க்ஸ்மா' என்றார்கள். விடைபெற்றார்கள். அப்பாடா என்றிருந்தது எனக்கு. நல்லவேளை. அம்மாவுக்கு மனசே இல்லை.

சற்றே சகஜநிலைக்கு வந்த நாங்கள், டி.வி-யில் காவிய புதன் பார்த்துக்கொண்டிருந்த நேரம். அம்மா வழக்கப்படி "இந்தப் படத்தில் நான்தான் ஹீரோயினி ஆகியிருக்க வேண்டியது. இவ சாகஸம் பண்ணி பறிச்சிட்டா" என்று அந்தப்பட ஹீரோயினைச் சபித்துக்கொண்டிருந்தாள்.

கதவு தட்டும் சப்தம்.

நான்தான் திறந்தேன்.

காலையில் பெட்டியை எடுத்துக்கொண்டு சென்றவர்களோடு இன்னும் இரண்டு சபாரி போட்ட ஆட்கள் வந்திருந்தார்கள். பார்வையிலே இவங்கதானா என்று ஊழியர்களிடம் விசாரித்துக்கொண்டார்கள்.

"ஐயா பார்க்கணும்னு சொன்னார். வர்றீங்களா?"

என்றார்கள். அது அழைப்பு இல்லை; ஆணை!

அம்மா பதறினாள். "எதுக்கு வரணும். எந்த ஐயாவையும் பார்க்கறதா இல்லை. நடிகர் சங்கத்தில் கம்ப்ளைண்ட் பண்ணிடுவேன்" என்று சவடால் விட்டாள்.

ஒரு சபாரி ஆசாமி பாக்கெட்டில் இருந்த பிஸ்டலை எடுத்து அம்மாவின் நெற்றியில்வைத்தான். "ஒவ்வொரு பெட்டியிலயும் ஒவ்வொரு கட்டு குறையுது... எட்டு லட்சம்" தபதபவென்று ஓடி பணத்தை முந்தானையில் அள்ளிப்போட்டுக்கொண்டுவந்து சோபாவில் கொட்டினாள் அம்மா.

சபாரி பிஸ்டலை வைத்துவிட்டு செல்லை எடுத்து அழுத்தினான். எங்களுக்கு அவன் எதை அழுத்தினாலும் பயமாக இருந்தது.

"பணத்தைக் கொடுத்துட்டாங்க ஐயா. ஆமா... அம்மா, பொண்ணு! ரெண்டே பேர்தான். விசாரிச்சுட்டேன். ஆமா சினிமா நடிகையாம். ம்.... சரிங்கய்யா. உம் பேரென்ன?"

"சொர்ணா."

'சொர்ணாவாம். சரி. ஏய், உன் பேரன்ன?"

"மாயா."

"மாயாவாம் அய்யா. ம்ம்... சரி. அப்படித்தான் தெரியுது. நல்லாருக்கு. ம் சரிங்கய்யா. சரிங்க. சரி" செல்போனைத் துண்டித்துவிட்டு, "கிளம்புங்க" என்றான்.

தொபுகடீர் என்று அவன் காலில் விழுந்தாள் அம்மா. "ஐயா எங்களை விட்ருங்க. தயவு பண்ணி மன்னிச்சிடுங்க."

ஏடாகூடமான இடத்தில் மாட்டிக்கொண்டோம் என்று புரிந்தது. "பேசாம கூட வந்தீங்கன்னா தப்பிச்சீங்க. இல்லைனா சுட்டுத் தள்ளிடுவேன்."

டி.வி-யில் ஜெமினி கணேசன் டூயட் பாடிக்கொண்டிருக்க, அம்மா டி.வி-யை நிறுத்திவிட திரும்பினாள். "அவர் பாடிக்கிட்டு இருக்கட்டும். வா" என்றான். கார் விரைந்தது.

■

7

தீபிகா தூங்கி எழுந்தபோது மணி ஏழரை. "இன்னும் கொஞ்ச நேரம் போயிருந்தா நானே எழுப்பியிருப்பேன்" என்றாள் ஹேர் ட்ரஸ்ஸர் அமுதா.

தூக்கப் பார்வையால் 'எதுக்கு' என்றாள்.

"டான்ஸ் மாஸ்டர் மீரா பொள்ளாச்சில இருந்து ரெண்டு தடவை போன் பண்ணாங்கம்மா. உங்களை பவன்சுந்தர் படத்தில நடிக்கறதுக்கு கேட்டாங்க."

ரிசப்ஷனில் நம்பரைச் சொல்லிக் காத்திருந்தாள்.

"ஹாய் தீபி" என்றாள் மீரா.

"சொல்லுக்கா."

"இங்க பவன்சுந்தர் சார் படத்துக்கு ஹீரோயின் சரியா அமையல. 'மல்லிகை' பத்திரிகைல உன் போட்டோவை பார்த்துட்டு சார் கேட்டாரு. என்ன சொல்றே?"

இன்னைக்குத் தேதியில் மேல் மட்டத்தில் இருக்கிற நான்கு நட்சத்திரங்களில் அவரும் ஒருவர். 40 படங்களுக்கு மேல் நடித்து

அவருக்கு இருக்கிற கிரேஸில், தீபிகா அவரை எல்லாம் கிட்டபோய் பார்க்க முடியுமா என்று நினைத்திருந்தாள்.

“அவரே கேட்டாராக்கா?”

“ஆமாங்கிறேன். அவரே கேட்டாத்தான் நடிப்பியா. நாங்க கேட்டா நடிக்க மாட்டியா?”

“என்னக்கா இப்டி கேட்டுட்டீங்க?”

“இல்லம்மா... ஏதாவது அக்ரிமென்ட் போட்டு வெச்சுருக்காங்களா?”

“இந்த வாரத்தோட இந்த ஷெட்யூல் முடியது. அதோடு அடுத்த மாசம்தான். நான் ரூம்ல சும்மாதான் இருக்கணும். இவங்க தேதி எப்படிக்கா?”

“ஒரு மாசம் இருக்கில்ல. பாத்துக்கலாம். டிக்கெட் போட்டுடச் சொல்லவா?”

“வர்ற புதன்கிழம போடச் சொல்லுங்க. எனக்கு, ஹேர் ட்ரஸ்ஸருக்கு... அமுதாம்மா.”

“சரி.”

“டைரக்டர் யாருக்கா?”

“என்ன இதுகூட தெரியாதா? பரணிகுமார் சாரு.”

மீரா போனை வைத்தப்பின்பும் கொஞ்ச நேரம் ரிஸீவரால் கன்னத்தைத் தேய்த்தபடி ஸ்தம்பித்து நின்றிருந்தாள் தீபிகா. வாழ்க்கை ஒரு வட்டம் என சினிமாவில் ஒரு வசனம் வரும். அது அந்த நேரத்தில் மிகவும் பொருத்தமாகத்தான் இருந்தது. பவன்காந்த் படத்தில் நிச்சயம் நடிக்க வேண்டும் என்பது அவளுடைய உடனடி தீர்மானமாக இருந்தது. முதல் படத்தில் கிடைத்த வாய்ப்பு... அவர்களை மீறி இந்த வேலையைச் செய்கிறோமே என்ற குற்ற உணர்வை அவள் மிக அலட்சியமாக உதறித் தள்ளினாள். ஸ்ரீராம், மல்லிகை எடிட்டர், தயாரிப்பாளர் ஏழுமலை, சினிமாவில் எதிர்காலம் எல்லாமே அவளுக்கு எதிராகத் திரும்பி நிற்பதுபோல இருந்தது. ஆனால் அந்த வாய்ப்பை அவள் தவிர்க்க விரும்பவில்லை.

திடுக்கிட்டு எழுந்தாள் தீபிகா. “ஜட்டிய கழட்டுமா. தூக்கத்திலேயே உச்சா போய்ட்ட பாரு” என்று அம்மா எழுப்பியது மாதிரி இருந்தது. குளுமையான விளக்கொளியில் குளுமையான அறையில், எங்கோ முகம் தெரியாதவர்கள் நிறைந்த பட்டணத்தில் தீபிகா இருந்தாள். ஐந்து வயது வரை தூங்கும்போது ஒண்ணுக்குப் போய்விடுகிற பழக்கம் இருந்தது தீபிகாவுக்கு. அம்மாதான் இரவில் எழுந்து மறுபடி வேறு ஜட்டி போட்டு படுக்கவைப்பாள். அம்மா தீபிகாவுக்காகவே வாழ்ந்தவள்.

அம்மாவின் நினைவு பாறையில் உருவான வடுபோல வந்து நின்றது. சாகும் தறுவாயில்தான் அம்மா பல உண்மைகளைச் சொன்னார். அம்மாவுக்கு சொந்த ஊர் ஊட்டி. யாரையோ நம்பி ஊரைவிட்டு வந்து வீட்டை பகைத்து யாருக்கோ வாழ்க்கைப்பட்டு ஏமாந்து, சினிமாவில் நடிக்க சான்ஸ் தேடி... கடைசியில் ஒரு லொகேஷன் ஏஜென்டின் 'சின்ன வீடா'க இருந்து, பெத்த மகளோடு தனியாக வந்து இட்லி கடைக்காரியாக மாறிப்போன கதையை எல்லாம் சொன்னாள்.

அம்மா சொன்னது எல்லாமே தீபிகாவுக்குப் புதுசாக இருந்தது. அம்மா யாரையோ நம்பி ஏமாந்து போனவள் என்பதுதான் தீபிகாவுக்கு அதுவரை தெரியும். ஊருக்கும் அந்த அளவுக்குத்தான் தெரிந்திருந்தது.

ஏதோ ஒரு ஒதுக்கப்பட்ட கிராமத்தில் இட்லி கடை வைத்திருக்கும் அம்மா, சினிமாவில் நடிக்க வாய்ப்புத் தேடியவள் என்பது மிரளவைக்கும் ரகசியமாக இருந்தது. அம்மா அந்த ரகசியத்தை அவளை மரணம் சூழும் வரை பாதுகாத்தாள் என்பதிலேயே அவளுடைய வேதனையை, வலியை உணர முடிந்தது.

"உன் வாழ்க்கைல இப்படியெல்லாம் நடந்துரக் கூடாதுன்னுதாம்மா சொல்றேன்" என்றே ஆரம்பித்தாள். சொல்லிக்கொண்டிருக்கும்போதே அவளுடைய கண்கள் பிய்ந்துபோன ஓலைக்குடிசையை எந்த அளவுக்கு நம்புவது என்பது போல குரல் தணித்துச் சொன்னாள். சுவருக்கு காது இருக்கும்போது ஓலைக் கீற்றுக்கு இருக்காதா என்ற பயம்.

அம்பிகாவுக்கு அப்போது 18 வயது. பாரதிராஜா, கமல்ஹாசன், ரஜினி, சத்யராஜ், விஜயகாந்த் என்று ஒரு புதுப் பட்டாளமே சினிமாவில் கால் வைத்திருந்த நேரம். ஊட்டியில் டைரக்டர் பரணிகுமார் படமெடுப்பதைப் பார்ப்பதற்காக, சுற்றுப்பட்டு ஆசாமிகளோடு சேர்ந்து அவளும் போனாள். ஒரு மாதம் நடந்தது படப்பிடிப்பு.

அடுத்தடுத்து இரண்டு சூப்பர் ஹிட் படம் தந்த பரணிகுமார் படப்பிடிப்பு என்றால் ஒரு வித 'சூடு' இருக்குமல்லவா? இன்னும் ஆர்ட்டிஸ்ட் ரெடியாகாததாலோ; சாப்பாடு செரிப்பதற்காகவோ, அவர் ஒரு நடைபோட்டபடி, சிகரெட்டை இழுத்துவிட்டுக்கொண்டிருப்பதைப் பார்த்துவிட்டு மக்கள் 'பயங்கரமாக திங்க் பண்றார்' என்றார்கள். பரணிகுமார் 'திங்க்' பண்ணாதவர் இல்லை. ஆனால், அவர் சிகரெட் புகைவிடும் நேரத்தை எல்லாம் 'திங்க்' பண்ணுவதாக நினைத்தார்கள். மக்கள் அப்படி நினைக்கிறார்கள் என்பதை அவர் உணர்ந்திருந்ததாலோ,

என்னவோ எப்போதுமே ஒரு 'சிந்தானாவஸ்தை பிரக்ஞை'யோடு இருப்பது அவருக்கும் வழக்கமாகிவிட்டது.

அம்பிகாவும் அத்தகைய தருணத்தில் அவரைப் பார்த்துவிட்டு தானும் அவர் கண்ணில்பட்டு 'பெரிய ஸ்டார்' ஆகிவிட மாட்டோமா என்று நினைத்தாள். அவள் நினைத்தது பரணிகுமாரின் காதில் விழுந்திருக்க வேண்டும். "நடிக்க வர்றீயம்மா நீ?" ஷூட்டிங் நடக்கறவேளையில் அவ்வளவு பேர் மத்தியில் கேட்டார்.

அவர் தமாஷ் பண்ணியதாக அம்பிகாவைச் சுற்றியிருந்த அவளுக்குத் தெரிந்த அனைவருமே சிரித்தார்கள். அம்பிகா மட்டும் சீரியஸாக டைரக்டர் தங்கியிருந்த ஓட்டலுக்குப் போய் டைரக்டரிடம் தான் நடிக்க விரும்புவதாகச் சொன்னாள். "அட பரவாயில்லயே! என்ன படிக்கிறே? மெட்ராஸ் வந்தா இந்த அட்ரஸ்ல கான்டாக்ட் பண்ணு" என்று இரண்டு வார்த்தையோடு, விசிட்டிங் கார்டைக் கொடுத்து அனுப்பிவைத்தார்.

சென்னை வந்து டைரக்டரைப் பார்த்தாள். மூன்றாவது எடுத்த படம் சரியாக ஓடாததால் துவண்டிருந்த பரணிகுமார், தேடிவந்த கதாநாயகியோடு காரில் ஏறி ஃபைனான்ஸியர் வீட்டுக் கதவைத் தட்டினார். படம் எடுப்பதற்காக பூஜை போடுவதற்குள் டைரக்டரும், ஃபைனான்ஸியரும் அம்பிகாவை அத்தனை 'டெஸ்ட்' எடுத்தார்கள். பயந்து நடுங்கிப்போன அம்பிகா, இந்தக் கட்டங்களையெல்லாம் தாண்டி நடிகையாகிவிட்டால் போதும் என்று தேற்றிக்கொண்டாள்.

வீடெடுத்துத் தங்கவைத்து அவ்வப்போது வந்து போனார் டைரக்டர். 'அடுத்த வாரம் படம் ஸ்டார்ட் ஆகிடும்' என்பார். சில மாதங்களில் இன்னொரு படம் ஆரம்பித்தார். ஆனால், அதில் அம்பிகாவுக்கு வாய்ப்புத் தரவில்லை. வேறொரு புதுமுகம் நடிப்பதாகப் போட்டிருந்தது. 'உனக்கு அடுத்த படத்தில் சான்ஸ் தர்றேன்' என்றார் பரணிகுமார். அம்பிகாவுக்கு நம்பிக்கை போய்விட்டது. குடிக்கும்போது, 'சிப்ஸ்' வாங்கித் தந்தவனுக்கெல்லாம் பெண்ணைக் கொடுப்பதாக வாக்குக் கொடுக்கும் குடிகாரத் தந்தையைத் தேடி மீண்டும் ஊர் போய்ச் சேர்வதில் புண்ணியமில்லை என்று அம்பிகாவுக்குத் தெரியும். அப்பா மீது இருந்த அவநம்பிக்கைதான் அவள் சென்னைக்குக் கிளம்புவதற்கே காரணமாக இருந்தது.

பொள்ளாச்சியில் நடந்த ஒரு கல்யாண ஷூட்டிங்குக்கு ஜூனியர் ஆர்ட்டிஸ்ட் தேவை என்று அம்பிகாவையும் பஸ்ஸில் ஏற்றி வந்தார்கள். மூன்று மாதக் கருவோடும் ஒரு ட்ரங்க் பெட்டியோடும் பொள்ளாச்சி வந்து இறங்கியவள், லொகேஷன் புரோக்கர் எத்திராஜோடு பழக்கம் ஏற்பட்டு இங்கேயே தங்கிவிட்டாள்.

எத்திராஜ் நல்ல காசு பார்ட்டி. நல்ல கம்பெனிக்கு லொகேஷன் பிடித்துக்கொடுத்தான் என்றால் தண்ணிதான், பிரியாணிதான், அல்வாதான். ஷூட்டிங் இல்லாத நாளில் மைனர் செயினோடு சினிமா மிதப்பில் அலைவான். அம்பிகாவுக்கு உடுமலைப்பேட்டைப் பக்கம் ஒதுக்குப்புறமாக வீடு பார்த்துவைத்து சுமாராகப் பார்த்துக்கொண்டான். இரண்டு நாளுக்கு ஒரு தரம், நான்கு நாளுக்கு ஒரு தரம் இரவுப் பொழுதில் அம்பிகாவைத் தேடி வீட்டுக்கு வருவான். இரண்டு வாரமாக வராமல்போனதால் 'சக்தி லாட்ஜ்' பக்கம் போய் எத்திராஜ் பற்றி விசாரித்தாள் அம்பிகா. அவன் ஹார்ட் அட்டாக்கில் இறந்து போய்விட்டதாகச் சொன்னார்கள். அப்போது தீபிகா பச்சைக் குழந்தை. அம்பிகா, இட்லி கடைக்காரம்மாவாக மாறிய இந்த வரலாற்றை தீபிகாவிடம் சொன்னபோது, தீபிகாவுக்கும் அதே 18 வயசு.

"உனக்கு பரணிகுமார்தாம்மா அப்பா. எந்தக் காரணத்தைக்கொண்டும் அவன்கிட்ட மட்டும் 'அப்பா'னு போய் நின்னுடாதே. அவனுக்கு என்னையே ஞாபகம் இருக்காது. அவனுக்கு நான் ஆயிரத்தில் ஒருத்தி."

ஏ.சி-யை சற்றே குறைத்துவிட்டு மீண்டும் வந்து படுத்தாள் தீபிகா.

உலகம் முழுதுமே அவளுக்கு யாரும் இல்லை போல இருந்தது. அம்மாவுக்கு ஏற்பட்ட மிகத் தொடர்ச்சியான சறுக்கல்களுக்கிடையே அவள் தொடர்ந்து ஜீவித்திருந்ததே தீபிகாவுக்கு ஆச்சர்யமாக இருந்தது. சொல்லப்போனால் அவள் தீபிகாவுக்காகத்தான் பல சமயங்களில் வாழ்ந்தாள்.

அம்மா ஊட்டியில் இருக்கும் தன் பூர்விகத்தைக்கூட பெரிதாகச் சொல்லவில்லை. அது அவளுக்கு இறந்துபோன சம்பவங்களாகி விட்டிருந்தன. 'எங்கப்பன் ஒரு குடிகாரன்' என்று மட்டும் ஒரு சமயம் சொன்னாள். அவளுடைய அம்மா இறந்துபோயிருப்பாள் என்று அவளாகவே முற்றுப்புள்ளிவைத்தாள். தீபிகாவுக்குக் காட்டப்பட்ட ஒரே அடையாளம் பரணிகுமார். இந்த 20 வருடங்களில் அவனும் 25 படங்கள் எடுத்த - சில படங்களைத் தயாரித்த - முன்னணி இயக்குநர்.

'மல்லிகை' படத்தை இயக்கிக்கொண்டிருக்கும் அர்விந்த்கூட பரணிகுமாரின் அஸிஸ்டென்டாக இருந்து டைரக்டரான சந்திரகுமாரிடம் அஸிஸ்டென்டாக இருந்தவர்தான். தமிழ் சினிமாவில் இந்த வாரிசு டைரக்டர்களுக்கு ஒரு மரியாதை இருந்தது. பரணிகுமார் இயக்கத்திலேயே நடிக்கப் போகிறோம் என்பது தீபிகாவுக்கு ஒருவித பதற்றத்தைத் தந்தது. அதை வெளிக்காட்டவே கூடாது என்பதில் தீவிரமாக இருந்தாள். கம்பிக்குள் மின்சாரம்போல அதை மறைத்துவைத்தாள்.

மாயா சொன்ன கதை...

மிக மிடுக்கான பங்களா முன்பு கொண்டுபோய் நிறுத்தினார்கள். கிரானைட் ஜொலித்தது. கண்ணாடிபோல பிரதிபலிக்கும் தரை. இருவரையும் ஒரு அறைக்குள் செல்ல அனுமதித்துவிட்டு சபாரி ஆட்கள் கதவைச் சாத்திக்கொண்டார்கள்.

உள்ளே ஒருவர் தும்பைப்பூ வேட்டி - சட்டை சகிதம் இருந்தார். ஐயா எனப்பட்டவருக்கு ஐம்பத்து சொச்சம் வயது இருக்கும். மஞ்சளாக இருந்தாரா, சிவப்பாக இருந்தாரா என்று கோடுகிழித்துச் முடியவில்லை. சத்யா படத்தில் வந்த கிட்டியை நினைவுபடுத்தினார். லேசான வழுக்கை, அதைப்பற்றிக் கவலைப்படாமல் மேல்நோக்கி தலைவாரி இருந்தார்.

"தப்புதானே?" என்றார்.

'தெரியாம எடுத்துட்டேன், மன்னிச்சுடுங்கய்யா!"

சிரித்தார். "தெரியாம எடுத்துட்டியா?"

"ஆமாங்க!"

"உம் பொண்ணா?"

"ஆமாங்க!"

"சினிமாவுல நடிக்கவைக்கப் போறீயா?" என்றபடி என்னை நெருங்கி வந்தார்.

அம்மா, எச்சில் விழுங்கினாள். அவர் மீது மெல்லிய சந்தனமணம் வீசியது. மெல்லிய புன்னகையுடன் அமைதியாக என்னைப் பார்த்துக்கொண்டே இருந்தார்.

"நீ ஆசைப்பட்ட பணத்தை நீயே எடுத்துக்க. வெளியில நிக்கிறவனுங்ககிட்ட நான் சொன்னேன்னு சொல்லு. போ"

அது கட்டளையா, அக்கறையா என்று புரிந்துகொள்ள முடியாத குரலாக இருந்தது.

"பணம் வேணாங்க. விட்ருங்க" என்று கையெடுத்துக் கும்பிட்டாள்.

நான் 'அம்மா' என்று நெருங்கினேன். சாந்தமே உருவாக என் தோளில் கையைப்போட்டு, "பயப்படாதே" என்று அவர் சொன்னபோது படுபயங்கரமாக இருந்தது. அவர் கை சில்லென்றும் மெத்தென்றும் இருந்தது. பக்கத்தில் இருந்த அறைக்கு என்னை நகர்த்திப் போனார். அம்மா என்னைத் திரும்பிப் பார்த்தவாறே வெளியே போனாள்.

∎

8

அர்விந்த் தாம் தூம் என்று குதித்தார். “ஒரு படம் முடியறதுக்குள்ள இந்த ஆட்டமா?” என்றார். ‘சாங் எடுக்கறதுக்கு ஊட்டிக்குப் போறம்ல? அப்ப வெச்சுக்கலாம் கச்சேரிய’ என்று அவரை சமாதானப்படுத்தினாள் தீபிகா.

“அக்ரிமென்ட் இருக்கு நான் புரொட்யூஸர் கவுன்சிலுக்குப் போவேன்” என்று எகிறிய புரொட்யூஸரை மீராவிடம் பேசவைத்து நிலைமையைச் சரி செய்தாள். “உங்க படம் க்ளாஷ் ஆகாது. அதுக்கு நான் க்யாரன்டி” என்ற பவன்சுந்தரும் வாக்குறுதி தந்தார்.

“நீங்கதான் எனக்கு தெய்வம். வேணும்னா அடுத்த படம் ஃப்ரீயாவே நடிச்சுத் தர்றேன் சார்” என்றெல்லாம் தீபிகாவிட்ட டயலாக்கில் புரொட்யூஸர் ஏழுமலை இறங்கி வந்தார். போதாதற்கு புரொட்யூசர் பற்றி டைரக்டர் அர்விந்த் மட்டமாகப் பேசிய வார்த்தைகளை தன் செல்போன் ரெக்கார்டரில் ஒலிபரப்பு செய்து காட்டி அவருடைய கோபத்தை அர்விந்த் பக்கம் திருப்பினாள்.

“படம் முடியட்டும் வெச்சுக்குறேன் அவனை!” என்று புரொட்யூஸர் புறப்பட்டுப் போனார். தீபிகாவுக்கும், அமுதாவுக்கும் ஏ.சி. கூபே புக் செய்திருந்தார்கள். கொஞ்ச நாளைக்கு முன்பு

'மல்லிகை' பத்திரிகையை எடுத்துக்கொண்டு இதே ரயிலில் அவள் உட்காரக்கூட இடமில்லாமல் சென்னை வந்து இறங்கியது ஞாபகம் வந்தது. ஆனால், எதையும் ஞாபகப்படுத்திக்கொள்ள விரும்பாதவளாக அவள் இருந்தாள். எதையும் உதறித் தள்ளிவிட்டு அடுத்த அடுத்த கட்டங்களுக்குத் தாவ வேண்டும் என்ற வெறி அவளுக்குள் தீயாக எரிந்துகொண்டிருந்தது.

பரணிகுமாரை இத்தனைச் சீக்கிரம் சந்திக்கும் வாய்ப்பு கிடைக்கும் என்று தீபிகா நினைக்கவில்லை. எல்லாமே திட்டமிட்டபடி மிகச் சரியாக நடந்து கொண்டிருப்பதாகப்பட்டது. இல்லையென்றால் இரண்டு மாதங்களில் அவளால் பவன்சுந்தர் ஜோடியாக நடிக்க முடியுமா? பரணிகுமாரை ஒரு தரம் சந்திக்க வேண்டும் என்பது மட்டும்தான் அவளுக்கு நோக்கமாக இருந்தது. சந்தித்து என்னை மகளாக ஏற்றுக்கொள்ளுங்கள் என்று கேட்பதோ, நாக்கைப் பிடுங்கிக்கொண்டு சாகிற மாதிரி திட்டித் தீர்ப்பதோ அவளுக்கு நோக்கமாக இருக்கவில்லை. எல்லாவற்றையும் கடந்து அவரைப் பார்க்க வேண்டும் என்று நினைத்தாள். அம்மா என்னதான் சுருக்கமாக தன் வாழ்க்கைக் கதையை மகளிடம் சொல்லி இருந்தாலும் அதன் நீள, அகல, ஆழங்கள் அனைத்தையும் தீபிகாவால் இப்போது, அழுத்தமாக உணர முடிந்தது.

காலை ஐந்தரை மணி வாக்கில் ரயில் மேட்டுப்பாளையத்தை அடைந்தது. தீபிகாவின் வாழ்க்கை போலவே புரிந்தும் புரியாத பொழுது. ஜன்னல் வழியாகப் பார்த்தபோது 'ஒண்ணுக்கு' போய்க் கொண்டிருந்த ஒரே ஒரு நபர் மட்டும் கண்ணில் தெரிந்தார். தம்மை அடையாளம் கண்டுகொள்கிற யாரேனும் எதிர்ப்படுவார்களா என்று அவளுக்கு ஆசையாக இருந்தது.

போர்ட்டர் ஒருவன் உள்ளே நுழைந்து இரண்டு சூட்கேஸ்களையும் எடுத்துத் தலையில் வைத்துக்கொண்டு, "மேடம் நீங்க நடிகைங்களா?" என்றான்.

"எப்படித் தெரியும்?"

"அதான் தெரியுதுங்களே"

'நீங்க வக்கீலுங்களா? நீங்க என்ஜினீயருங்களா' என்று கேட்டிருக்க முடியுமா? 'அதான் தெரியுதுங்களே' என்று சவால்விட முடியுமா? இது என்ன பெருமையா? எளக்காரமா?

"எத வெச்சுத் தெரியுது?" என்றாள்.

"எவ்ளோ பேரைப் பார்க்கறேன், இதே ட்ரெய்ன்ல" என்றான்.

கார் சக்தி லாட்ஜ் வாசலில் நின்றது. புரொடக்ஷன் ஆட்கள் வேகமாக லக்கேஜை தூக்கிக்கொண்டு "வாங்கம்மா" என்று

அறைக்கு அழைத்துப்போனார்கள்.

"டைரக்டர் எங்க இருக்கார்?" என்றாள்.

"லொகேஷன்ல இருக்கார்மா. பவன் சார் இருக்கார். ரூம் நெம்பர் 234-ல. எப்ப வந்தாலும் அந்த ரூம்லதான் தங்குவார். உங்களுக்கு 235."

பவன்சுந்தர் வில்லனாகவே 20 படங்கள் நடித்து ஹீரோ ஆனவர். போன மாதம்கூட அவர் பேட்டி டி.வி-யில் வந்தது. பத்திரிகையில் அவர் ஏழைக்கு உதவுகிறவர். எந்த நேரத்திலும் அரசியலில் குதிக்கத் தருணம் பார்த்துக்கொண்டிருப்பவர் என்று செய்திகள் வெளியாயின. அரசியலில் குதிப்பதாகச் சொல்வது ஒருவகையில் ரசிகர்களுக்கு 'குஷி' தரும் விஷயமாக இருப்பதால் அப்படி பாவ்லா காட்டுகிறாரோ என்றும் பத்திரிகைகள் எழுதிக்கொண்டிருந்தன.

ஒரு சைக்கிள் ரிக்ஷாக்காரன் கொஞ்சம் 'மேல போட்டுக்குடுங்க சார்' என்று கேட்டுவிட்டாலும் 'என்னை எதிர்த்தவன் ஜெயிச்சதில்ல, ஜெயித்தவன் எதிர்த்ததில்ல" என்று அஞ்சு நிமிஷத்துக்குக் குறையாமல் டயலாக் பேசுவார் படத்தில்.

பவன்சுந்தர் செல்வாக்கு மிக்க ஹீரோ. நீதி நிலை தவறாதவர். பதினெட்டு பட்டிக்கும் எந்த பிரச்னை வந்தாலும் வாரி வழங்குவார் தீர்ப்புகளை. ஏழைகளுக்கு ஒரு துன்பம் என்றால் அவரால் தாங்கவே முடியாது. அவர்களுக்குத் துன்பம் தருபவர்களை விளாசுவார். இதெல்லாம் படங்களில்தான்.

நல்ல சிவப்பு. ஜிம் பாடி. இது இரண்டும்தான் அவருடைய ஸ்பெஷாலிட்டி. நடிப்புக்கும் அவருக்கும் ரொம்ப தூரம். வீட்டில் பொண்டாட்டிக்குப் பயந்தவர். ஏதோ ஒரு நெருக்கடியான சந்தர்ப்பத்தில் அந்தப் பெண்ணுக்கு இவர் அவசர அவசரமாகக் கணவராக நேர்ந்தது. அதற்கு முன்னால் வேறொரு நடிகையுடன் அவர் குடும்பம் நடத்திக் குழந்தையே இருப்பதாக எல்லாம் தீபிகா பத்திரிகைகளில் படித்திருக்கிறாள். நடிகர்களைப் பற்றி பத்திரிகைகளில் வரும் செய்திகளுக்கா பஞ்சம். எல்லா பத்திரிகைகளும் சினிமா நட்சத்திரங்களின் புகழைச் சொல்வதற்காகவோ, கேவலப்படுத்துவதற்காகவோ மட்டும்தான் நடத்தப்படுகின்றன. எல்லாமே மிகை என்பதை முதன்முதலில் மல்லிகை இதழில் தன்னைப்பற்றி வந்த கட்டுரையிலேயே தீபிகா அறிந்திருந்தாள். தொடர்ச்சியாக அவளைப் பற்றி வந்த செய்திகளை மட்டும் படித்தபோதே அவற்றில் மிகை இழையோடி இருப்பதை உணர முடிந்தது. பவன்சுந்தர் விஷயத்தில் மட்டும் சிலபல மிகைகள் இல்லாமல் இருக்குமா எனவும் நினைத்தாள்.

குளித்து முடித்ததும் அவரை ஒரு சம்பிரதாய சந்திப்புக்கு

அழைத்தார் புரொடக்ஷன் மேனேஜர் சுந்தரம். "வாம்மா" என்று வரவேற்றார் பவன்சுந்தர். கட்சி ஆபிஸ் போல அறையில் சிதறி அமர்ந்திருந்த வெள்ளை வேட்டி ஆசாமிகள்... "அண்ணே வெளிய இருக்கோம்னே" என்று எழுந்தார்கள்.

"டே.... இருங்க. என்ன இப்போ?" என்று வெளிப்படையான எண்ணத்தோடு இருப்பதால அவர் கூறியதைப் புரிந்துகொண்டு அவர்கள் இன்னும் வேகமாக வெளியேறினார்கள்.

"டே காபி சொல்லுடா" என்று சுந்தரத்திடம் சொல்லிவிட்டு, "சொந்த ஊர் எது?" என்றார்.

"கோயமுத்தூர்தான் சார்."

"அட! அப்பா, அம்மால்லாம்?"

"ரெண்டு பேருமே இறந்துட்டாங்க சார்."

"ஓ.... அந்த மல்லிகை பத்திரிகையில செலக்ட் பண்ணின பொண்ணு இல்ல நீ?" இப்போதுதான் எதேச்சையாக நினைவு வந்ததுபோல கேட்டார்.

"ஆமா சார்."

"சார் வேண்டியதில்ல. வாங்க, போங்கன்னு சொன்னாபோதும்."

"சரிங்க சார்."

பவன்சுந்தர் சிரித்தார். அறை சிகரெட் நாற்றமாக இருந்தது. காபி வந்ததும் இன்னொரு சிகரெட்டைக் கொளுத்திக்கொண்டார். "போட்டோ அனுப்பிவெச்சாங்க. பார்த்தேன். போட்டோவைவிட நேர்ல நல்லா இருக்கே."

"தாங்கஸ்."

"இத முதல்ல முடிச்சுட்டு 'மல்லிகை'ல நடிச்சா போதும். நா அந்த ப்ரொட்யூஸர்கிட்ட பேசிட்டேன். ஒண்ணும் ப்ராப்ளம் வராது. மேனேஜர் யாரும் வெச்சுக்கலையா?"

"இல்ல ஸார்."

பவன்சுந்தர் சிரித்தார்.

"இல்ல'னு சொன்னாலும்போதும்."

"சரி."

"வெரிகுட்!" என்றபடி தோளில்தட்டி சிரித்தார். "என்னுடைய மேனேஜர் கிட்டயே சொல்றேன். இந்தப் படம் சூப்பர் ஹிட் ஆகும். அப்புறம் நீ சொல்றதுதான் சம்பளம். அடுத்த படத்துக்கே பத்து லட்சம் கேட்கலாம்."

தித்திப்பாக ஒரு செய்தியை சொல்லி மலைத்துப்போய் இருக்கும் நேரத்தில் தோளில் கைவைத்து ரியாக்ஷன் பார்த்தார் பவன்சுந்தர். 'பரவால்ல' தட்டுங்க சார் பாவனையில் தீபிகா சற்றே முன்னோக்கி நெருங்கி அமர, பவன்சுந்தர் சிகரெட் சாம்பலை தட்டும் சாக்கில் அவள் காலில் உரசினார்.

"ஸார் நான் ஸ்பாட்டுக்கு போறேன். நீங்க பதினோரு மணிக்கு வந்தா போதும்" என்று சுந்தரம் நேரம் பார்த்துக் கிளம்ப, "அப்ப நானும் கிளம்பறேன் சார்" என்றாள் தீபிகா.

"என்ன அவசரம்? உனக்கும் பதினோரு மணிக்குதான் ஷூட்டிங்!"

புரொடக்ஷன் மேனேஜர் கதவை சாத்திக்கொண்டு வெளியேறினார்.

மாயா சொன்ன கதை...

எனக்கு எட்டு லட்சம் செலவிட்ட எங்கள் அபார்ட்மெண்ட் பில்டர் எம்.சுந்தரராமன். எம்.எஸ்.ஆர். என்றுதான் அவரை எல்லோரும் அழைத்தார்கள். பில்டிங் கட்டுவது தவிர அவருக்கு ஏகப்பட்ட பிசினஸ். ரியல் எஸ்டேட், ஹோட்டல்கள், செங்கல் சூளை, கல்யாண மண்டபம், ஒயின் ஷாப், பள்ளிக்கூடம் என்று நிறைய வருமானம் இருந்தது.

ரொம்ப அவசரமாக அவ்வளவு பணத்தையும் செலவுசெய்ய வேண்டிய தொல்லை இருந்தது அவருக்கு. அன்று எங்கள் வீட்டில் 80 லட்ச ரூபாய்களை ஒளித்து வைத்ததுகூட ஏதோ இன்கம்டாக்ஸ் பிரச்சினைக்காகத்தான் என்று பின்னர் அவரேதான் சொன்னார்.

"திடீர்னு ஆறு மணிக்கு மேல ராகு காலம் ஆரம்பிடுச்சு. அதான் எல்லா பணத்தையும் அங்க கொண்டுபோய் போடச் சொன்னேன் என்று சொன்னார். இன்கம்டாக்ஸ் அதிகாரிகள் வரும் நேரம் அவருக்கு ராகு காலம்.

அம்மாவுக்கு சந்தோஷம் தாளவில்லை. படத்தில் நடிக்காமலேயே பணமாகக் கொட்டியது வீட்டில். ராஜ வாழ்க்கை வாழ்ந்தாள். வெளிநாட்டு ஒயின் சாப்பிடுவதை வழக்கமாக்கிக்கொண்டாள். ஹூண்டாய் அக்ஸன்ட்டை மாற்றிவிட்டு லான்சர் வாங்கினாள். அக்சன்ட்டில் ட்ராவல் செய்யும்போது முதுகு வலிப்பதாகவும் ஏசியே பத்தவில்லை என்றும் மொட்டையாக காரணங்கள் சொன்னாள்.

ஆனாலும் இந்த சொகுசு வாழ்க்கை எவ்வளவு நாளைக்கு என்று புரியவில்லை. எம்.எஸ்.ஆர். கல்யாணம் செய்துகொண்டாலாவது பரவாயில்லை. இந்த வாழ்க்கையை எப்படி சாஸ்வதமாக நினைக்க

முடியும்? அன்று எம்.எஸ்.ஆர். அவருடைய கெஸ்ட் ஹவுஸுக்கு அழைத்திருந்தார். பெண்கள் பேரம் பேச வேண்டிய தருணம், தசரதனிடம் கைகேயி கேட்ட வரம் மாதிரி.

"என்னை கல்யாணம் பண்ணிக்குவீங்களா?"

நெற்றியைச் சுருக்கி நேராக நோக்கினார். "உன்னை கல்யாணம் பண்ணிக்கிறதுக்கு எனக்கு கசக்குமா? ஆனா கழுத்தில தாலி ஏறினா வேறமாதிரி ஆகிட்றீங்களே புள்ளைகளா" இரண்டு கல்யாணம் பண்ணின அனுபவத்தில் சிரித்தார்.

"மஞ்சள் மகிமை வேணாம். வேற ஏதாவது கேளு" என்றார்.

தயாராக இருந்த அடுத்த அஸ்திரம்.

"நான் நடிகை ஆகணும்."

"என்ன வயது உனக்கு?"

"பதினெட்டு."

இப்போது பார்வையால் உடலெங்கும் ஊர்ந்தார்.

"தாராளமாக ஆகலாம். ஆனா நடிகை ஆகிட்டா என்னை மறந்துடுவியே!"

"சத்தியமா மறக்க மாட்டேன்."

"சத்தியம்லாம் நம்பமாட்டேன். நான் ஒண்ணு கேட்பேன். அதுக்கு ஒத்துக்கிட்டாப் போதும்!"

சம்மதம் என்றேன், வாழ்நாள் முழுதும் தொடரப் போகும் ஆபத்தை உணராமல்.

■

9

ஸ்பாட்டில் பவன்சுந்தரும், தீபிகாவும் ஒரே காரில் போய் இறங்கியதும் டைரக்டர் பரணிகுமாருக்குக் குத்துமதிப்பாய் ஏதோ புரிந்தது. அரச மரத்தடியும் வயல்வெளியுமான பசுமையான இடம். டைரக்டர் தலையில் தொப்பியுடன் சிகரெட் புகையை ஊதிக்கொண்டே, "வாம்மா புதுப் பொண்ணு" என்று வரவேற்றார். இப்படித்தான் அழைப்பதன் மூலம் தீபிகா வெட்கப்பட்டு சிணுங்குவாள் என்று அவர் எதிர்ப்பார்த்தார். அவர் வேறு யாரையோ அழைப்பதாக இந்தப் பக்கமும் அந்தப் பக்கமும் பார்த்துவிட்டு தன்னைத்தான் சொன்னதாக ஏற்றுக்கொண்டு சிறிய வணக்கத்தோடு சிரித்தாள். பரணிகுமார் இந்த அறிமுகத்தைச் சற்றும் எதிர்ப்பார்க்கவில்லை.

"பயணம்லா எப்படி இருந்தது?" என்றார் நிலைமையை சீராக்கும் நோக்கத்தில்.

தீபிகா அவருக்கு அப்பா கேரக்டர் கொடுக்கலாமா, வில்லன் கேரக்டர் கொடுக்கலாமா என்ற யோசனையில் ஒரு புன்னகையை மட்டும் சில விநாடிகள் சிந்தினாள். அவருடைய கதாநாயகிகள் வெளி உலகம் கருதியாவது அவரை பார்க்கும் தோறும் காலைத்

தொட்டு வணங்கினார்கள். தீபிகா விஷயத்தில் நிலைமை இவ்வளவு மோசமாக இருக்கும் என்று நினைக்கவில்லை.

பவன்சுந்தர், "நிழல்ல உக்காருவோம்" என்றபடி அந்த அசாதாரண சூழ்நிலையைச் சமாளித்தார்.

"இல்ல ஷாட்டுக்கு ரெடியாகட்டும். கேரவான்ல ட்ரஸ் சேஞ்ச் பண்ணிக்கம்மா. காஸ்ட்யூம்ஸ் கொடுப்பா" என பரணிகுமார் தன்மானத்தோடு ஆணையிட்டார்.

சிங்கிள் பெட் ரூம் ஃப்ளாட் போல இருந்தது கேரவான். உள்ளே படுக்கை அறை, குளியல், டாய்லட், டைனிங் டேபிள், பீரோ... கண்ணாடி. அவ்வளவு அருகில் அப்பாவைப் பார்த்த அதிர்ச்சியில் இருந்து தீபிகாவால் மீளமுடியவில்லை. கண்ணாடியில் முகம் உணர்ச்சிகளற்ற புகைப்படம்போல் தெரிந்தது அவளுக்கு. அந்த ஏ.சி. குளிருக்குள்ளும் முகத்தில் அரும்பிய வியர்வை அவள் உள்ளத்துக்குள் புரண்டு பொங்கிக்கொண்டிருக்கும் உணர்ச்சிக் குழம்பை அடையாளம் காட்டியது. கண்களில் நீர் அரும்பியது, 'ஏண்டா பாவி. நீ பண்ணின பாவம் என்னன்னே தெரியாமே இருக்கியேடா' என்று சட்டையைப் பிடித்துக் கேட்டால் என்ன என்று இருந்தது. 'என்னம்மா பைத்தியமா உனக்கு?' என்று விரட்டிவிட வாய்ப்பு உண்டு. இவ்வளவு சீக்கிரத்தில் எதிர்பார்த்த இடத்துக்கு வந்தாயிற்று. காரியத்தைக் கெடுத்துவிடக் கூடாது. நாசூக்காக வன்முறைசெய்ய வேண்டும். அன்பாக சித்திரவதைசெய்ய வேண்டும்.

கதவு தட்டும் சப்தம் கேட்டது.

"அமுதா வந்திருக்கேம்மா."

"உள்ளே வாங்க."

அமுதாவோடு உள்ளே வந்தவள், "ஐ ஆம் லலிதா காஸ்ட்யூம் டிசைனர்" என்று அறிமுகப்படுத்திக்கொண்டாள்.

"இது வில்லேஜ் சப்ஜெக்ட். எனக்கு பெருசா வேலை இல்லை. முழுக்க கண்டாங்கி சேலை. முழங்கால் வரைக்கும் தூக்கிக் கட்டிக்கிட்டு வரணும். கால்ல தண்டட்டி. இப்ப எந்த ஊர்ல இப்படி இருக்காங்கன்னு தெரியல. பவன்சுந்தர் சாருக்கு கதர் வேட்டி கதர் சட்டை. கழுத்தில 25 பவுன் சங்கிலி. ட்ரீம் ஸாங் வந்தாத்தான் ஏதாவது பண்ணணும்."

தீபிகா சிரித்தாள்.

"ஜாக்கெட் சைஸ் சரியா இருக்கா சொல்லுங்க?"

"சரியா இருக்கு. எப்படி?"

“என்ன பண்றது? இப்படித்தான் ஓவர் நைட்ல எல்ல்ல்லாம் நடக்கும். நீங்கதான் ஹீரோயின்னு முந்தா நாள்தான் சொல்றாங்க. ‘மல்லிகை’ காஸ்ட்யூமர் கிட்ட சைஸ் கேட்டு ரெடி பண்ணி செஞ்சேன். எதைத்தான் முன்னாடி யோசிக்க சொல்றாங்க. நேத்து ஸ்பாட்டுக்கு வந்தப்பிறகு அகேலா கிரேன் வேணும்ங்கறாங்க. கிரேன் வர்றதுக்கு சாயங்காலம் ஆகிடுச்சு. அதுக்குள்ள சன் லைட் போச்சு. ஒருநாள் வேஸ்ட்!”

புடவையை சினிமாவுக்கான கிராமத்து டைப்பில் கட்டி கொசுவத்தை இடுப்புப் பக்கமாகத் தொங்கவிட்டுவிட்டு வெளியேறினாள் லலிதா. கிளம்பும்போதே மேக்கப் சிகை அலங்காரம் போன்றவற்றை முடித்துக்கொண்டு வந்துவிட்டால் சற்றே டச்சப் செய்துகொண்டால் போதும். டைரக்டரை எரிச்சல்படுத்திவிட்டு வந்தது ஒருவேளை ஷூட்டிங்கில் எதிரொலிக்கலாம். சரியாக நடிக்கத் தெரியவில்லை என்று எரிந்து விழக்கூடும். பவன்சுந்தர் உடன் இருக்கும் தைரியம் தீபிகாவுக்குத் தெம்பூட்டியது. ‘மனுஷன் அலையறான். சும்மாவே மூச்சுவாங்குது. இந்த அழகுல இவர் பெயரை சினிமாவில் காட்டும்போது சிங்கத்தையும், சிறுத்தையையும் கிராபிக்ஸ் பண்ணிக் காட்டுகிறார்கள்.

சட்டென்று செல்போனை எடுத்து பவன்சுந்தர் நம்பருக்கு அழுத்தினாள்.

“நான் ட்ரஸ் சேன்ஜ் பண்ணிட்டேன். நீங்க?” என்றாள்.

“ம்... ம். இப்ப முடிஞ்சுடும்.”

“கதர் வேட்டி, சட்டைக்கு இவ்வளவு நேரமா?”

மறுமுனையில் இந்த திடீர் உரிமை மீறலை தாங்கிக்கொள்ள முடியாத தடுமாற்றம். தீபிகா விடவில்லை.

“மார்ல எவ்ளோ பெரிய மச்சம் உங்களுக்கு” என்றாள்.

“கவனிச்சுட்டியா?”

“ம்... அதே மாதிரி எனக்கு இருக்கே. நீங்க கவனிச்சீங்களா?”

“ஏய். நைட் கவனிச்சுடுவோம்!”

“அஸ்க்கு புஸ்க்கு... இதோடு அடுத்த வியாழக்கிழமதான்”

“ஏன்?... ஏன்?” நாற்பத்தெட்டு வயசில் இன்று புதிதாய் இளைஞன் ஆனவர் மாதிரி கொஞ்சினார் பவன்சுந்தர்.

“என்னால முடியாதுப்பா” என்று பதிலுக்கு சிணுங்கினாள் தீபிகா,

“யாரோ வராங்க. அப்புறம் பேசறேன்” என்று பவன்சுந்தர்

போனை வெட்டினார். தீபிகா இதைத்தான் எதிர்ப்பார்த்தாள்.

அம்மாவிடம் இல்லாமல் போன சாமர்த்தியம் இதுதான் என்று புரிந்துபோனது அவளுக்கு. இழக்கிற கற்பைக் கொஞ்சம் துணிச்சலாக இழக்க வேண்டும். அதே நேரத்தில் அதில் விபசார அர்த்தம் வந்துவிடக்கூடாது. காமம் கலந்த காதல் நாடகம்! எதை, எப்போது, எப்படிப் பயன்படுத்த வேண்டும் என்று தீபிகாவுக்குப் புரிந்தது. அம்மா, அப்பா ஆதரவற்ற ஒரு பெண், ஆண்களும் அபிலாசைகளும் நிறைந்த இந்தச் சூழலில் தன்னை இழப்பதையாவது தன் விருப்பப்படி இழக்க வேண்டும் என்பதில் உறுதியாக இருந்தாள்.

மீண்டும் யாரோ கதவைத் தட்டினார்கள். திறந்தாள். "அம்மா ஷாட் ரெடி."

டைரக்டர் காட்சியை விளக்கினார். "நல்லா கேட்டுக்க 'அதோ உசந்து நிக்குதே அந்த மலைபோல மனசு உங்களுக்கு. அந்த மலை மேல ஒட்டி நிக்கிற ஒத்த பனமரம்போல நான் இருக்கேன்'.... இதாம்மா உன் டயலாக்!"

ஒருமுறை மனசுக்குள் சொல்லிப் பார்த்துக்கொண்டு சொன்னாள்.

பவன்சுந்தர் பக்கம் திரும்பி, "சார் உங்களுக்கு... 'மலை எம்புட்டு உசரம் இருந்து என்ன புள்ள...? அதுக்கு மேல நின்னு உசந்து நிக்கறது அந்தப் பனை மரம்தாம்புள்ள' அவ்வளவுதான் சார்."

பவன்சுந்தர் வசன காகிதத்தை வாங்கி ஒரு பார்வை பார்த்துவிட்டு, "மானிட்டர்" என்றார்.

கிராமிய டைரக்டர் என்று பேர் வாங்கியிருந்த காரணத்தால் வார்த்தை ஏற்ற இறக்கங்களை உணர்ச்சியோடு நடித்துக்காட்டினார். அவரைப் பார்க்கப் பார்க்க ஒருவித அசட்டுத் துணிச்சல் பெருகிக்கொண்டே போனது தீபிகாவுக்குள்.

ஒரே டேக்! டைரக்டர் பாராட்டத் தவறியதைக் கண்டு பவன்சுந்தர் ஏகத்துக்கும் பாராட்டினார். "அசத்திட்டே" என்றார்.

பரணிகுமார் இந்த அத்துமீறல் பாராட்டு மூலம் எரிச்சல் அடைந்தாலும், "வேலுச்சாமி...." என்று கத்தியபடியே உதவி இயக்குநரிடம் அடுத்தக் காட்சி பற்றி விவரித்துவிட்டு காமிராமேனை அணுகினார்.

'என்ன?' என்று தீபிகாவை பார்வையாலேயே வினவினார் பவன்சுந்தர்.

"என்னால் முடியாது" செல்லம் கொப்பளித்தது தீபிகாவின் குரலில்.

"ஏன்?"

"திராணி வர்றதுக்கு நாலு நாள் ஆகும்."

பவன்சுந்தர் பெருமிதப்பட்டுப் போனார். அவருள் கிராபிக்ஸ் சிறுத்தைகள் உறுமின. படத்துக்காகவைத்த ஒட்டு மீசையைத் தடவிக்கொண்டார். அதற்குள் அவருடைய ரசிகர்கள் அவரைச் சூழ்ந்து போட்டோ எடுத்துக்கொள்ளத் தயாராயினர். சிலர் இப்போதே தொண்டர்கள்போல் வேடம் அணிந்து வந்திருந்தனர்.

"அண்ணே... இது நம்ம வடக்காப்பட்டி சிங்காரம்... செயலாளர்" என்று பவன்சுந்தரிடம் ஒவ்வொருவராய் அறிமுகப்படுத்தினார் ஒருவர்.

பவன்சுந்தருக்கு குஷி தாளவில்லை. இரவு தன் உதவியாளர்களுடன் உற்சாகத்தில் மிதந்தார். ஐந்தாவது ரவுண்ட்!

"டேய் சிக்கன் இன்னொரு ப்ளேட் சொல்லுடா."

"இதோ இருக்கேண்ணே..."

"சொல்றன்ல... சொல்லுடா."

இன்டர்காமில் இன்னொரு சிக்கன் சொல்லிவிட்டு வந்தான் உதவி.

"இது எனக்கு இல்லடா அண்ணிக்கு."

"அண்ணி மெட்ராஸ்ல இல்லண்ணே இருக்காங்க?"

"டேய் தீபிகாதான்டா இனிமே அண்ணி."

"ஐயோ... என்னண்ணே சொல்றீங்க? இந்த விஷயம் அண்ணிக்குத் தெரிஞ்சா?"

"டேய். இனிமே இவதாண்டா அண்ணி. அவ கிடக்கிறா பன்னி" என்று கெக் கெக் கெக் என்று சிரித்தார் பவன்சுந்தர்.

மாயா சொன்ன கதை...

கூண்டில் அடைக்கப்பட்ட லவ் பேர்ட்ஸ் நான். சின்ன அறைக்குள் காதல் கிளி. என்னை நடிக்கவைக்க அவர் சம்மதித்தார். ஆனால், அதற்காக அவர் எதையோ எதிர்பார்த்தார். அதை என்னால் தெரிந்துகொள்ள முடியவில்லை. அப்படியே நான்கு மாதங்கள் போயின.

■

10

ராசி விஷயங்களில் நம்பிக்கை இல்லாத அக்மார்க் லோகாயதவாதிகளைக்கூட அசைத்துப்பர்த்துவிடுகிறது சினிமா உலகம். உதவி இயக்குநராக இருந்து, யாரும் அவரை வைத்துப் படம் இயக்காத காரணத்தால், தானே தயாரிப்பாளரானவர் ராகேஷ். ஏராளமான கவர்ச்சி நடிகைகளைப் போட்டு முதல் படத்தைத் தயாரித்திருந்தார் அவர். ஆனால் அந்தக் கதையால் அவர் சொல்ல ஆர்வப்பட்டதாகக் கூறியிருந்த விஷயம் வேறு. 'படிக்கிற காலத்தில் இளமையின் கோளாறுகளுக்கு ஆட்பட்டு படிப்பைக் கெடுத்துக் கொள்ளக் கூடாது' - என்பதே அது. இரண்டு, மூன்று அர்த்த வசனங்கள், ஆபாச ஆடைகள், குலுக்கல் நடனங்கள் போன்றவை இரண்டரை மணி நேரப் படத்தை ஆக்ரமித்திருந்தாலும் கடைசி இரண்டு நிமிடத்தில் 'இளமையில் கல்' என்று ஸ்கூல் வாத்தியார் ஒரு அறிவுரை சொல்லி முடிப்பதால், இளைஞர்களுக்கு மெசேஜ் சொல்லும் படம் என்று பத்திரிகைகள் சில சான்று கொடுத்திருந்தன. ராகேஷுூம் தான் மெசேஜ் படம் தந்துவிட்டதாக நம்பிக்கை அடைந்து பேட்டிகள் கொடுத்தார். பத்திரிகைக்காரரர்கள் சிலர் கேள்வி கேட்கும்போதே "இப்படி ஒரு மெசேஜ் சொல்லணும்னு உங்களுக்கு எப்படி ஐடியா வந்தது?" என்று கேட்டால் அவர்

மட்டும் என்னசெய்வார் பாவம்?

தொடர்ந்து அதே போன்ற 'மெசேஜ்' படங்கள் தயாரிக்க வேண்டிய பொறுப்புமிக்க மனிதராக இரண்டாவது படத்தையும் தயாரிக்க வேண்டிய நிர்பந்தம் ஏற்பட்டுவிட்டது ராகேஷுக்கு. கணவனுக்குத் துரோகம் செய்யும் மனைவிகள், கள்ளத்தொடர்பு கொண்டோர் எப்படி சமூக ஒழுக்கத்தைக் கெடுக்கிறார்கள் என்பது இரண்டாவது படத்தின் கரு.

பொருத்தமான நாயகி கிடைக்காமல் தவித்துக்கொண்டிருந்த அவருக்கு மல்லிகை ஸ்ரீராம் ஞாபகத்துக்கு வர, ஏதாவது புதுமுகங்கள் படங்கள் இருந்தால் கொண்டுவரச் சொல்லி வேண்டுகோள் விடுத்திருந்தார்.

அவசரத்துக்கு தீபிகாவை எடுத்த படங்களைக் கொண்டு வந்திருந்தான் ஸ்ரீராம். மேஜை முழுதும் படங்களை விரித்துப்போட்டு தீவிரமாகப் பார்த்தார் ராகேஷ். அவருடைய டேபிளில் பவன்சுந்தரும் தீபிகாவும் இணைந்து போஸ்கொடுத்த அட்டைப்படத்தைத் தாங்கிய சினிமா எக்ஸ்பிரஸ் ஒன்று கிடந்தது.

"நீதான் மேனேஜரா இந்தப் பொண்ணுக்கு?"

"சேச்சே அப்படிலாம் இல்ல" என்றான் ஸ்ரீராம்.

"என்னப்பா... நடிகைக்கு மேனேஜரா இருக்கிறது அவ்வளவு அசிங்கமா?"

"வெளியே அப்படித்தானே பேச்சா இருக்கு?"

"அது சரி... நீ கணக்கு பண்ணிட்டியா பொண்ண?"

அதிர்ந்து போனான் ஸ்ரீராம்.

"பாவம் சார் அந்தப் பொண்ணு!"

"அடுத்த வருஷம் லட்சாதிபதி ஆய்டுவா. நீதான் பாவம். இப்பவே முடிச்சுடு."

"வேணாம்பா!"

"புரியாத ஆளா இருக்கியே... வேற எதுக்கு படத்துக்குப் படம் புதுப் புது பொண்ணா தேட்றது?.... சம்பாதிக்கிறது எதுக்கு? எவ பெரிய ஸ்டாரா இருக்காளோ அவளை மசிய வைக்கறதுக்குதானே?"

"............"

"என்ன ஸ்ரீராம்... முழிக்கிறே? கிட்டத்தட்ட எல்லாருக்கும் ஒரே ரேட் இருக்கு... மவுசு கூடினா ரேட்டும் கூடிடும். ஒரு சிலருக்கு மவுசான ஆளை வீழ்த்துறதுதான் புடிக்கும். உங்க ஆர்டிஸ்ட் பெரிய ஹீரோயின் ஆனபிறகு பாத்துக்கலாம்னு வெய்ட் பண்றியா?"

"ஆளவிடுங்க சாமி" ஸ்ரீராம் பதறி எழுந்திருக்க... "சும்மா உட்காருயா... தமாஷுக்கு சொன்னேன். பொண்ணு எப்படி நல்ல அட்ஜெஸ்ட்மென்ட் டைப்பா?" என்றான் ராகேஷ்.

"தலைவா எனக்கு அதெல்லாம் தெரியாது. அந்தப் பொண்ணு டேட்ஸ் இருக்கான்னு கேட்டு சொல்றேன். நீங்களாச்சு, அந்தப் பொண்ணாச்சு."

"மிஸ்.மாயா எழுதினது நீதான்னு இண்டஸ்ட்ரில பேசிக்கிறாங்க. நீ என்னடான்னா ஒண்ணுமே தெரியாத மாதிரி பேசறியேப்பா."

ஸ்ரீராம் போனை வைத்துவிட்டான்.

பவன்சுந்தரின் சகபாடிகளால் அண்ணியாக பாவிக்கப்பட்ட தீபிகாவுக்கு இண்டஸ்ட்ரியில் 'ஒரே இரவில்' ஏற்பட்ட செல்வாக்கு அல்லது இழுக்கு சாமான்யமானதாக இல்லை. மறுநாள் ஷூட்டிங் ஸ்பாட்டில் பார்க்கும் 'இண்டஸ்ட்ரி' மனிதர்களின் பார்வையில் அந்த வித்தியாசம் பிரதிபலித்தது. அந்தப் பெரிய இடத்து சம்பந்தம் அவளை பரவசத்தில் ஆழ்த்தியது. நிறையபேர் 'மேடம்' என்றார்கள். அநாவசியமாக வந்து 'ஜூஸ் வேணுமா?' என்பதற்கும் அவர்களுக்குத் தயக்கம் இருந்தது.

உடனடியாக, இதை ஒரு 'கிசு கிசு'வாக பத்திரிகையில் பரப்புவதில் ஏக ஆர்வம் இருந்தது தீபிகாவுக்கு. ஸ்ரீராமுக்கு போன் போட்டு விஷயத்தைச் சொன்னாள்.

அப்போதுதான் ராகேஷிடம் வந்திருந்த ஸ்ரீராம் சற்றே குறுகுறுப்பும், குற்ற உணர்வுமாகத்தான் தீபிகாவின் குரலை எதிர்கொண்டான். என்னதான் விட்டுவிட்டு தொடர்பில்லாமல் கேட்ட செல்போன் பேச்சாக இருந்தாலும் ஸ்ரீராமிடம் இருந்த ரஸபேதம் அவளுக்குப் புரிந்தது.

'என்ன ஸ்ரீராம்.... பிஸியா இருக்கியா?' என்றாள்.

"இல்ல... ஒண்ணுமில்ல சொல்லு!"

"என்னமோ மறைக்கறீங்க."

"இல்ல... உங்களுக்காக ஒரு புரொட்யூஸர்கிட்ட சான்ஸ் கேட்கப் போனேன். 'அட்ஜெஸ்ட் பண்ணுமா'னு கேட்டாரு."

சிரிப்பு. "அப்புறம்?"

"ம்....?"

"பரவால்ல சொல்லு ஸ்ரீராம்?"

"நீ கணக்கு பண்ணிட்டியா?'னு கேட்டார்."

"ஓ... நீ என்ன சொன்னே?"

“சாரி... அப்படித்தான் பேசறாங்க.”

“அப்புறம் என்ன சொன்னே?”

“பெரிய பெரிய நடிகைகளை வளைக்கறதுக்குதான் பணக்காரனுங்க பணம் சேர்க்கறானுங்கனு சொன்னார். ‘அவளுக்கு இவ்வளவு கொடுத்தேன்’னு சொல்றது ஒரு ப்ரெஸ்டீஜ். அவங்க ஃபெமிலியாரிட்டி இவன் பணத்துக்கு முன்னாடி சரணாகதி அடைஞ்ச திருப்தி.”

“உனக்கு அப்படிலாம் ஆசையிருக்கா ஸ்ரீராம்?”

“நீ வேற... சினிமா எக்ஸ்பிரஸ்ல உன்னோட அட்டைப்படம் பார்த்தேன். அப்பாவும் பொண்ணுமா தெரிஞ்சுது.”

“சத்தமா சொல்லிடாதே. அவர்தான் அட்டையில் போட அரேஞ் பண்ணினாரு. மனுஷனுக்குக் கட்டிளம் காளைனு நினைப்பு.”

“பார்த்து... டைரக்டர் பரணிகுமார் உன்னைப் பத்திக் கேட்டார். நீ எந்த ஊரு... பேக்ரவுண்ட் என்னனு.”

“எதுக்கு?”

“நானும் அதான் கேட்டேன். உங்களுடைய ஷூட்டிங்ல இருக்கிற பொண்ணுகிட்ட நேராவே கேட்கலாமேன்னு சொன்னேன். ‘நேரா கேட்க முடிஞ்சா கேட்க மாட்டேனாயா?’னு சொன்னார்.”

“ஓ.கே...!”

தன்னைப் பற்றி எதற்காக விசாரித்தார் என்று தீபிகாவுக்குக் குழப்பமாக இருந்தது.

மாயா சொன்ன கதை

அடையாறில் உள்ள புகழ்பெற்ற மருத்துவமனை. த்ரி ஸ்டார் அந்தஸ்துடன் சில பணக்கார வியாதிகளுக்கான வைத்திய வசதிகளுடன் இருந்தது. இரவு பதினொரு மணிக்கு அங்கு என்னை ரூம் நம்பர் பதினெட்டில் அட்மிட் ஆகச் சொல்லியிருந்தார் எம். எஸ்.ஆர்.

அங்கு அட்மிட் ஆவதற்குக் தகுதியான வியாதி எதுவும் எனக்கு இல்லை என்றபோதும் அவர் சொன்னதற்காக அங்கு போய்க் காத்திருந்தேன். டி.வி., ஏர்கண்டிஷன், அட்டாச்சுடு பாத்ரூம், கிரானைட் தரை, குஷன் கட்டில் என்று வியாதியஸ்தர்களுக்கு சம்பந்தமில்லாமல் இருந்தது அறை.

ஏதோ ஆங்கிலச் சானலில் உடம்பில் பொட்டுத் துணியில்லாமல் ஒரு நடிகை பாத்ரூமில் குளித்துக்கொண்டிருந்தாள். வெளிநாட்டில்

எப்படித்தான் இதற்கெல்லாம் சம்மதிக்கிறார்களோ? அதே நேரத்தில் அவள் வீட்டில் திருட வந்தவன் அவள் குளிப்பதைப் பார்க்கிறான். குளியல் அறையை எதற்காகக் கண்ணாடிச் சுவரில் கட்டியிருக்கிறார்கள்?

திருட வந்தவனின் மனசை அழகு திருடிவிடுகிறது. திருடும் நோக்கத்தைத் தவிர்த்துவிட்டு குளியல் அறைக்குள் நுழைகிறான். சற்றே மிரளும் விழிகளுடன் அவனைப் பார்த்துவிட்டு, ஹேய்... ஹு ஆர் யூ? என்று கவர்ச்சியாக விசாரிக்கிறாள், எந்த பதற்றமுமில்லாமல்லாமல்.

அவர்கள் இருவரும் மேலும் நெருங்குவதற்குள் நான் வேறு சானலை மாற்ற எத்தனிக்கும்போது, "பரவால்ல, இந்தப் படமே நல்லாத்தான் இருக்கு" என்ற எம்.எஸ்.ஆரின் குரல் கேட்டது. அட இந்தாளு எப்ப வந்தாரு?

"எப்ப ஜி வந்தீங்க... ஹாஸ்பிடல் மாதிரியே இல்ல. ஏதோ ஹோட்டல் மாதிரி?"

சமீபகாலமாக அவரை ஜி என அழைக்க ஆரம்பித்திருந்தாள்.

"எல்லாம் நம்மள மாதிரி ஆளுங்களுக்குத்தான். ஹோட்டல்ல சில நேரம் ராகு காலம் பண்ணிட்றாங்க. அதுக்காகத்தான் இப்படியொரு வசதி."

"உங்களுக்கென்ன ஜி? உங்க கெஸ்ட் ஹவுஸ் இருக்கும்போது... இங்க எதுக்கு?"

"அதுக்காகத்தான் சம்மதம் கேட்டேன்."

"யார்கூட நடிக்கணும்னு ஆசை உனக்கு?"

"நடிக்கணும் அவ்வளவுதான்."

சிரித்தார். ஏதோ விஷமம் இருந்தது.

"வி.எம். சினி கம்பைன்ஸ்ல சொல்லியிருக்கேன். ஏதோ புது டைரக்டர்... கதை ரொம்ப பிரமாதம்னு சொன்னார் புரொட்யூசர். முழுப் பணமும் நான் தந்திட்றேன்னு சொல்லிட்டேன். ஃபர்ஸ்ட் காப்பி பேஸிஸ்ல எடுத்துக் கொடுத்துடுவாரு. லாபமோ, நஷ்டமோ என்னோட போய்டும்."

"ரொம்ப நன்றி ஜி."

மறுபடி சிரித்தார். "நன்றி வார்த்தையால சொன்னா போதாது." இறுக அணைத்தார். படுக்கவைத்தார். அவருடைய உடையைக் கழற்றும் சுதந்திரத்தோடு என்னுடைய உடைகளை அகற்றினார்.

சினிமாவுக்குப் போய்ட்டா உன்னை எதுக்கு வந்து பார்க்கிறேன்.

முதல் படம் ரிலீசாகட்டும். அதோடு உனக்கு குட்பை.

"சினிமாவில் ஹீரோயின் ஆன பிறகு இந்த சனியனை எதுக்கு வந்து பார்க்கணும்தானே நினைச்சே?"

"ஐய்யோ... அப்படியெல்லாம் இல்ல ஜி."

"மாயா ஒண்ணு சொல்லட்டுமா. காதல்னு சொல்றதெல்லாம் பொய் இல்லை. கல்யாணம் பண்ணிக்கிறதுக்கு பொம்பளைங்கிற தகுதி மட்டும் போதும்னா ஏதோ ஒரு நட்டுக்கு ஏதோ ஒரு போல்ட் முடுக்கிவிட்டுடலாம். எல்லா மனுஷனுக்கும் காதல்வந்து தொலைச்சுடுது. பாரு... எவ்வளவு கதை எழுதுறாங்க, எத்தனை சினிமா எடுக்கிறாங்க."

எனக்கு என்ன ரியாக்ட் பண்ணுவதென்றே தெரியவில்லை.

"இந்த வயசுக்கப்புறம் எனக்கு உன்மேல் காதல் வந்திடுச்சு. அதான் பிரச்னை. உனக்காக பார்க்கலயும், தியேட்டர்லயும், ரெஸ்ட்ரான்ட்லயும் நான் இனிமே தவிச்சுக்கிட்டு காத்திருக்க முடியுமா சொல்லு?"

"ஜி!"

"நீ எங்க இருந்தாலும் எனக்கு மட்டும்தான். எனக்கு எப்பத் தேவையோ அப்ப ஓடிவரணும். நீ எவ்வளவு பெரிய ஹீரோயின் ஆனாலும் சரி. ரெண்டு படம் ப்ளாப் ஆகி ஒரு பாட்டுக்கு டான்ஸ் ஆடறவளா ஆனாலும் சரி... மாயா எனக்கு வேணும்."

ஏதோ மனநிலை தவறியவரின் பேச்சுப்போல இருந்தது. "சரிங்க ஜி. நான் எங்கயும் போயிட மாட்டேன்" என்றேன் பவ்யமாக.

"நீ கல்யாணம் பண்ணிக்காம இருந்தா ரொம்ப சந்தோஷம். யாரையாவது கல்யாணம் பண்ணிக்கிட்டாதான் வாழ்க்கை முழுமை அடையும்னு தப்பா ஏதாவது முடிவெடுத்தாலும் பரவாயில்லை. நானே கல்யாணம் பண்ணி வைக்கிறேன். பட் என்னைப் பொருத்தவரைக்கும் நீ எனக்கு மிஸ். மாயாதான்!'

உடைகளை அணிந்துகொள்ள ஆரம்பித்தபோது, கதவு தட்டும் சப்தம் கேட்டது. பதற்றமே இல்லாமல் கம் இன் என்றார். திரும்பிப் பார்க்காமலேயே 'வெச்சுட்டுப் போங்க' என்றார்.

அவர்கள் ஒரு லேப் டாப் கம்ப்யூட்டரை திறந்துவைத்து சுவிட்சில் கனெக்ஷன் கொடுத்துவிட்டு வெளியேறினர்.

'கிட்டவா' என்று கம்ப்யூட்டருக்கு அருகே அழைத்தார். ஏதோ ஒரு படத்தை ஓடவிட்டார்.

அதில்... நானும், எம்.எஸ்.ஆரும். சற்று முன் இதே கட்டிலில் இருந்த கோலம் முழுமையாகப் படம் பிடிக்கப்பட்டிருந்தது.

அடப்பாவிகளா எங்கே கேமராவை வைத்துப் படம் பிடித்தார்கள் என்ற அவசரமாக சுவர் முழுக்கப் பார்வையால் பதறினேன்.

"நல்லாருக்கில்ல? இதுதான் நீ என்னைவிட்டு ஓடமா இருக்கறதுக்குக் கடிவாளம். இனியே யார்கூட வேணும்னாலும் நடி" என்றார்.

என் வாழக்கையின் சுவாரஸ்யமான பக்கம் ஆரம்பமாகியது. நான் எதிர்பார்த்து போலவே நடிகையானேன். எம்.எஸ்.ஆர். சொன்ன வார்த்தையைக் காப்பாற்றினார். ஆனால் எந்த விதத்திலும் படத் தயாரிப்பில் அவர் பெயர் இடம் பெறவே இல்லை. யாருடைய பெயரிலேயோ படம் தயார் ஆனது. திரையுலகில் இத்தகைய திரை மறைவு வேலைகள் நிறைய இருக்கும் என்பதை உணர்ந்து கொள்வதற்கான பிள்ளையார் சுழி!

அப்போது பிரபலமாக இருந்த நட்சத்திர நடிகர் ஒருவரை படத்தில் ஹீரோவாகப் போட்டனர். எனக்கு மகிழ்ச்சி தாளவில்லை. இன்னும் சில மாதங்களில் பத்திரிகைகளில் படங்கள் வரும், செய்திகள் பறக்கும். நினைத்து நினைத்து மிதந்தேன்..

படபூஜை ஏவி.எம். ஸ்டூடியோவில். என்னைத்தான் குத்துவிளக்கு ஏற்றச் சொன்னார்கள். பக்கத்தில் நின்றிருந்த ஹீரோ, "ஒரு குத்துவிளக்கு குத்து விளக்கு ஏத்துது" என்று கமென்ட் அடித்தார். எல்லோரும் சிரித்தார்கள்.

பட உலகைச் சேர்ந்த பல முக்கிய பிரமுகர்கள் வந்தார்கள். இத்தனை நாளும் தினசரிகளில் போட்டோக்கள் மூலமே பார்த்த மனிதர்களை நேரில் பார்ப்பதே பரவசமாக இருந்தது. அவர்களில் பலரை அம்மாவுக்கு ஏற்கெனவே பல வழிகளில் தெரிந்திருந்தாலும் கதாநாயகியின் அம்மா என்ற தகுதி மரியாதையை ஏற்படுத்தியது. அம்மாவும் உடனடியாக அந்த மரியாதையை ஏற்றுக்கொள்கிற நபராக மாறிவிட்டதுதான் ஆச்சர்யம். தயாரிப்பாளர்கள், டைரக்டர்கள், கேமிராமேன்கள் போன்ற முக்கியமானவர்கள் அம்மாவுக்கு வணக்கம் சொன்னார்கள். கூலிங்கிளாஸ், கையில் ஹேண்ட் பேக் சகிதம் அந்த வணக்கங்களை அம்மா அங்கீகரிப்பதே அழகுதான்! கூந்தலை விரித்துப்போட்டு எதற்கெடுத்தாலும் அதைக் கோதியபடியே சிரிக்கச் சொன்னாள் அம்மா. பதிலை அம்மா சொல்வாள்.

ஊட்டியில் 10-ம் தேதியில் இருந்து ஷூட்டிங் என்று புரொடக்ஷன் மேனேஜர் சொல்லிவிட்டுப் போனார். மனசு ரெடி டேக் ஆக்ஷன் என்ற கற்பனையில் பறந்து கொண்டிருந்தது.

கொஞ்சநேரத்தில் கம்பெனி பையன் டிக்கெட்கொண்டு வந்தான். எனக்கு அம்மாவுக்கு, ஒரு ஹேர் ட்ரஸ்ஸர், ஒரு டச்சப் பெண் என்ற நான்கு பேருக்கு முதல் வகுப்பு ஏ.சி., கூபே பதிவு செய்திருந்தார்கள். ஏழாம் தேதி இரவே நீலகிரி எக்ஸ்பிரஸ் புக் செய்திருந்ததுதான் புரியவில்லை.

மிகக் குஷியான ரயில் பயணம். மேட்டுப்பாளையத்தில் இருந்து கார் பயணம் எல்லா திட்டமிட்டபடி நடந்தது. ஊட்டியில் மிக சொகுசான ஹோட்டல். ஏதோ நடிகருக்குச் சொந்தமானது என்றும் பேசிக்கொண்டார்கள். பெரிய ஹாலும், பெட்ரூமும், ஒரு சிட் அவுட்டும் கொண்ட அபார்ட்மென்ட் போன்ற ரூம். ஹாலில் ஹேர் டிரஸ்ஸர். டச்சப் பெண். பெட்ரூமில் அம்மாவும் நானும்.

எங்களைத் தவிர எங்கள் பட யூனிட் சம்பந்தப்பட்டவர்கள் யாரும் அந்த ஹோட்டலுக்கு வந்ததாகத் தெரியவில்லை. வேறு ஹோட்டல்களில் தங்கியிருப்பார்களோ?

“வருவாங்க" என்றாள் அம்மா. எனக்கிருந்த பதைபதைப்பும், எதிர்பார்ப்பும் அம்மாவிடம் இல்லை. அம்மாவுடைய அலட்சியமே எனக்கு ஏதோ வில்லங்கம் இருப்பதாக உணர்த்தியது. இரவு எட்டுமணி வரை டி.வி. பார்த்தோம், சாப்பிட்டோம், படுத்தோம், தூங்கினோம். எனக்கு சினிமா எடுப்பார்களா என்ற சந்தேகம் வந்துவிட்டது. 8.10-க்கு அம்மாவின் செல்போன் சிணுங்கியது.

“வந்துட்டீங்களா? இதோ இப்ப வந்திர்றோம். என்ன நம்பர்... சரி" என்று போனை வைத்தாள்.

“கிளம்பு டீ...”

"எங்கம்மா இந்த நேரத்தில?"

"ரிகர்சல்..."

நான் சந்தேகமாக அம்மாவுடன் புறப்பட்டேன். அடுத்த மாடியில் ரூம் நம்பர் 410 முன்னால் பெல்லைத் தட்டினாள்.

“கம் இன் மாயா” என்றது உட்புறத்துக் குரல். ஹீரோ!

“சொர்ணா ஆன்ட்டி... எவ்ளோ நாளாச்சு நாம மீட் பண்ணி...? மாயாவ இவ்ளோ நாள் சேஃப்டி லாக்கர்ல மறைக்க வெச்சிருந்தியா?" என்றார்.

என்னுடைய முதல் பட ஹீரோ என்ற பரவசமும் வெட்கமும் எனக்குள் பரவிட, “வணக்கம் சார்” என்றேன்.

“ஓ காட்! நோ. ‘சார்?’! கால் மீ ஃப்ரண்ட்லி. ஓ.கே. ஆன்ட்டி நீங்க கிளம்புங்க. ம்... ரிகர்சல் முடிஞ்சதும் நானே கூட்டிக்கிட்டு வர்றேன்.” கதவைத் திறந்து நாகரிகமாகக் குனிந்து அம்மாவை

வழியனுப்பினார். நான் சுதாரித்து அம்மாவைப் பார்த்தேன். அம்மா என்னைவிட சுதாரிப்பில் வேகமாக வெளியேறினாள். மென்மையாகக் கதவைச் சாத்திவிட்டு, "யெஸ்... டெல்மீ. பிராண்டி, விஸ்கி, ஷாம்பெய்ன்?" என்றார்.

எனக்கு ரிகர்சல் அர்த்தம் புரிந்துவிட்டது. ஊடகங்களில் புதிய காம்பியர்கள்... மடங்களில் பெண் சீடர்கள்... அரசியலில் காவல் துறையில் பெண்கள் மிரட்டப்படுகிறார்கள். சிலர் பணியவைக்கப்படுகிறார்கள். மௌனமாகப் போராடும் எத்தனைப் பெண்கள்? 20 ஆயிரம் 30 ஆயிரம் சம்பளம் வாங்கும் இடங்களிலேயே எவ்வளவு பேர் வேலையைவிட்டு ஓடுகிறார்கள். மற்ற துறைகளில் அவ்வப்போது மிரட்டல்கள் வெளியே வருகின்றன. சினிமாவில்?கோடிகள் புழங்கும் இடங்களில்...? எத்தனை பேர் வெளியே சொல்லியிருக்கிறார்கள். சில நடிகைகளே தங்கள் தாய்மார்கள் பற்றி பொங்கி எழுவார்கள். நான் எழ்வில்லை. அம்மாவுக்கு என் மீது இருந்த நம்பிக்கையா. அம்மா மீது எனக்கு இருந்த நம்பிக்கையா?

■

11

‘மல்லிகை’ படத்தின் தயாரிப்பாளர் ஏழுமலை புரொடக்ஷன் மேனேஜராக இருந்து படமெடுக்க வந்தவர். சூடு பார்ட்டி. வெற்றிப் படத் தயாரிப்பாளராக இருந்து இப்போது டி.வி. சீரியல் தயாரிப்பாளராக சுருங்கிப் போன ப்ரைட் மூன் மூவிஸ் வரதாரஜனின் வலதுகரமாக இருந்தபோது அடித்த கமிஷனில் படமெடுக்கும் அளவுக்கு உயர்ந்தவர். என்றாலும் சொந்தப் பணமாக 1.5 லட்சம், ஃபைனான்ஸியர்களிடம் வாங்கிய 50 லட்சம், விநியோகஸ்தர்களிடம் முன் பணமாக வாங்கிய 40 லட்சம் எல்லாம் போட்டுத்தான் ‘மல்லிகை’-யை 60 சதவிகிதம் வரை இழுத்து வந்திருந்தார். தீபிகா இப்படி திடீரென்று வேறு படத்துக்கு ஓடிப்போனதால் வாங்கிய கடனுக்கு வட்டி ஏறிப்போய் வீட்டை விற்பதா, நில புலன்களை விற்பதா என்று குழம்பிப் போயிருந்தார். படம் ரெடியாகிக் கொண்டிருக்கிற வரை பொறுமைகாத்து சிரித்துப் பேசிய ஃபைனான்சியர்கள் இப்படி சுணக்கம் ஏற்பட்டுப்போனதால் வேறு மாதிரியான வார்த்தைகளில் பேசினார்கள்.

ஃபைனான்சியரை குளிர்விக்கும் முயற்சியாக செய்யக் கூடாத வேலையெல்லாம் செய்தார் ஏழுமலை. தீபிகாவை சம்மதிக்க

வைப்பதெல்லாம் அவ்வளவு சுலபமில்லை. பவன்சுந்தர் விவாகரத்து... தீபிகாவை மணக்கிறார்' என்றெல்லாம் வண்ணத்திரை இதழில் பிட் பிட்டாய் புட்டு வைக்கிறார்கள்.

"கொஞ்சம் பொறுத்துக்கங்க முதலாளி, 'ஏழைகளின் தெய்வம்' முடிஞ்சதும் தீபிகா நம்ம படத்தை முடிச்சு தந்துடுவா. வட்டியோட செட்டில் பண்றேன்" என்று கெஞ்சிப் பார்த்தார் ஏழுமலை.

"அவோ ஷோக் காட்றா. பவன்சுந்தரை வுட்டுட்டு அருண்காந்த்கூட ஓடுவா... அதுல்லாம் நமக்கு சரிபட்டு வராது. நீ உன் பொண்டாட்டி தாலிய வெச்சுக் குடுப்பியோ, வூட்ட வித்துக் கொடுப்பியோ... இன்னும் 10 நாள்தான் டைம்" என்று கூறிவிட்டான்.

ஏழுமலைக்கு இன்னும் விஷயத்தை மூடி வைப்பதில் பிரயோஜனமில்லை என்று தெரிந்துபோனது. பத்திரிகைகளை அழைத்து 'தீபிகா செய்த துரோகம்' என்று பரபரப்பு பேட்டி கொடுத்தார். 'நான் தூக்கு மாட்டி செத்தால் அதற்கு தீபிகாதான் பொறுப்பு' செய்தி வெளியிட்டது உங்கள் ரிப்போர்ட்டர்.

தீபிகா பண்ணிய சிணுங்கலில் பவன்சுந்தர் பஞ்சாயத்துப் பேசி, குத்து மதிப்பாய் வட்டி பாரத்தை நான் ஏற்றுக்கொள்வதாகக் கூறிவிட்டார். பவன்சுந்தரை இப்படி தன் பொருட்டு 'கமிட்' செய்ததில் தீபிகாவுக்கு அப்படி ஓர் ஆனந்தம். நடவடிக்கையில், எண்ணத்தில், பேச்சில் சகலத்திலும் தீபிகா அலட்சியம் காட்டினாள். தமிழ் சினிமா உலகில் இவ்வளவு சீக்கிரம் இப்படி மாறிப்போன நபர் தீபிகாவாகத்தான் இருக்க முடியும். அம்மாவுக்குத் தெரியாத சாகஸம் தனக்கு இவ்வளவு சீக்கிரம் கைவந்துவிட்டது அவளுக்கு மிகப் பெருமையாகவும் மகிழ்ச்சியாகவும் இருந்தது.

'ஏழைகளின் தெய்வம்' படத்தின் ஒலிநாடா வெளியீட்டு விழாவில் பவன்சுந்தரும், தீபிகாவும் அருகருகே அமர்ந்து தெம்பாகப் பேசிக் கொண்டிருந்தது, வெறும் வாயை மென்ற பத்திரிகைகளை 'கவர் ஸ்டோரி' மெல்ல வைத்தன. வழக்கம் போன்ற நடிகைகளைப் போலவே விரித்துப் போட்ட தலைமுடியை தீபிகா இப்படியும் அப்படியும் கோதிவிட்டபடி பவன்சுந்தரை தொட்டுத் தொட்டுப் பேசிக் கொண்டிருந்தது இயக்குநர் பரணிகுமாரை ரொம்பத்தான் ஒதுங்கிக்கொள்ள வைத்தது. இனி தீபிகாவை ஏறெடுத்துப் பார்த்தாலும் அது பவன்சுந்தரின் கோபத்துக்கு ஆளாக்கிவிடும் என்பதை உணர்ந்திருந்தார் அவர்.

ஜாக்கிரதையான நடிகைகள் பலரும் இப்படி வந்த புதிதிலேயே யாரோ ஒருவரின் பாதுகாப்பில் பதுங்கிக்கொள்வதும் இதனால்தானோ என்று நினைத்தாள். நிகழ்ச்சியைத் தொகுத்து

வழங்கிக்கொண்டிருந்த ஒரு டி.வி. பெண் அநியாயத்துக்குத் தமிழ் பேசினாள். "அடுத்து வருங்கால முதலமைச்சர் பவன்சுந்தர் பேசுவார்" என்றாள். வரவழைத்திருந்த ரசிகக்கூட்டம் விசிலடித்தது.

பவன்சுந்தர் மைக்கைப் பிடித்தார். "எனக்கு சோறூட்டும் தமிழக மக்களுக்கு" என்று நிறுத்தினார். விசில். "என்னை வருங்கால முதல்வர் என்றார்கள்".... விசில். 'தலைவா' என்ற உயிர் போகிற வேதனையில் ஒரு ரசிகரின் உரத்த குரல்! "ஒன்றை மட்டும் சொல்லிக்கொள்கிறேன். நான் வருங்கால முதல்வர் இல்லை. இப்போதும் முதல்வர்தான்." உய்... உய்... 'அப்படிப் போடு தலைவா!' "தமிழக மக்களின் மனதில் நான் என்றோ முதல்வராகிவிட்டவன். முதல்வர் நாற்காலி எனக்கு இரண்டாம் பட்சம்தான்."

மேடையில் தீபிகா பூரிப்பாகக் கேட்டுக்கொண்டிருந்தாள். பக்கத்தில் பரணிகுமார். சின்ன செருமலோடு, "தீபிகா..." என்றார்.

அலட்சியமாகத் திரும்பினாள்.

"உன் அப்பா ஸ்தானத்தில் இருந்து கேட்கிறேன். நீ இவனைத்தான் கட்டிக்கப் போறியா?" என்றார்.

ஆயிரக்கணக்கானோர் பார்வையாளர் வரிசையில் இருக்க... ஜெகஜோதியான விளக்கு வெளிச்சத்தில் மேடையில் ஒரு நடிகர் முழங்கிக்கொண்டிருக்க... எதற்காக இந்தக் கேள்வியைக் கேட்கிறார் இவர் என்று புயல்வேகத்தில் குழம்பினாள் தீபிகா. "ஏன் கேட்கறீங்க?" என்றாள்.

"தப்பா நினைச்சுக்காதேம்மா. நீ ரொம்ப சின்னப்பொண்ணு. இவன் அரைக் கிழவன் ஆயிட்டான். அதுக்காகச் சொன்னேன்."

"எனக்கு நாற்காலி ஆசை கிடையாது. ஆனா, நாற்காலி என்னைத் தேடி வந்தா அதில உட்கார பயப்பட மாட்டேன்" என்று முழங்கிக்கொண்டிருந்தார் பவன். அரங்கம் கைதட்டலில் நிரம்பி வழிந்தது. கேமிராக்கள் மின்னின.

"சினிமாவுல நீ ஒரு பெரிய இடத்தைப் பிடிக்கலாம்... அவசரப்பட்றாதே" என்று தீபிகாவின் காதருகே சொன்னார்.

தீபிகாவின் மனசில் திகுதிகுவென கோபமும் ஆத்திரமும் பரவியது. 'என்ன ஒரு அக்கறை. எதற்கு அடிபோடுகிறாய் நீ?' என்று தகித்தது.

"உனக்கு யாருமில்லைனு கேள்விப்பட்டேன். ரொம்ப மோசமான உலகம்மா... இது. பார்த்து நடந்துக்கோ" என்றார் பரணிகுமார்.

"அதை ஒரு மோசமான ஆள் சொல்லக் கூடாது" என்று பல்லைக் கடித்துக்கொண்டு சொன்னாள் தீபிகா. அவளுடைய முகம் வெளிப்படையாக சிவந்திருந்தது.

பரணிகுமார் சிரித்தார்.

“அப்ப என்னைப் பத்தி உனக்குத் தெரிஞ்சிருக்கு!”

“அதுவும் எங்கம்மா மூலமா.”

பரணிகுமார் தீவிரமாகப் பார்த்தார். அவர் கண்கள் சற்றே சுருங்கி அவளுடைய சிந்தனை ஓட்டதைத் தேடின.

“அம்பிகா என்னைப் பற்றி உன்கிட்ட சொன்னாளா?... சொன்னாங்களா?” என்றார் ஏக்கமும் தவிப்புமாக. அம்மாவின் பெயரை இப்படி இவர் சொல்லிக் கேட்டதில் தீபிகா படபடத்துப் போனாள். அடப்பாவி நான் யாரென்று உனக்கு தெரிந்துவிட்டதா? இன்னமும் உனக்கு அம்பிகாவை ஞாபகம் இருக்கிறதா? உன்னுடைய லிஸ்டில் என் அம்மாவுக்கு எத்தனையாவது இடம்? என்னை எப்போது தெரிந்துகொண்டாய்?

“நான் பெரிய பாவி. என்னை மன்னிச்சுடும்மா” என்றபோது பரணிகுமாரின் கண்கள் கலங்கின. கன்னமும் உதடும் துடித்தன. “உனக்கு, கூட பிறந்தவங்க யாரும் இல்லையாம்மா?” என்றார் தழுதழுக்க.

தீபிகா இதைச் சற்றும் எதிர்பார்க்கவில்லை. மாபெரும் மக்கள் திரளுக்கு முன்னர் தன்னை அறியாமல் உணர்ச்சி வசப்பட்டுக்கொண்டிருப்பதைக் கட்டுப்படுத்த முயன்றாள்.

“உன்னை முதல் முறை பார்த்ததுமே அம்பிகாவின் சாயலை தெரிஞ்சுகிட்டேன். அம்பிகா பொள்ளாச்சி பக்கத்திலதான் இருக்கிறதா கேள்விப்பட்டிருக்கேன். நீயும் அங்கிருந்து வந்ததா சொன்னாங்க. அம்பிகா இங்கிருந்து போகும்போது கர்ப்பமா இருந்தது தெரியும். நீதானா அதுனு தெரிஞ்சுக்க முடியலை” அவருடைய கண்களில் பாவ புண்ணியங்களைக் கடந்த ஒரு தேடல். தன் வாரிசுதானா இவள் என்கிற ஆணாதிக்க பாசம் தவித்தது அதில்.

விருட்டென்று கண்களில் வழிந்த நீரை அவ்வளவு பேருக்கு முன்னால் நாகரிகமாகத் துடைக்க முயன்று தவித்துக்கொண்டிருந்தாள் தீபிகா.

அரங்கத்தில் என்ன நடந்துகொண்டிருக்கிறது என்பது அவர்களுக்குத் தெரியவில்லை. “இப்போது இயக்குநர் பரணிகுமார் பேசுவார்” என்று இரண்டாவது முறையாக அறிவிக்கவும் யாரோ பரணிகுமாரை முதுகில் தட்டி, “சார்... போய்ப் பேசுங்க” என்றனர்.

அவர் சுதாரித்து எழுந்திருக்க முனைகையில் மிக மெல்லிதான தழுதழுப்பலோடு, “அப்பா” என்றாள்.

எழுந்தவர் மீண்டும் அமர்ந்தார். 'நிஜமாவா?' என்றன கண்கள். அவள் நெற்றியில் கைவைத்து ஆசிர்வதிக்க எண்ணியவர் மிகுந்த உணர்ச்சி வசப்பட்டவராக... "மைக்லயே அனௌன்ஸ் பண்றேன். நீ யாருன்னு" என்று திரும்பி மைக்கை நோக்கிப்போனார்.

கைதட்டல்... அவருக்கு அணிவிக்க பொன்னாடை. மாலைகள் என்று சூழ்ந்துகொண்டிருக்க... சட்! ஏதோ வொயர் காலில் பின்ன, மாலையோடு வந்தவர்கள் தடுமாறி அவர் மேல் சாய... மேடையில் இருந்து நேர் சாயலாக அப்படியே பொத்தென்று பார்வையாளர்கள் அமர்ந்திருந்த பகுதியில் விழுந்தார் பரணிகுமார்.

என்ன நடக்கிறது என்று சுதாரிப்பதற்குள் மண்டையில் இருந்து ரத்தம் குபுகுபுவென்று பாய, அத்தனை கேமிராக்களும் அவரை நோக்கி ஓடின.

மேடையில் இருந்தவர்களோடு தீபிகாவும் பதறி எழுந்து ஓடிவந்தாள். பரணிகுமார் தலையைச் சுற்றி இரண்டடி சுற்றுக்கு ரத்தம் பரவிக்கிடந்தது.

'பிடிப்பா, தூக்கு, ஆம்புலன்ஸ் சொல்லுப்பா..." செல்போன் வைத்திருந்த எல்லோருமே ஆம்புலன்ஸுக்கு போன் பண்ணிக்கொண்டிருந்தார்கள்.

மாயா சொன்ன கதை...

காதலை நடிப்பில் மட்டுமே உணர வேண்டிய கட்டாயத்துக்கு ஆளாகிப் போன எனக்கு ஒரு ரசிகனின் காதல் விண்ணப்பம் சற்றே பரவசத்தை ஏற்படுத்தியது. இனக் கவர்ச்சி, காதல், காமம் என்ற ஏணிப்படி என் வாழ்க்கையில் இறங்கு வரிசையில் நிகழ்ந்த முரண்பாட்டைக்கூட நான் காதல் பரவசமாக நினைத்திருக்கக் கூடும்.

அம்மாவுக்குப் பதற்றமாகிவிட்டது. என் கையில் இருந்த செயினை வெடுக்கெனப் பிடுங்கி வீசி எறிய நினைத்து, அது தங்கத்தால் ஆனது என்பதை சுதாரித்து, "யார் இவன், லூஸுப் பயல்?" என்றாள்.

இத்தனைக்கும் மருதன் என் செல்போன் லைனில் என் பதிலுக்காகக் காத்திருந்தான். அம்மா பேசியது அவனுக்கு நிச்சயம் கேட்டிருக்கும்.

நான் செல்போனை எடுத்து, "வெரி நைஸ்" என்றேன்.

"நல்லாருக்கு. உங்கம்மா மருமகனுக்கு வெச்சிருக்கற செல்லப்பெயர்... லூஸுப் பயல்!" என்று சிரித்தான்.

"சாரி."

“நா உங்களை ரொம்ப லவ் பண்றேன்.. அஃப்கோர்ஸ் உங்களை நேர்ல பார்த்துப் பேசணும்னுதான் சென்னைக்கே வந்தேன்.”

“சாரி மருதன். இதற்கெல்லாம் எனக்கு நேரமே இல்ல. எனி ஹவ்... உங்களை மாதிரி ஒரு ஃபேன் கிடைச்சது ரொம்ப சந்தோஷம்.”

அம்மா சட்டென்று செல்போனைப் பிடுங்கி, “அவன்கிட்ட என்ன பேச்சு” என்று போனைத் துண்டித்தாள்.

■

12

நிறைய வி.ஐ.பி.கள் அங்கு வந்துதான் உயிரைவிடுவார்கள். பிரபல மரணங்களுக்கு எனப் பெயரெடுத்த மருத்துவமனை அது. டைரக்டர் பரணிகுமார் காயம்பட்டு ஹாஸ்பிடலுக்கு வந்து சேர்ந்தது சினிமா உலகில் ஏற்படுத்தியிருந்த சலனத்தை அங்கு கண்கூடாகப் பார்க்க முடிந்திருந்தது. திரைப்பட தயாரிப்பாளர்கள் சங்கம், இயக்குநர்கள் சங்கம் போன்ற அமைப்பினர் தத்தமது சங்க நிமித்தமாக சங்கமித்திருந்தனர். அவரால் அறிமுகப்படுத்தப்பட்ட காரணத்துக்காக சிலர் வந்திருந்தனர். உறவினர்கள் அப்பட்டமான நெல்லை தமிழில் அழுதுகொண்டிருந்தனர்.

பவன்சுந்தர், ஹாஸ்பிடலையே தன்வயப்படுத்தும் நோக்கில் செயல்பட்டுக் கொண்டிருந்தார். எவ்வளவு செலவானாலும் நானே ஏற்றுக்கொள்வதாக அறிவித்து, அதை பத்திரிகையாளர் மத்தியிலும் சொல்லிப் பெருமைப்பட்டுக் கொண்டார்.

பரணிகுமாருக்கு நினைவு திரும்பவேயில்லை. டாக்டர்கள் வழக்கம்போல தீவிர சிகிச்சைப் பிரிவுக்குள் போவதும் வருவதுமாக இருந்தனர். ஏதாவது கேட்டால் 'இவ்வளவு சீரியஸான நேரத்திலும் உங்களுக்கு நின்று பொறுமையாக பதில் சொல்ல

காத்திருக்கிறேன்' டைப்பில் சிலர் பேசினார்கள். சிலர் 'சீரியஸ்னஸ் தெரியாமல் டிஸ்டர்ப் செய்யாதீர்கள்' போல பதில் சொல்லாமல் போய்க்கொண்டிருந்தார்கள்.

தீபிகா, விதி இப்படியெல்லாம் விளையாடுமா என்று பரிதாபமாகக் கலங்கினாள். போட்டோகிராபர் ஸ்ரீராம் தேற்ற நினைத்தான். 'பரணிகுமாருக்காக இவள் ஏன் அழுதுகொண்டிருக்கிறாள்' என்று அவனுக்குக் குழப்பம் இருந்திருக்க வேண்டும். அவர் படத்தில் நடித்ததால் இப்படி ஒரு சென்டிமென்டா என்று யோசித்தான். அதற்குள் ஹேர் டிரஸ்ஸர் அமுதா, டான்ஸ் மாஸ்டர் மீரா உள்ளிட்டோர் அங்கு வந்துவிடவே, தீபிகாவையும் ஓரிடத்தில் உட்கார வைத்துவிட்டு வந்தான் ஸ்ரீராம்.

பரணிகுமாரின் நிலையை ஸ்ரீராம்தான் ஒரு ஒரு கட்டமாக வந்து சொல்லிவிட்டுப்போனான். மூளையில் பலத்த அடி. எம்.ஆர்.ஐ ஸ்கேன், ஈ.சி.ஜி., ஐ.சி.யூ. போன்ற சுருக்கமான வார்த்தைகள் காதில் விழுந்தன. பிரத்யேகப் பாதுகாப்பில் இருப்பதாகச் சொன்னார்கள். அத்தகைய வசதி உள்ள மருத்துவமனை சென்னையில் சொற்பம்தான் என்று மார்தட்டினாள் நர்ஸ். அதில் ஒரு மணி நேரம் வைத்திருப்பதற்கே பல ஆயிரம் செலவு பிடிக்கும் என்றார்கள்.

எப்படியும் எழுந்துவந்து 'இவள் என் மகள்' என்று அறிவித்துவிட மாட்டாரா என்று திடீரென்று ஏக்கமாக இருந்தது தீபிகாவுக்கு. அப்படி அவர் அறிவித்துவிட்டால் இந்த நிமிடம் ஊருக்குத் திரும்பப் போய்விடலாம் என நினைத்தாள். துயரம் நெஞ்சை அடைத்தது. ஒரு வினாடியில் எல்லாமே மாறிப்போய்விட்டதே என்று நழுவிப்போன வாழ்க்கையை நினைத்துத் தேம்பினாள்.

"டைரக்டருக்கு ஒண்ணும் ஆகாதும்மா. கவலைப்படாதே" என்று தேற்றினாள் அமுதா. "இங்க இருந்து பிரயோஜனமில்லை. எல்லாரும் நாளைக்கு வந்து பாருங்க" என்று கூறிவிட்டார் டாக்டர். மூன்றாவது நாள்தான் சில முக்கியஸ்தர்களை மட்டும் அவரைப் பார்ப்பதற்கு அனுமதித்தார்கள். தீபிகாவும் அடித்துப்பிடித்து பவன் தயவில் உள்ளே போனாள். வசதியான பெரிய அறையில் கிடத்தியிருந்தார்கள். பரணிகுமாருக்கு நினைவு திரும்பவேயில்லை. என்றாவது திரும்பலாம் என்று கூறினார் டாக்டர். "இன்றைக்கே கண் விழிச்சுப் பார்க்கலாம். ஒரு வருஷமும் ஆகலாம். நினைவு திரும்பாமலேயே போகலாம். நாங்க தொடர்ந்து முயற்சி பண்ணிகிட்டுதான் இருக்கோம்" என்றார்.

"மைக்லயே அறிவிக்கிறேன்" என்று பரணிகுமார் மிகுந்த உணர்ச்சி வசப்பட்டு கூறிய வார்த்தை தீபிகாவுக்குள் ஒரு வாசனைபோல பரவியது.

பரணிகுமாரின் 'மனைவியும் மகனும், மகளும் ஒருவித சம்பிரதாயமாக, துயரத்தோடு கையைப் பிசைந்துகொண்டு நின்றிருந்தார்கள். வந்திருந்த முக்கியஸ்தர்களும் என்ன செய்வதென்று தெரியாமல் சூழ்நிலைக்குள் சிக்கிக்கொண்டு சோக நாடகம் ஆடிக்கொண்டிருந்தனர். நினைவுக் கூட்டத்தில் ஒரு நிமிட மௌன அஞ்சலிக்கு முற்றுப்புள்ளி வைக்க யாரோ ஒருவர் செருமுவதுபோல 'நாங்க வர்றோம்மா' என்பதை ஆழ்ந்த மௌனத்தோடு வெளிப்படுத்திவிட்டு வெளியேற முற்பட்டார் தயாரிப்பாளர் சங்கத் தலைவர். அதற்காகவே காத்திருந்தது போல தலையைத் தொங்கப்போட்டுக்கொண்டு வெளியேறினர் மற்றவர்களும்.

தீபிகாவுக்கு என்ன செய்வதென்று தெரியவில்லை. தன் வாழ்வின் ஒரே ஆதாரமான மனிதர் சலனங்களற்றுக் கிடப்பதை சோகத்தோடு பார்த்துக்கொண்டிருந்தாள். பவன் மெல்லத் திரும்பி தீபிகாவின் சம்மதத்துக்காகக் காத்திருந்தார். "இதோ வந்திர்றேன்" என்றாள் தீபிகா. விட்டால் போதும்போல வெளியேறினார் அவர்.

தீபிகா மனதார அழுவதற்கு சந்தர்ப்பம் கிடைத்ததுபோல் 'திடுக்' கென்று விசும்பினாள். கைக்குட்டைக்கு கட்டுப்படாத அழுகை. தோளில் ஒரு கை ஆறுதலாக விழுந்தது. பரணிகுமாரின் மனைவி.

"உன் கஷ்டம் புரியுதும்மா. ஆனா... எந்த உறவும் சொல்லிகிட்டு இனிமே நீ இங்க வந்துடாதே. அத உனக்கும் நல்லதில்லே, அவருக்கும் நல்லதில்ல."

கண்ணீரை மறந்த கண்களோடு அகலத் திறந்து பார்த்தாள்.

'என்கிட்ட இதைப் பற்றி பேசியிருக்கிறார்' என்றது அவளுடைய பார்வை. சட்டென மலர்ந்தது தீபிகாவின் மனது. 'அது போதும்' என்ற புன்னகை!

"இனிமே நா வரமாட்டேன்மா" என்று அவள் கையைப்பிடித்து அழுத்தமாகச் சொன்னாள்.

தன்னால் முடிந்த அளவுக்குத் திருந்திவிட்ட அந்த நிசப்த மனிதனின் பிரக்ஞை அற்ற முகத்தை ஒரு தரம் பார்த்துவிட்டு வேகமாக அறையைவிட்டு வெளியேறினாள். தீபிகா.

மாயா சொன்ன கதை...

நான் மௌனமாக டி.வி-யைப் பார்த்துக்கொண்டிருந்தேன். வேலைக்காரப் பெண், "நைட் என்ன செய்யட்டும்?" என்றாள். பதில் சொல்லாமல் இறுக்கமாக இருந்தேன். அம்மா அவளுக்கு ஏதோ ஆலோசனை வழங்கிவிட்டு, என்னை உரசாத குறையாக

அருகில் வந்து அமர்ந்தாள். நான் சற்று நகர்ந்து உட்கார்ந்தால்கூட அவளுக்காக 'ரியாக்ட்' பண்ணினதாக ஆகும் என்று சட்டை செய்யாமல் டி.வி. பார்த்துக்கொண்டிருந்தேன்.

அம்மா என் தலையை வருடி. "நீ இன்னும் நிறைய பண்ண வேண்டியிருக்கு... ரொம்ப சாதிக்க வேண்டியிருக்கு" என்று புத்திமதியை ஆரம்பித்தாள்.

"நிறைய பண்ண வேண்டியிருக்குன்னா இன்னும் எத்தனை பேரை?"

"அந்த மாதிரி சொல்லாதம்மா. இனிமே அதெல்லாம் வேண்டாம். நடிச்சா மட்டும்போதும்."

"நடிப்பும் அதுவும் தனித்தனி இல்லை. இது இருந்தாத்தான், அது, அதுக்கு ஓ.கே.ன்னாதான் இது... எதுவும் தனித்தனியாக இல்லம்மா இங்க."

அம்மாவுக்கு இதெல்லாம் புரியாதது இல்லை.

"இன்னும் ரெண்டு நூறு நாள் படம் வந்துட்டா உன்னை யாரும் தொல்லை பண்ணமாட்டாங்க. நீயா விரும்பினாத்தான் எதுவுமே நடக்கும்."

நான் விரக்தியாகச் சிரித்தேன். "இன்னும் ஒரு வருஷம்?" என்றாள்.

"காதலையே ஒரு பாதுகாப்புக் கவசமாகப் பயன்படுத்திக் கிறாங்களேம்மா சில நடிகைங்க. டான்ஸ் மாஸ்டரை லவ் பண்ணினாங்களே, அந்த நடிகைக்கு அதுக்கப்புறம் இந்த மாதிரி தொல்லை இருந்ததா?... அது டான்ஸ் மாஸ்டர் ஆளுனு எல்லாரும் விட்டுடல? முதல் படத்தில லவ் பண்ண ஆரம்பிச்சு 100-வது படம் வரைக்கும் லவ் பண்ணிக்கிட்டே இருந்தாங்களே அந்த நடிகை... யாராவது விருப்பம் இல்லாம கைவைக்க முடிந்ததா? நான் மட்டும் லவ் பண்ணாத் தப்பா?"

அம்மா சாதுர்யமான பதிலைச் சொன்னாள். "நீ சொல்ற எல்லாருமே சினிமாலயே ஒருத்தர லவ் பண்ணினாங்க. படம் எடுக்கறவங்களுக்கு நீ பாதியில கல்யாணம் பண்ணிக்கிட்டு ஓடிட மாட்டேனு ஒரு தைரியம் இருக்கும். 'கல்யாணத்துக்கு அப்புறம் நடிக்க மாட்டேன்'னு அறிவிச்சாலும் சரி, கல்யாணத்துக்கு அப்புறம் நடிப்பேன்னு அறிவிச்சாலும் சரி, அது நடுவுல படத்தைப் பார்க்கிற மாதிரி இருக்காது. ஏன்னா ஒருத்தர் இண்டஸ்ட்ரில இருந்தாகணும். நீ ஏதோ பாரீஸ் பையனை லவ் பண்றேனு தெரிஞ்சா அப்புறம் எந்தப் புரொட்யூஸரும் வரமாட்டான்."

■

பாகம் 2
பொருட்பால்

காதல் வந்தால் சொல்லி அனுப்பு

'குரங்கிலிருந்து மனிதன் பரிணாமம்
அடைந்ததற்கு செல்லுக்குள் எத்தனை
போராட்டங்கள் நிகழ்ந்திருக்குமோ....
அதைவிட அதிகப் போராட்டமானது
ஒரு உதவி இயக்குநர் ஒரு படத்தின்
இயக்குநராகப் பதவி உயர்வு பெறுவது.'

மகேஷ் அவனுடைய டைரியின் முதல் பக்கத்தில் இப்படி எழுதி வைத்திருந்தான். டைரக்டர் வி.ஏ.பிரபாகரிடம் 16 படங்கள் வரை உதவி இயக்குநராகப் பணியாற்றிவிட்டு, தனியாகப் படம் பண்ணும் நோக்கத்தில் வெளியே வந்தான். ஒரு தயாரிப்பாளரைப் பிடித்துக் கதை சொல்லி ஓகே வாங்கி, ஆபீஸ் ரூம் எல்லாம் போட்ட பிறகு எல்லாம் தலைகீழாக மாறிவிட்டது. தயாரிப்பாளரின் சொந்த ஊர், ஈரோடு பக்கம். ஊருக்குப் போய் மொத்தமாக ஒரு சி எடுத்து வருகிறேன். ஒரே கட்டத்தில் படத்தை முடிக்கலாம் என்று சொல்லிவிட்டுப் போனவர்தான்.

பிறகு அவரைப் பார்த்தது பேப்பரில்தான். பட்டப் பகலில் நட்ட நடுரோட்டில் தயாரிப்பாளரை வெட்டிக் கொன்றுவிட்டார்கள். ஏதோ கட்டப்பஞ்சாயத்து விவகாரம். அதன் பிறகு, மகேஷ் அந்த ஆபீஸ் பக்கமே போகவில்லை. முதல் படத்திலேயே முதலாளியை காவு வாங்கியவன் என்று முத்திரைக் குத்திவிடப் போகிறார்கள் என சர்வ ஜாக்கிரதையாக இருந்தான். அவரிடம் கதை சொன்னதையோ, ஆபிஸ் போட்டதையோ படாதபாடுபட்டு மறைக்க வேண்டியதாகிவிட்டது. டைரக்டரும் ஆக முடியாமல் அஸிஸ்டென்ட் டைரக்டராகவும் தொடர முடியாமல் ஈகோ போராட்டம். 1999-ல் இருந்து 2002 வரை வெளியான பட்ஜெட் படங்களை ஒரு லிஸ்ட் போட்டால் அதில் 90 சதவிகிதம் படங்களின் டிஸ்கஷனில் மகேஷின் பங்கு இருக்கும்.

மிஸ்அண்டர்ஸ்டாண்டிங்கில் பிரிந்து போன காதலர்கள் மீண்டும் ஒருவரை ஒருவர் புரிந்துகொண்டு ஒன்று சேருவதற்கு சீன் பிடிப்பது, காதலர்களுக்குள் மிஸ் அண்டர்ஸ்டாண்டிங் ஏற்படவைப்பது, தாய்ப் பாசத்தை உணரவைப்பது, சகோதரியின் தியாகத்தை அறிந்து சகோதரன் பூரிப்பது என்று கதையை வலுப்படுத்த மகேஷ் அழைக்கப்படுவான். மகேஷ் என்ன சீன் சொன்னாலும் நச் என்று உட்காரும்.

இரண்டு படங்களில் உதவி இயக்குநராக வேலை பார்த்தவன் எல்லாம் டைரக்டராகி ஒரு படம் செய்துவிடுகிறான். 16 படங்களில் வேலை பார்த்துவிட்டு, இப்படி கதை ரிப்பேர் செய்யும் வேலையில் காலத்தை ஓட்டுவது மகேஷுக்கு மாபெரும் தர்ம சங்கடம். மாபெரும் கௌரவக் குறைச்சல். மாபெரும் இழுக்கு... இத்தனை ஆண்டு போராட்டம் கனவாகவே போய்விடுமா என பயந்தான். ஒரு நாளுக்கு ஒரே ஒரு மசால் வடையும் டீயும் குடித்து காலத்தை ஓட்டியிருக்கிறான். உடுக்க, உண்ண, உறங்க என்ற எந்த அடிப்படையும் இல்லாமல் ஆயிரக் கணக்கான நாட்களை ஓட்டி, திரும்ப சொந்த ஊருக்கே ஓட வேண்டியிருக்குமா என்கிற திகில் உலைபோல எரிந்துகொண்டே இருந்தது.

சொல்லப்போனால் எல்லா உதவி இயக்குநர்களுமே சினிமா ஃபாக்ட்ரியின் உதிரித் தொழிலாளர்கள் போலவே பணியாற்றினர். இவர்கள் நான்கு பேராக ஐந்து பேராக ரூம் எடுத்து தங்கியிருக்கிறார்கள். எப்படி சாப்பிடுகிறார்கள் என்பதுபற்றி கோடி கோடியாக பிசினஸ் செய்யும் சினிமா இன்டஸ்ட்ரிக்கு கவலை இல்லை. எறும்பு எப்படி சாப்பிடுகிறது, மண்புழு எங்கே உறங்குகிறது என்று யாராவது கவலைப்படுவார்களா? ஒரு லட்சம் முட்டைகளில் இருந்து ஒரு ராணி தேனி உருவாவது போலத்தான் எத்தனையோ ஆயிரம் உதவி இயக்குநர்களில் இருந்து ஒரு இயக்குநர்

உருவாகிறான். 40 மில்லியன் விந்தணுவில் இருந்து ஒரு விந்தணு கரு முட்டையில் சேர்வது போல என்பான் மகேஷ்.

சினிமா கம்பெனி, ஆபிஸ் போட்டுவிட்டால் பிரச்னை இல்லை. ஷூட்டிங் ஸ்பாட்டில், டிஸ்கஷன் அறைகளில் அரை வயிராவது நிறைந்துவிடும். வாடகை கொடுப்பதில்தான் எப்போதும் தடுமாற்றம் இருக்கும். மகேஷ் இந்த மாத வாடகை கொடுத்தது டிக்காலங்கடி வேலை. புதுசா ஒருவன் திருத்துறைப்பூண்டியில இருந்து புறப்பட்டு வந்து பாரதிராஜாவாக மாறியே தீருவது என்று அங்கே இங்கே சான்ஸ் கேட்டு அலைந்து மகேஷை வந்தடைந்தான். அறைவாசியாகச் சேர்ந்துக்கொள்ள அவனை எங்காவது ஓரிடத்தில் உதவி இயக்குநராகத் தள்ளிவிட வேண்டிய கட்டாயம் ஏற்பட்டது. அப்போதுதானே இந்த மாத வாடகையை அவன் தலையில் கட்ட முடியும்?

மற்றபடி தமிழ் சினிமா ஃபார்முலா அத்தனையும் அவனுக்கு சுவாசம் போல இயல்பான விஷயம். நாளைக்கே ரஜினிகாந்த் கூப்பிட்டு அவருக்கேற்ற மாதிரி ஒரு கதை கேட்டால் இப்போயிருக்கிற அவருடைய மனநிலை, அரசியல் சூழல், ட்ரெண்ட் எல்லாவற்றுக்கும் பொருந்துகிற மாதிரி ஒரு கதை சொல்ல முடியும்.

அடங்காப்பிடாரி மனைவி, சொந்தமாக முடிவெடுக்கிறேன் பேர் வழி என்று பிசினஸில் ஏடாகூடமாக பார்டனர்களை சேர்க்கிறாள். பார்ட்னரில் ஒருவன் கள்ளக் கடத்தல் பேர்வழி... சில பல காரணங்களால் பொறியில் சிக்கிய எலியாகத் தவிக்கிறாள். ஆனால், இதையெல்லாம் விட்டுவிலகி சாதாரண கார் மெக்கானிக்காக வாழ்ந்து வருகிறான் கணவன் மாணிக்கம். 'இருக்கிறத இல்லாதவனுக்குக் கொடு; ஆனா இல்லாதவனா இருக்காதே' என்பதுதான் அவருடைய பன்ச் டயலாக். மனைவியின் ஏதேச்சதிகாரம் பிடிக்காமல் தனித்து வாழும் அவர் ஒரு பாடல் காட்சியில் உழைத்து முன்னேறி கோடீஸ்வரனாகி ஏலத்துக்கு வரும் மனைவியின் சொத்துக்களை வாங்குகிறார். பார்ட்னரின் தில்லுமுல்லுகளை கண்டறிந்து அவனை வெளுத்துக்கட்டுகிறார். நாடே அவரைப் பார்த்துப் பெருமைப்படுகிறது. மனைவியையும் இக்கட்டில் இருந்து மீட்டு, 'அரசியல் எனக்கு வேண்டாம்' என்று முடிவெடுக்கிறார். 'நாட்ல அரசியல் இருக்கலாம். ஆனால் வீட்ல அரசியல் இருக்கக் கூடாது' என்று முடிவு சொல்கிறார்.

படத்தின்பெயர் 'மாணிக்கம்' இதற்காக 'ஸ்பீட்' படத்தில் இருந்து சில சேஸிங் சீனையும் வித்தியாசமாகப் படத்தில் இணைந்திருந்தான் மகேஷ். ரஜினியை அணுகுவது அத்தனை சுலபமில்லை என்பதால்

அந்தக் கதையை சற்று மாற்றி பவன்சுந்தருக்கு என்று ட்ரை பண்ணிக்கொண்டிருந்தான்.

வி.சேகர் பாணி 'புருஷன் பொண்டாட்டி' உரசல் கதையும் அவனிடம் இருந்தது. வேலைக்குப் போகாமல் வெற்றுச் சவடால் விட்டுக் கொண்டிருக்கும் கணவனை, வழிக்குக் கொண்டுவரும் மனைவியின் கதை இது.

பாக்யராஜ் டைப்பில் சபல புத்தியுள்ள அப்பாவி கணவன் கதையும், மணிரத்னம் பாணியில் ஒரு தீவிரவாதியின் கதையும், மணிவண்ணன், சத்யராஜ் ஸ்டைலில் ஒரு அரசியல் நையாண்டி கதையும், காதலித்த இருவர் அட்ரஸ் தொலைந்து போனதால் சந்திக்கவே முடியாமல் தவிக்கிற காதல் கதையும், எல்லா ஹீரோக்களுக்கும் பொருந்துகிற மாதிரி ஒரு ஹானஸ்ட் அஸிஸ்டென்ட் கமிஷனர் கதையும் மகேஷிடம் இருந்தன.

மகேஷின் ஸ்பெஷாலிட்டி சீன் பிடிப்பதுதான். 75 ஆண்டு தமிழ் சினிமாவில் எண்ணி பத்தே டைப் கதைகள்தான் வந்திருக்கின்றன என்பது மகேஷின் உறுதியான முடிவு. காட்சிகள் புதுசாக இருக்க வேண்டும். இதற்காக அர்மீனியப் படவிழா, அமேசான் படவிழா, ஜப்பான் படவிழா, ஹங்கேரிய படவிழா, துருக்கி படவிழா ஆகியவற்றை ஒன்றுவிடாமல் பார்ப்பான் மகேஷ். அதில் இருக்கும் வித்தியாசமான அனுபவங்களைத் தமிழ்ப்படுத்துவதுதான் மகேஷின் திறமை. ஆர்மீனிய படங்களைப் பார்த்து இவன் புரிந்துகொள்வதுதான் கதை. அவன் ரசித்த அல்லது அவன் புரிந்துகொள்கிற கதைகள் தமிழுக்குப் பொருத்தமாக இருக்கும். சித்தியின் மீது பாசமாக இருக்கும் ஒரு ஈரானிய கதை, அண்ணியின் மீது பாசமாக இருக்கும் கொழுந்தனின் கதையாகப் புரிந்துக்கொள்ளக்கூடும். தமிழ் சினிமா சூழலுக்கு அது பொருத்தமாகவும் இருக்கும். தினசரிகளில் வரும் ஒரு செய்தி கூட அவனுக்கு ஒரு சினிமா 'அவுட்லைன்' ஆகத் தெரியும் அளவுக்கு அவன் சினிமா மனிதன் ஆகிவிட்டான்.

"அம்பது ரூபா இருந்தா படம் பண்ணிடலாம்" என்பது அவனுடைய குறைந்தபட்ச தீர்மானம். மகேஷ் சொல்லும் அம்பது ரூபா... அம்பது லட்சம். ஷங்கர், மணிரத்னம் எல்லாம் பெரிய அம்பது ரூபாயே பத்தாமல் இருக்க மகேஷ் இப்படி ஒரு பட்ஜெட் சொல்லிக்கொண்டிருந்தான்.

"எப்படிடா முடியும்?" என்று கேட்டுவிட்டால் சுவாரஸ்யமாகக் கணக்கு போட்டுக் காட்டுவான்.

"விக்னேஷ்தான் ஹீரோ... ரெண்டு ரூபாதான் அட்வான்ஸ் (இது இருபதாயிரம்), ஒரு நியூ ஃபேஸ் ஹீரோயின், ஒரு பைசா

சம்பளம் கிடையாது. ராஜா சார புடுச்சு அமுக்கி கேசட் ரைட்ஸ் கொடுத்திரலாம். ஊட்டி லொகேஷன் மேனேஜரை புடிச்சி பார்ட்னர் ஆக்கிப்பேன். ஷூட்டிங் ஸ்பாட் காசு மிச்சம். பாதி படம் முடிஞ்சதும் ஃபைனான்ஸ் வாங்கறோம். 40 நாள் ஷூட்டிங், 50 ரோல் ஃபிலிம் படம் மூணு வாரம் ஓடினா போதும்... படம் சரியான லாபம், அப்புறம் இருக்கவே இருக்கு சாட்டிலைட் ரைட்ஸ்...”

மகேஷ் சொல்லும் கணக்கு ஏவி.எம்.சரவணனுக்கோ, நாகிரெட்டிக்கோ தெரிந்தால் வாரத்துக்கு இரண்டு படம் எடுத்து ரிலீஸ் செய்யலாம். 14 வருஷமாக முயற்சி செய்துகொண்டிருக்கிறான் மகேஷ். ஆறு வருஷமாக இதோ இன்று சந்தித்துவிடுவோம் நம் புரொட்யூசரை என்றுதான் கிளம்புவான். எத்தனையோ இயக்குநர்களிடம் வேலை பார்த்தாயிற்று. எத்தனையோ ‘ரூம் மேட்’ மாறியாயிற்று. எத்தனையோ நடந்துவிட்டான்.

ஹீரோக்களிடம் போனால் ‘நல்ல புரொட்யூசர் புடிச்சுடுங்க... படம் பண்ணிடுவோம்’ என்றார்கள். புரொட்யூஸரிடம் போனால் ‘ஹீரோ புடிச்சிடுங்க... எப்ப வேணாலும் புராஜெக்ட் ஸ்டார்ட் பண்ணிடலாம்’ என்றார்கள். இரண்டு புறமும் சப்போர்ட் இல்லாமல் இது நடக்கப்போவதில்லை. ‘நான் ஒரு டைரக்டரை அனுப்பறேன். நல்ல கதை கேட்டுப்பாருங்க’ என்று ஆர்.பி.சௌத்ரி சொல்லி அனுப்பினால் அஞ்சு நிமிடத்தில் சரத்குமாரைப் பிடித்து கதை சொல்லி அட்வான்ஸ் வாங்கிடலாம். அல்லது சரத்குமாராவது கதையைக் கேட்டுவிட்டு ஆர்.பி.சௌத்திரிக்கு சிபாரிசுசெய்ய வேண்டும். எறும்பு ஊறினால் கல் தேயும். அஸிஸ்டெண்ட் டைரக்டர் ஊறினால் நடிகர்கள் தேய்வார்களா தெரியவில்லை.

“மணிரத்னம் கூட ஃப்ர்ஸ்ட்டு படம் கிடைக்காம கன்னடத்தில் ஒரு படம் எடுத்தாரு. ஏன்... பாலுமகேந்திரா?”

“அவ்ளோ ஏன்டா... கமல், ரஜினி, ஸ்ரீதேவி, கவுண்டமணி எல்லாரும் இருந்த ‘பதினாறு வயதினிலே’ ரிலீஸ் ஆவறது கஷ்டம்னுதானே முதல்ல பேசினாங்க..?”

“தமிழ் சினிமாலே சாதனை படம்லாம் வருமா, வராதான்னு அந்தப் படம் தான்டா! ஏன் ‘உதிரிப்பூக்கள்’... ‘முள்ளும் மலரும்?”

“கமல் சாரே சான்ஸ் இல்லாம போய் சொந்தமா ‘உணர்ச்சிகள்’ னு ஒரு படத்தை எடுக்க ஆரம்பிச்சு நொந்து நூலா போய்தானே வந்தாரு?”

உதவி இயக்குநர்களுக்கு காஃப்மேயர் இல்லாமலேயே நம்பிக்கைதரும் இத்தகைய சம்பவங்கள் அனைத்தும் மகேஷுக்கு

தலைகீழ் பாடம். தமிழ் சினிமா உலகில் முன்னணிக்குவந்த யார் பெயரைச் சொன்னாலும் அவர்கள் வாழ்வில் இருந்து ஒரு தன்னம்பிக்கை கதை சொல்ல அவனால் முடியும். எம்.ஜி.ஆர். 35 வயசுக்கப்புறம்தான் ஹீரோ ஆனார். ரஜினி கண்டக்டரா இருந்து கஷ்டப்பட்டு சூப்பர் ஸ்டார் ஆனாரு. சிவாஜி நாடகத்தில நடிச்சு, 'பராசக்தி'ல நடிக்க வந்தபோது முகவெட்டு சரியில்லைனு நிராகரிக்கப்பட்டவர். அஞ்சு நேஷனல் அவார்ட் வாங்கின சிவசக்தி பாண்டியன் செக்யூரிட்டியா வேலை பார்த்தவர். பாலசந்தர் ஏ.ஜி.எஸ். ஆபிஸ் வேலையை விட்டுவிட்டு சினிமாவுக்கு வந்தா சமாளிக்க முடியுமானு பயந்தவர். கஸ்தூரிராஜா இருக்கிற கடனுக்கு சொத்துக்களையெல்லாடும் வித்துட்டு சொந்த ஊருக்கு ரயிலேறலாம்னு இருந்தவர். தனுஷ் வந்து காப்பாத்திட்டார்.

நாசர்... வெறும் ரெண்டு ரூபா எடுத்துக்கிட்டு சினிமா சான்ஸ் தேடி சென்னைக்கு வந்தவர். ஷங்கர், காமெடி ஆர்டிஸ்ட் ஆகணுன்னு கனவு கண்டு முடியாமல் போய் 'ஜென்டில்மேன்' கதையை நூறுபேர் கிட்ட சொல்லி படவாய்ப்பு கிடைக்காம இருந்தவர்.

மகேஷுக்கு ஜெயித்த அத்தனை பேரின் சோகக் கதைகளும் தெரியும்.

வழக்கம் போல அதே தன்னம்பிக்கையுடன் கிளம்பி தம் அறைக்குக் கீழே இருகும் எஸ்.டி.டி. பூத் கம் வெற்றிலை பாக்குக் கடையில் ஒரு சிகரெட் வாங்கிக் கொளுத்திக்கொண்டு எஸ்.டி.டி. பூத் ஓனர் மாரிமுத்துவுக்கு ஒரு சல்யூட் வைத்தான்.

பதிலுக்கு சல்யூட் வைத்த மாரிமுத்து, "ஏ...ப்பா... உனக்கு ஒரு ஃபோன் வந்தது. புரொடக்ஷன் மேனேஜர் முருகவேல் பண்ணார். பவன்சுந்தருக்கு ஏத்த மாதிரி ஏதோ கதையிருக்குனு சொன்னியே போய் சொல்லேம்பா, பத்து மணிக்கு வர்ச் சொன்னாரு..."

"என்னன்னே இவ்ளோ சாதாரணமா சொல்றியே...?"

கடையின் வால் கிளாக்கைப் பார்த்தான் 9.37.

சூளைமேடு இடுக்குத் தெருக்களிலிருந்து வெளிப்பட்டு லயோலா கல்லூரி அருகேவந்து சேர்ந்தான் மகேஷ். பாக்கெட்டில் பைசா இருக்கிறதா என்பது பற்றியெல்லாம் யோசிக்காமல் எங்கு வேண்டுமானால் பிரயாணிக்கிற துணிச்சல் மகேஷிடம் இருந்தது. அவன் செல்ல வேண்டிய திசையில் வருகிற ஸ்கூட்டர், கார் எல்லாமே அவனுக்கான வாகனங்கள்தான். வாகனங்கள் முன்னால் தம்ஸ் அப் காட்டி சற்றே குனிந்து, 'யுவர்மெஜிஸ்ட்டி' டைப்பில் நிற்பான். பல வாகனங்கள் இவனது மரியாதைக்குக் கட்டுப்பட்டன. "நான் வடபழனி போகணும் சார். நீங்க போற வழியல எங்க

ஷார்ட்டா இருக்கோ இறங்கிக்கிறேன்” என்பான். எங்கே இறங்கினாலும் அங்கே இருந்து இன்னொரு லிஃப்ட். சென்னைக்கு வந்து இதுவரை பஸ்ஸில் ஏறி பயணம் செய்ததில்லை என்பதை ஒரு பெருமையாகவே சொல்வான். மற்றவர்கள் போல குடும்பம், குழந்தை, குட்டி, டிபன் பாக்ஸ், 9.30-க்கு அட்டன்டென்ட்ஸில் கையெழுத்து போன்ற நிரந்திர உபத்திரவங்கள் இல்லாததால் தேவைக்கேற்ப கிளம்பி லிஃப்ட் கேட்டு சேர வேண்டிய இடத்தில் இறங்குவதில் ஒரு த்ரில் இருந்தது.

ஆனால், இப்படி ஒரு குறைந்த அவகாசத்தில் புரொட்யூசரைப் பார்ப்பதற்கு இந்த லிஃப்ட் டெக்னிக் பயன்படுமா என்று தெரியவில்லை. ‘வடபழனி பஸ் எங்க நிற்கும்’ என்று விசாரித்து பஸ் ஸ்டாப்பில் வந்து நின்று பழக்கதோஷத்தில் பஸ்ஸுக்கு முன் ‘தம்ஸ் அப்’ பண்ணாமல் இருக்க முயற்சி செய்துகொண்டிருந்தான். கூடவே அந்த ஓரமாக வரும் இரண்டு சக்கர ஆசாமிகளை தன் பாணியில் ‘உஷார்’ பண்ணிக் கொண்டிருந்தபோது... அட ஸ்ரீராம்! மல்லிகை பத்திரிகையின் போட்டோகிராபர்.

“என்ன மகேஷ் எங்கே போகணும்?” என்றான் ஸ்ரீராம்.

“போய்கிட்டே சொல்றேன்” என்றபடி வண்டியில் தாவி ஏறி... “புரொட்யூஸர் ஒருத்தர் கதைகேட்க வரச் சொல்லியிருக்கார் வடபழனில...” என்றான்.

“புது ஆளா?”

“இல்ல புரொடக்ஷன் மேனேஜர் முருகவேல்.”

“முன்னாடி வேலை பார்த்த கம்பெனில அள்ளிட்டானாமே?”

மகேஷ் மௌனமாக இருந்தான்.

“என்ன பேச்சையே காணோம்!”

“சான்ஸ் தர்லனா ஃபுல் டீடெய்ல் கொடுக்கிறேன்.”

“அப்போ அள்ளினது உண்மைதான்!”

“எனக்கு முதன் முதலா முதலாளி ஆகப்போறவரை பத்தி எதுவும் கேட்காதம்மா.”

“சரி வுடு... முருகவேல் தயாரிக்கும் படத்தை மகேஷ் இயக்குகிறார்னு ஒரு நியூஸ் போட்டு வைக்கிறேன். நியூ ஃபேஸா?”

“எல்லா பட்ஜெட்லயும் கதை இருக்கு. 50 ருபாய்ல இருந்து பெரிய 5 ரூபா வரைக்கும். அதுக்கேத்த மாதிரி புடிக்கணும். ஓ ஸ்டாப்... ஸ்டாப்... இங்க இறங்கிக்கிறேன். இந்த தெருவிலதான் ஆபிஸ்.”

“பரவாயில்ல. எங்கன்னு சொல்லு ஆபிஸ் வாசல்லியே டிராப்

பண்ணிட்றேன்.”

“ரொம்ப தாங்க்ஸ் மா.”

செருப்பை கழற்றிவைத்துவிட்டு உள்ளே நுழைந்த மகேஷிடம் ‘முருகவேல் காத்திருக்கிறார்’ என்றார்கள். ஸ்ரீமகாலட்சுமி ஃபிலிம்ஸ் என்ற பெயர் பலகை. வரவேற்பறையில் சோபா... புதிதாகப் போடப்பட்ட ஆபீஸ் அடையாளங்கள். சாமி போட்டோக்கள் மீது சந்தனம் தெளிக்கப்பட்டு குங்குமம் வைத்திருந்தார்கள். சீக்கிரம் டைரக்டர், நடிகர், நடிகை அமைந்து வேகமாகப் படம் ஆரம்பமாக வேண்டும் என்ற தவிப்பு இருந்தது புதிய ஊழியர்களிடம். ‘சாமி குற்றம்’ படத்தில் புரொடக்டஷன் மேனேஜராக இருந்த சண்முகம், முருகவேலிடம் புரொடக்ஷன் எக்ஸிக்யூடீவ் பிரிவில் வந்து சேர்ந்துவிட்டதாக அறிமுகம் செய்துகொண்டார்.

“காபி... டீ?” என்றார்.

“வேண்டாம் சார். இப்பத்தான் சாப்பிட்டேன்” அலுவலகச் சூழலுக்கும் முருகவேலின் மனநிலைக்கும் எந்த மாதிரி கதையைச் சொன்னால் ஒர்க் அவுட் ஆகும் என்று மன வாக்கெடுப்பு செய்தான் மகேஷ். ரொம்ப பயமுறுத்தாமல் ஒரு மீடியம் பட்ஜெட் கதையை சொல்லலாம். ஒருவேளை விஜயகாந்த் கால்ஷீட் இருக்கிறது, விஜய் கால்ஷீட் இருக்கிறது என்று எடுத்து முன்வைத்தால் மகேஷிடம் சூப்பர் கதைகள் இருக்கின்றன. 14 வருடம் பட்ட கஷ்டங்கள் போதும் என்ற அவசரத்தில் உப்புமா கம்பெனிக்கு படம் எடுத்து பாதியில் நின்றுபோனதால் இந்த ஜென்மத்தில் டைரக்டராவதை மறந்துவிட வேண்டியதுதான் என பயந்திருந்தான்.

கதைக்கு தேவையான பணம் மட்டும் வைத்திருக்கிற புரொட்யூசராக இருந்தால் ஜெயித்துக்காட்டுவது நம் சாமர்த்தியம். ‘நீ கதை வெச்சிருக்கியா’ என்று அவர்கள் கேட்கிற மாதிரி, ‘நீ பணம் வெச்சிருக்கியா?’ என்று கேட்க முடிந்தால் சரி... முருகவேல் பணம் புரட்டுவதில் தேர்ந்தவர். வெறும் கையில் முழம் போட்டு ‘ஒரு ரூபாய்க்கு மூணு முழம்” என்று விற்றுவிடக் கூடியவர். பணப்பட்டுவாடா விஷயத்தில் கறார் பேர்வழி. முந்தைய கம்பெனிகள் சுருட்டிய பணம் போக, ஃபைனான்ஸ் ரெடி பண்ணும் சாமர்த்தியமும் உண்டு. வினியோஸ்தர்களிடம் அரட்டல், உருட்டல் பேசி வியாபாரம் செய்யும் சாகஸக்காரர். ஆனால், இதெல்லாம் இன்னொரு முதலாளியின் கீழ் சாத்தியம். இவரே சொந்தமாகப் படம் எடுக்கிறார் என்றால் ‘எடுத்து முடிப்பாரா’ என்று விநியோகஸ்தர்கள், ஃபைனான்ஸ் பார்ட்டிகள் யோசிக்க வாய்ப்பிருக்கிறது.

“சார் முதலாளி கூப்பிட்டார்.”

மகேஷ் எழுந்து பிள்ளையார் போட்டோவை வணங்கிவிட்டு தயாரிப்பாளர் அறையின் கதவைத் திறந்தான்.

“வாங்க மகேஷ்” தினம் ஒரு ஓவியரைவைத்து வரைவது மாதிரி நெற்றியில் மிக நேர்த்தியாக விபூதி தீட்டி அதில் குங்கும, சந்தன பொட்டுகள் இட்டிருந்தார் முருகவேல். எப்போது சந்தன கலர் கஞ்சி போட்டு இஸ்திரி போட்ட சட்டை அவருடைய ஸ்பெஷாலிட்டி.

“வணக்கம் சார்” என்ற மகேஷை இருக்கை காட்டி உட்காரச் சொன்னார்.

“நாலைஞ்சு பேர் கிட்ட விசாரிச்சுட்டேன். பிரமாதமான கதையெல்லாம் வெச்சுக்குறதா சொன்னாங்க. நம்ம வர்ற ஜனவரில படம் ஸ்டார்ட் பண்ணியாகணும். என்ன மாதிரி கதையெல்லாம் இருக்குனு ஐடியா பண்ணிக்கலாம்னு தான் வரச்சொன்னேன்.”

“ஆக்ஷன் ப்ளாக்ல க்யூ பிராஞ்ச் ஆபிஸர் ஸ்டோரி இருக்கு. பட்ஜெட்ல பண்றதுக்கும் கதை இருக்கு. ஃபேமிலி ட்ராமாவும் பண்ணலாம். நீங்க ஏதாவது ஆர்ட்டிஸ்டின் கால்ஷீட் வெச்சிருந்தா அதுக்கேத்த மாதிரி ப்ளான் பண்ணலாம் சார்.”

“பெரிய ஹீரோன்னா இப்ப ஏகப்பட்ட கெடுபிடி. உங்களுக்குத் தெரியும். ரஜினி சார், கமல் சார் பக்கம் போக முடியாது. விஜய், அஜித்லாம் அவங்க அவங்களுக்கு ஒரு செட்டப். ஒரு ரெண்டு வருஷத்துக்குக் கிட்ட போகமுடியாது. விக்ரம் ஒரு படம் இருந்தா அடுத்த படம் கமிட் பண்ணி வெச்சிட்றாரு. அந்த மாதிரி கோடி கோடியா கொட்ற அளவுக்கு நான் ரெடியில்லை. நியூ ஃபேஸ் போட்டு எடுத்தாலும் ஓட்ற மாதிரி நல்ல ஸ்டோரிதான் வேணும். ‘உதிரிப்பூக்கள்’ மாதிரி ‘ஒரு தலைராகம்’ மாதிரி சுமாரான ஆர்ட்டிஸ்ட் போட்டு எடுக்கணும்.”

“இருக்கு சார்... பண்ணிடலாம்.”

“ஒண்ணா இருக்கக் கத்துக்கணும் மாதிரி காமெடி ப்ளஸ் மெசேஜ் ஸ்டோரினா சரியா இருக்கும்னு நினைக்கிறேன்.”

“ஓ.கே. சார் ஒரு வில்லேஜ் சப்ஜெக்ட் பண்ணுவோம் சார். எப்படி ‘பதினாறு வயதினிலே’ வந்தபோது பேசினாங்களோ... அப்படி பேசுவாங்க. அருமையான கதை இருக்கு.”

“சொல்லுங்க, பாப்போம்.”

“ம்... ‘அலைகள் ஓய்வதில்லை’ பார்த்திருப்பீங்க சார். பூணூலையும், சிலுவையை அறுத்துப்போட்டுட்டு காதலர்கள் ரெண்டு பேரும் ‘ஸில் அவுட்ல’ல நடந்து போவாங்க. அப்படி நடந்து போனவங்க அப்புறம் என்ன ஆனாங்கங்கிறதுதான் சார் கதை.”

“யோவ்... அதெல்லாம் வம்புய்யா.”

“இல்லை சார்... செம ஜாலியா ஒரு ப்ராஜக்ட் பண்ணலாம். ரெண்டு பேரும் எங்க போறதுனு தெரியாம அப்படியே நடந்து வந்து ஒரு ரயில்வே ஸ்டேஷன்ல நிக்கிறாங்க. சென்னைக்கு போற ட்ரெய்ன் வந்து நிக்குது. டிக்கெட் எடுக்கக்கூட காசில்லாமல் ரெண்டு பேரும் ட்ரெய்ன்ல போறாங்க. டிக்கெட் இல்லாம போறது ஒரு பக்கம். ‘எனக்கு, பசியெடுக்குது’ங்கறா ஹீரோயின். பிரச்னை ஆரம்பிக்குது. அவளைக் கூப்பிட்டு அவசரமா டாய்லெட் போகச் சொல்றான். அவளுக்கு எதுக்கென்று புரியலை. ‘காலியா இருக்கும்போதே போய்ட்டு வந்துடு’னு சொல்றான். செக்கிங் இன்ஸ்பெக்டர் கம்பார்ட்மென்ட்ல ஏறிட்டார். அதுக்குத்தான் இந்த சமாளிப்பு. அடுத்த ஸ்டேஷன் வரும்போது ட்ரெய்ன் கிளம்புற நேரமா பாத்து ஜன்னல் வழியா சாம்பார் சாதமும், தயிர் சாதமும் வாங்கறான். பணம் குடுக்கறதுக்கு பாக்கெட்ல கையவிட்டு துழாவுறான். சாப்பாட்டை வாங்கியாச்சு. ட்ரெய்ன் கிளம்பினதும், “சார் சார்... ரூபா வாங்கிங்கங்க.” என்று வெறும் கையில் பாவ்லா காட்டி சமாளிக்கிறான். ஒரு வேளை சாப்பாட்டுப் பிரச்னை தீருது. இப்படி கொஞ்ச தூரம் வர்றாங்க. ஆனா, அடுத்த ஸ்டேஷன்ல இறக்கி விட்டுட்றாங்க. சரியென்று அந்த ஊர்லயே பிழைப்பு தேடறாங்க. ஹீரோயின் பாட்டு கத்துக்கிட்டவங்க. அதனால, அதவச்சு வாழ்க்கைய ஓட்டலாம்னு ப்ளான். யாரும் வீடு தரமாட்டாங்கறாங்க. கலெக்டர் ஆபிஸ்ல வேலை செய்யறதா பொய் சொல்லி வீடு பிடிக்கிறான். ஹீரோயின் அக்கம்பக்கத்து வீட்டு பசங்களைக் கூப்பிட்டு பாட்டு கிளாஸ் எடுக்கிறா. எல்லாம் கிராமத்துப் பசங்க. கீர்த்தனை பாட்டெல்லாம் வேண்டாம்னு சொல்லிட்றாங்க - சினிமா பாட்டு சொல்லித்தாங்கன்னு சொல்றாங்க. பெத்தவங்களுக்கும் “ச.... ரி... க... ம...”-யைவிட ‘ஒருநாள் ஒரு கனவு’ பாட்டுதான் பிடிக்குது. ஹீரோ டெய்லி கலெக்டர் ஆபிஸ் வேலைக்குப் போறதா சொல்லிட்டு மரத்தடியில சாப்பாடு பொட்டலத்தைப் பிரிச்சு வெச்சு சாப்பிட்டுட்டு வீட்டுக்கு வர்றான்.”

“விஷயத்துக்கு வாங்க... உழைச்சு முன்னேறி ஜெயிக்கிறாங்களா?”

“சார்.... அப்படில்லாம் இல்ல சார்.”

“ரொம்ப ப்ராக்டிகலா அது சாத்தியம் இல்ல சார். இதுவரைக்கும் ஜாலி எபிசோட். மெல்ல மெல்ல ஈகோ டெவலப் ஆகுது. வீட்ல யார் சம்பாதிச்சு குடும்பத்த காப்பாத்தறாங்க என்ற கேள்வி வருது. நீ சம்பாதிச்சு குடும்பத்த நடத்தற வரைக்கும் ‘நோ செக்ஸ்’னு சொல்லிடறா. பையனுக்கு வேலை தேட்றதவிட பொண்டாட்டிய வசியம் பண்றதிலதான் குறி.”

“பக்கத்தில் கிரைண்டர்ல மாவரைக்கிற கடை வெச்சிருக்கிற அன்னபூரணிங்கிற பொண்ணுகிட்ட பழக ஆரம்பிக்கிறான். மாவரைச்சு இட்லி கடைகளுக்குக்கொண்டுபோய் கொடுத்துட்டு வர்ற வேலை. பெருசா சம்பளம் இல்லைன்னாலும் பொழுது போகுது. இதனால வீட்ல பிரச்னை வலுக்குது. சண்டைல ஒருநாள் அன்னபூரணி கடையிலேயே போய் படுக்கிறான். இப்படியே போனா சரிபட்டு வராதுன்னு அவளே இறங்கி வந்து ‘நாம எப்படி காதலிச்சோம். என்ன வீராப்ல கிளம்பி வந்தோம்னு சொல்றா. கொஞ்சமாவது சொரணை இருந்தால் ஆம்பிளைன்னு நிரூபிக்கச் சொல்லி ஆர்ப்பாட்டம் பண்றா. ரெண்டு சைட்லயும் கன்வீன்ஸ் ஆகறாங்க. ‘உழைச்சு முன்னுக்கு வந்து காட்றேன்’னு சொல்றான். ஆனால், மறுநாள் ஹீரோ ஊர்ல இல்ல. எங்கே போனான்னு தெரியலை. அதே சமயத்தில் ஊர்ல அன்னபூர்ணியும் இல்ல. பதறிப்போறா ஹீரோயின். இதுதான் சார் இண்டர்வல் ப்ளாக்.”

“சரி அப்புறம்...?” பெல்லைத்தட்டி “ரெண்டு காபி” என்றார். கிளாமர். லவ், காமெடி எல்லாம் இருக்கு. ஆனா இன்னும் ஒரு முடிவுக்கு வர முடியலை.”

“ட்ரீட்மெட்ன்லதான் இருக்கு. மொத்த 63 சீன்ஸ்... பாரதிராஜா, ஷங்கர், சேரன், எஸ்.ஜே.சூர்யா எல்லாரையும் போட்டு ஒரு கலக்கு கலக்கியிருக்கேன்.”

“அப்புறம் சொல்லுங்க...”

“அன்னபூரணி போனது அவங்க அக்கா வீட்டுக்கு. நம்ம ஹீரோ கார்த்திக் போனது டவுனுக்கு வேலை தேடி. அக்கா வீட்டுக்குப்போய்ட்டு அன்னைக்கே திரும்ப இருந்த அன்னபூரணி மாமாவுக்கு உடம்பு முடியலைன்னு அங்கேயே தங்க வேண்டியதாகிப்போச்சு. கார்த்திக் வேலை தேடி போன வழியில கலெக்ட்ரோட காரை ஒரு லாரி இடிச்சுத் தள்ளிட்டு போனதைப் பார்க்கிறான். இடித்துவிட்டுப் போன லாரி நம்ம ஹீரோயின் ராதாவோட அண்ணனோடது. அத்துவான ரோட்ல ரத்த வெள்ளத்தில கிடக்கிற கலெக்டரை ஹாஸ்பிடலுக்குத் தூக்கிட்டுப்போய் காப்பாத்றான். விசாரணை அது இதுனு புடிச்சு வெச்சுக்கிறாங்க. இடிச்சது யாருனு தெரிஞ்சிருந்தும் அவங்ககிட்ட உண்மையை மறச்சிடறான். மறுநாள் கண்விழிக்கிற கலெக்டர் காப்பாத்தினதுக்கு நன்றி சொல்லி பர்ஸை எடுக்கிறார். ‘காசு வேணாம் சார், எனக்கு ஒரு வேலை போட்டுக் கொடுங்க’ன்னு கேட்கிறான்.

“ரெண்டாவது நாள் ராத்திரி பஞ்சாயத்து பஸ் ஸ்டாப்ல ஊரே திரண்டு நிக்கும்போது ஒரே பஸ்ல இருந்து அன்னபூரணியும்

கார்த்திக்கும் இறங்கறாங்க."

"சூப்பர்" என்றார் புரொட்யூஸர்.

"அதே நேரத்தில் செஞ்ச தப்புக்கு மன்னிப்பு கேட்டு அண்ணனை போன் போட்டு வரவழைச்சு அண்ணனோட ஜீப்ல ஊருக்குக் கிளம்பிக்கிட்டு இருக்கா ராதா. இந்த நேரத்தில வேறொரு பெண்ணோட பஸ்ல இருந்து கார்த்திக் இறங்கறத பார்த்ததும் அங்கேயே அவனை அடிச்சு போட்டுட்டுப் போய்ட்றாங்க, தியாகராஜனோட ஆளுங்க. எவ்வளவோ கெஞ்சியும் கார்த்திக் சொல்றதை யாரும் கண்டுக்கவே இல்லை. அன்னபூரணிதான் அவனை கைத்தாங்கலா கூட்டிகிட்டுப் போறா.

ராதாவ கான்டாக்ட் பண்றதுக்கு கார்த்திக் எவ்வளவோ முயற்சி பண்றான். நோ யூஸ். போன், லெட்டர், நேர்ல போய் பாக்கறது எல்லாமே ஃபெயிலியர். இந்த நேரத்தில் தியாகராஜன் சாராயம் கடத்தின லாரிய கலெக்டர் அரெஸ்ட் பண்ணிட்றார். முன்னாடி கொலை முயற்சி பண்ணினதும் இவங்கதான்னு சந்தேகப்பட்றாங்க. சந்தேகம் உறுதியாகிட்டா தியாகராஜனுக்குத் தூக்குத்தண்டனை கிடைக்கும்ங்கிற நிலை. ஏற்கெனவே தாக்குதல் நடந்த இடத்தில் இருந்தவன் என்பதாலே கார்த்திக் முக்கிய சாட்சி ஆகிட்றான். இந்த நேரத்தில அன்னபூரணியையும் உன்னையும் தப்பா புரிஞ்சுகிட்டேன். என்னை மன்னிச்சிடு. என் அண்ணனைக் காப்பாத்துனு' கெஞ்சறா ராதா.

என்னால பொய்சாட்சி சொல்ல முடியாதுன்னு தீர்மானமா சொல்லிட்றான். இதைக் கேட்ட அன்னபூரணி கலெக்டர்கிட்ட விஷயத்தைச் சொல்லி பிரிஞ்ச குடும்பத்த எப்படியாவது ஒண்ணு சேர்த்துவைங்கன்னு சொல்றா... கோர்ட்ல எல்லா ப்ராப்ளமும் கலெக்டர் மூலமா சால்வ் ஆகுது. பிரிஞ்சவங்கள சேர்த்துவைக்கிறார். ரெண்டு பேரும் கைகோர்த்துகிட்டு நடக்கறாங்க. டைட்டில் கார்ட்ல 'ஒவ்வொரு முற்றுப்புள்ளியும் அடுத்த வாக்கியத்தின் ஆரம்பம்... மீண்டும் பிரச்னைகள் வரலாம். ஏனென்றால் அலைகள் ஓய்வதில்லை'னு போட்டு முடிச்சிடறோம்."

சினாப்ஸிஸ் போல கதையை சொல்லிவிட்டு, "சார் சீன் பை சீன் சொல்லணும்னா இரண்டரை மணி நேரம் ஆகும் சார். சொல்லட்டுமா?" என்றான் மகேஷ்.

"வேணாம். சீன் பண்றதுக்கு நிறைய ஸ்கோப் இருக்கு. ரொம்ப லைட்டா ஒரு சீரியஸ் மேட்டர் இது போதும். தலைப்பு?"

"காதல் வந்தால்...."

மாயா சொன்ன கதை...

ஷூட்டிங் முடிந்து சென்னைக்கு வந்தபோது மருதன் அனுப்பிவைத்த ஏராளமான வாழ்த்துக் கடிதங்கள் தரை எங்கும் இறைந்து கிடந்தன.

மருதனுடைய அன்பு என்னைத் திக்குமுக்காட வைத்தது. ஒரு ரசிகனின் காதலை எந்த அளவுக்கு நம்புவது என்ற குழப்பம் இருந்தபோதிலும் என் தொடர்ச்சியான பிரச்னைகளுக்கும் குழப்பங்களுக்கும் இத்தகைய ஒரு அன்புதான் தீர்வாக இருக்க முடியும் என்று மனசு சத்தியம்செய்தது. சாக இருந்தவளைக் காப்பாற்றிய குரலுக்குச் சொந்தக்காரன் என்பதும் காரணமாக இருக்கலாம். பயணக்களைப்பினாலும் குடித்திருந்ததாலும் அம்மா ஆழ்ந்து தூங்கிக்கொண்டிருந்தாள். நான் மருதனுக்கு போன் செய்தேன்.

“நான் மாயா பேசறேன்.”

“தெரியுது.”

“எப்படி?”

“எனக்கு வழக்கமா பேசறவங்க இந்த நேரத்தில் பேச மாட்டாங்க. இந்த மாதிரி அகாலத்தில் பேசறவங்க நீங்களாகத்தான் இருக்க முடியும்னு ரிங் சத்தம் கேட்டதுமே தெரிஞ்சது.”

“அகாலமா!”

“ஆம்... இப்ப பாரீஸ்ல நைட் ஒரு மணி பதினெட்டு நிமிஷம்.”

“ஐயோ சாரி.”

“சாரிலாம் வேணாம். லவ் பண்றீங்களே அதுவே போதும்.”

“நான் லவ் பண்றேன்னு எப்ப சொன்னே?”

“இப்பத்தான் தூங்கிட்டு இருந்தபோது கனவுல” மருதன் சிரித்தான். “உங்களுக்கு நான் கனவுல வந்து சொல்லியிருப்பனே?”

அவனுடன் பேசிக்கொண்டிருப்பது எனக்கு சந்தோஷமாக இருந்தது. கல்லூரிக்காலம் போல எனக்குள் ஒரு பரவசம். வேறு யாருடனும் இப்படியெல்லாம் நான் பேசிக்கொண்டிருக்க எனக்கு சந்தர்ப்பம் வாய்த்ததில்லை. உண்மையாகக் காதலித்துப் பார்க்க வேண்டும் என்ற ஆசை எனக்குள் வேர்விட்டது.

“என் கனவுல யாரும் வந்து ஐ லவ் யூ சொன்னதில்லை.”

இப்படியெல்லாம் பேசிக்கொண்டிருக்க முடியுமா என்று எனக்கே ஆச்சர்யமாக இருந்தது.

“கனவு... டெலிபதினு பைபாஸ்லாம் எதுக்கு? இப்பவே சொல்லிகிட்டா போச்சு. ஐ லவ் யூ...”

அவனுடைய தைரியம் பிடித்திருந்தது. ஒரு நடிகை என்கிற மிரட்சியோ, தயக்கமோ இல்லாமல் அவன் பேசுவது பிடித்திருந்தது.

"உங்ககூட பிறந்தது எத்தனை பேர்?" என்றேன் பேச்சைத் திருப்பி.

"உங்களுக்கு நாத்தனார் தொல்லை எதுவும் இல்லை. ரொம்ப நல்ல மாமியார். ஆனா, கல்யாணம் நடந்தப்புறம் அந்த நல்ல மாமியார்கூட ரொம்பநாள் இருக்க முடியாது. என் வொய்ஃப் என்கூட பாரிஸுக்கு வந்தாகணுமே."

"ஹலோ மிஸ்டர், ரொம்ப கற்பனையை வளர்த்துக்காதீங்க. ம்ம்... அப்புறம் எப்ப வர்றீங்க மெட்ராஸுக்கு?" - அவன் அளவுக்குக் கலாய்க்கும் திறமை எனக்குப் போதவில்லை.

"நிச்சயதார்த்தத் தேதி சொன்னா கிளம்பி வந்திர்றேன்" என்றான் பதில் சூட்டோடு.

"சரி... சரி. நான் போனை வெச்சிடறேன்."

"பஞ்சாங்கம் பார்த்துட்டு பொறுமையா சொல்லுங்க" என்றான்.

நான் போனை வைத்தேன். எனக்கு மிகவும் மகிழ்ச்சியாக இருந்தது.

2

ஸ்ரீராமுடன் வெளியே சென்றுவர அன்றுதான் நேரம் ஒய்ந்தது. அவனுடைய பைக்கில் எலியட்ஸ் பீச்சில் போய் அமர்ந்து வெகுநேரம் வரை பேச முடிந்தது. ஒரு முக்கியமான முடிவு எடுக்க வேண்டும் என்றுதான் அழைத்துவந்தாள்.

ஆளுக்கு ஒரு சோளத் தண்டு வாங்கிக்கொண்டு கடலைப் பார்த்தவாறு அமர்ந்தனர்.

“படம் ரிலீஸ் ஆகிட்டா இப்படியெல்லாம் நீ பைக்ல வர முடியுமா?”

“உன் பைக்லனா கண்டிப்பா வருவேன்.”

“நீ வருவே. ஜனங்க விடமாட்டாங்க.”

“இரு ஸ்ரீ, நான் ஒரு முக்கியமான விஷயம் பேசணும்னு வந்தேன். உன்னோட அபிப்ராயம் கண்டிப்பா வேணும்.”

“கண்டிப்பா”

மகேஷ் படத்தில் நடிக்க வந்திருக்கும் வாய்ப்பைப் பற்றியும் சம்பளத்தை முதல் படத்துக்கு வாங்கியதில் இருந்து 10 மடங்கு

உயர்த்திவிட்டதாகவும் சொன்னாள். அப்போதுதான் பாதி பணமாவது கைக்கு வருகிறது என்பது வேறுவிஷயம். ஒருவேளை படம் ரிலீஸ் ஆகி, சரியாகப் போகவில்லை என்றால் ராசி இல்லாத நடிகை என மூட்டைகட்டி விடுவார்கள். ஏதாவது உப்புமா கம்பெனி படங்களில் நடித்து மறுபடி ஜெயித்தால் உண்டு. இல்லை, தங்கை வேடம். காமெடி கேரக்டர். குடும்பத்தில் ஒருத்தி கேரக்டர். படத்தில் எதற்கும் இருக்கட்டும் என்பது மாதிரியான கேரக்டர் என கழுதை தேய்ந்து கட்டெறும்பான கதையாகப் போய்விடும் என்றும் சொன்னான். டி.வி. சீரியல், ரியல் எஸ்டேட் விளம்பரங்கள் என கட்டெறும்பு தேய்ந்து சிற்றெரும்பாவதும் நடக்கும்.

புது இயக்குநர் புது கம்பெனிகளில் நடிப்பதில் பலவித தொல்லைகள் உண்டு. படத்தை முடிக்காமல் விட்டுவிடுவார்கள். பாதியில்... முக்கால்வாசியில் நின்றுபோன படங்கள் வெளிவந்த படங்களைப் போல இன்னொரு பட்டியல் உண்டு. "அதுதான் யோசனையா இருக்கு" என்றவள், தீபிகா கொஞ்ச நேரம் தீவிர சிந்தனையில் இருந்தாள். "இந்த ரெண்டு விரலில் ஒன்றைத் தொடு" என்றாள்.

தொட்டான். "மகேஷ் படத்தில நீயே நடிக்கச் சொல்லிட்டே."

"ஒரு அப்பாவி. இப்படி சிக்கவிடலாமா?" என்றான்.

"சிக்கிட்டியேப்பா."

"இந்த மாதிரி படங்களுக்கு ஒரு மினிமம் கியாரண்டு உண்டு. பி அண்டு சி சென்டர்களில் எப்படியும் நான்கு வாரம் ஓடும்."

"அதுபோதும்" என்றாள் தீபிகா. கடல் அலையின் சீரான லயத்தில் அப்படியே சிறிதுநேரம் யோசனையில் ஆழ்ந்தாள். ஸ்ரீராமுக்கும் அப்படி ஆழ்ந்துபோவதற்கு காரணங்கள் இருந்தன.

நடிக்க வந்தப் புதிதில் தீபிகாவுக்கு இருந்த விநோதமான ஒரு பிரச்னையைப் பற்றி சிவாஜிகணேசன் மறைந்த நாளின்போது அவள் சொன்னாள். நடிகர்கள் பலரும் சிவாஜியின் உடலைப் பார்த்துவிட்டு, அவர் வீட்டின் முன் போட்டிருந்த சாமியானா பந்தலின் கீழ் நின்று கவலை தோய்ந்த முகத்துடன் பேசிக்கொண்டிருந்தனர். கமல், ரஜினி, மனோரமா, கே.ஆர்.விஜயா, சுஜாதா, சத்யராஜ், விஜயகாந்த், வடிவேலு என பலர் இருந்தனர். பி.ஆர்.ஓ-க்கள் பரபரப்பாக அவர்களை அழைத்துவந்து, காரில் ஏற்றி அனுப்புகிறவரை உடன் இருந்து கவனித்தனர்.

இறுதிச் சடங்கில் பங்கு பெற்றவர்களை நிருபர்கள் பட்டியல் போட்டுக்கொண்டிருந்தார்கள். "இளையராஜா வந்தார்ல?"

தாமதமாக வந்த நிருபர் ஒருவர் சக நிருபரிடம் விசாரித்துக் கொண்டிருந்தார். போட்டோ கிராபர்கள், டி.வி காரர்கள் பிரபலங்கள் வரும்போதெல்லாம் வெளிச்சம் வீசினர். ஸ்ரீராமும் படம் எடுத்துக்கொண்டிருந்தான். சமீபத்தில்தான் நடிக்க வந்திருந்த தீபிகாவால் நானும் நடிகைதான் என பிரபலங்களுக்கு நடுவே கலந்து நிற்பதில் தயக்கம் இருந்தது. அவர்களுக்கும் இருந்திருக்கக்கூடும். ஓரமாக தனியாக நின்றிருந்தாள்.

“எத்தனைவிதமா நடிச்சிருக்கார் இல்ல?” என்றாள். இது எல்லோரும் சொல்வதுதானே என ஸ்ரீராமும் ஆமாம் எனப் பொதுவாக சொல்லிவைத்தான். சினிமாவைப் பார்த்துதான் நடிக்கக் கற்றுக்கொண்டேன். “தில்லானா மோகனாம்பாள் படத்தில நாதஸ்வரம் வாசிச்சுக்கிட்டே கண் அடிப்பாரே அது எவ்வளவு ஸ்டைலா இருக்கும்ல?” என அவளே சிறிதுநேரம் கழித்து இன்னொரு நினைவுக்கூரல் எனச் சொன்னாள்.

தனக்குக் கண் அடிக்கத் தெரியாது என்ற விநோதமான பிரச்னையை அதற்கு அடுத்துச் சொன்னாள். ஒரு சினிமா நடிகைக்குக் கண் அடிக்கத் தெரியாதா? படங்களில் அதற்கான தேவை ஏற்படுமே?

‘மல்லிகை’ படத்திலேயே அதற்கான தேவை ஏற்பட்டு, கண் அடிக்கும்போது இடது தோளும் சேர்ந்து அசைவதாக கேமிராமேன் அரவிந்த் சொன்னார். தீபிகாவால் அதைத் தவிர்க்கவே முடியவில்லை. முகத்தை மட்டும் தனியாக குளோசப் எடுத்து அதைச் சமாளித்தார்.

“அப்படியா அடி பார்ப்போம்” என ஸ்ரீராம் ஆர்வமிகுதியால் கேட்டுவிட்டான். எந்த இடத்தில் என்ன கேட்கிறோம் என அப்போதுதான் புரிந்தது.

“அப்புறம் ஒருநாள் வீட்டுக்கு வா... அடிச்சுக்காட்றேன்” என்றாள் இறுக்கமான மெல்லிய குரலில்.

“சிவாஜி சார் வீட்ல சொன்னியே... இப்ப நடிச்சுக் காட்டு” என்றான் ஸ்ரீராம்.

தீபிகாவுக்கு நினைவில்லை. நினைவுபடுத்தியவுடன், “ஓ அதுவா?” என்றவள், வெடுக்கெனத் திருப்பிக் கேட்டாள். “நடிச்சுக் காட்டணுமா? நிஜமாவே அடிக்கட்டுமா?” என்றாள்.

அன்று ரொம்பத்தான் ரொமான்ஸ் மூடு தீபிகாவுக்கு. இடது கண்ணை மட்டும் உதட்டைச் சுழித்தபடி கேமிரா ஷட்டர் போல மூடித்திறந்தாள். அப்போது இடது தோளும் அனிச்சையாக சற்றே குலுங்கியது. “இதுவும் நல்லாத்தான் இருக்கு” என்றான்.

“பணத்தை பத்திரமா இன்வெஸ்ட் பண்ணிவை. சினிமா வாய்ப்பு ஒரே மாதிரி இருக்காது.”

“நீயே இன்வெஸ்ட் பண்ணுமா... எனக்கு எல்லாமே நீதான். நீ எது செய்தாலும் சரிதான்.”

“ஒரு வகையில பார்த்தா, அன்புதான் இருக்கிறதிலேயே பெரிய இன்வெஸ்ட்மென்ட் தீபு. நீ என்னை இவ்வளவு நம்புறீயே?”

“வேற யாரை நம்புவேன்...” அவள் கண்கள் திடீர் சென்ட்மென்ட் உணர்வால் கலங்கியது. மெல்ல அவன் தோள்மீது சாய்ந்துகொண்டாள்.

ஒரு கோடி போட்டு மூன்று மாதங்களில் இரண்டு கோடி பார்க்கத் தவிக்கும் பரமபத ஆட்டத்தைப் புதிதாக ஆட வந்திருக்கும் முருகவேல் குறைந்தபட்ச உத்திரவாதத்தோடு ஆடுவதற்கு உத்தேசித்திருந்தார். அவர் போற்றும் மீடியேட்டர்கள், விநியோகஸ்தர்களிடம் நிலைமையைச் சொல்லி கருத்து கேட்டார். மெடல் ஃபிலிம்ஸ் புருஷோத்தமன் கருத்துக்கு இண்டஸ்ட்ரியில் அப்படி ஒரு மரியாதை உண்டு.

கிட்டதட்ட 40 வருஷமாகப் படமெடுத்துக்கொண்டிருக்கும் வெரிகுட் ஃபிலிம்ஸ் இதுவரை 75 படங்கள் தயாரித்து அதில் 40 வெள்ளி விழா படங்களைக் கண்டிருக்கிறது. மீதி 35 படங்கள் சுமார் அல்லது ப்ளாப் ரகங்கள். ஆனால், புருஷோத்தமன் இந்த 35 படங்களை வாங்கி விநியோகிக்கவில்லை. படத்தை புரொஜக்ஷனில் பார்த்ததுமே முடிவு செய்துவிடுவார். ‘இது தேறும், தேறாது’ என்று. மக்களின் பல்ஸ் தெரிந்தவர். ட்ரெண்ட் தெரிந்தவர். ஒரு படத்தை அவர் வாங்குகிறாரா என்று பார்த்துக்கொண்டு வாங்குவதற்குப் போட்டி போடுகிறவர்களும் உண்டு. ‘அவருக்கு ஒன்றும் தெரியாதுப்பா. சும்மா ஆர்டிஸ்ட், டைரக்டர் பாத்து குருட்டாம்போக்குல ஓ.கே. பண்றது ஃப்ளூக்ல ஜெயிச்சுடுது’ என்பவர்களும் உண்டு. தொடர்ந்து 40 படங்களைக் குருட்டாம்போக்கில் வாங்கி ஜெயிப்பதும் சாமர்த்தியம்தானே?

சில நேரங்களில் அவருக்கிருக்கிற பிசினஸ் கணிப்பை தந்திரமாய் பயன்படுத்துவார். சுமார்ரகப் படத்தை வேண்டுமென்றே வாங்குவார். வழக்கம்போல் மற்ற விநியோகஸ்தர்கள் போட்டி போடுவார்கள். வாங்கிய படத்தை சற்றே அதிகம்வைத்து அவரே கைமாற்றிவிடுவார். இதனால், அது அவர் விநியோகித்த படம் லிஸ்டில் இருக்காது. சினிமாவில் தயாரிப்பாளர்கள் அடைகிற லாபத்தைவிட அதிகம் சம்பாதித்தார். தயாரிப்பதில் இருக்கிற சிரமம் இல்லாமல். எது எப்படியோ முருகவேலுக்கு புருஷோத்தமன் சைடில் இருந்து பாஸிடிவ் பதில் வந்தது நிம்மதியாக இருந்தது.

“படம் தப்பு பண்ணாது. தூக்கிட்டாலும் ஆச்சர்ய பட்றதுக்கில்ல” என்றும் கூறியிருந்தார் புருஷோத்தமன்.

இதற்கிடையில் அட்டென்டன்ஸில் கையெழுத்து போடாத குறையாகக்

தினமும் இரண்டுவேளை ஸ்ரீமகாலட்சுமி ஃபிலிம்ஸுக்கும் போய்வந்து கொண்டிருந்தான் மகேஷ். கேமிராவுக்கு யாரைப் போடலாம். மியூஸிக்குக்கு யாரைப் போடலாம்னு சின்ன சின்ன டிஸ்கஷன். வரும்போதெல்லாம் கூடவே கதையில் சின்ன சின்ன காட்சி சேர்ப்புகள் சொல்லி அசத்தினான்.

“சரியாவே ஆட்ட மாட்டேங்கிற.... ஆனா காசைமட்டும் கறாரா புடுங்றியே அன்னபூரணி?” மாவு அரைக்கும் அன்னபூரணியிடும் சண்டைபோடும் பயில்வான் ரங்கநாதனின் டயலாக் இது.

“யாரா இருந்தாலும் 10 நிமிஷம்தான் ஆட்டுவேன். அதுக்கு மேல் ஆட்டணும்னா உங்க வீட்டு மிஷின்ல ஆட்டிக்கோ”- இது அன்னபூரணியில் பதில்.

இப்படியான சில ‘இரட்டுற மொழிதல்’ வசனங்களினால் படம் பரவலாக ரசிக்கப்படும் என்று முருகவேல் நம்பினார். அன்னபூரணி மாவு கடையில் கார்த்திக் மாவாட்டும் எபிசோடும் கணவனும் மனைவியும் சேர்ந்து வாழ முடியாத சென்டிமென்ட் எபிசோடும் சேர்த்துகொண்டால் பாக்யராஜின் ‘முந்தானை முடிச்சு’ போல வெற்றி கிடைக்கும் என்று பூரித்தார்.

மகேஷ் படம் பண்ணப் போவது தெரிந்து, கூடவே சில அஸிஸ்டென்ட் டைரக்டர்களும் இப்போது மகேஷுடன் உலா வர ஆரம்பித்தனர்.

ஆபிஸ் வரைக்கும் வந்துவிட்டு அவர்கள் எல்லாம் வெளியே நிற்பார்கள். எல்லாம் சரியாக அமையும் வரை ஆளாளுக்கு ஒவ்வொரு கற்பனையும், தவிப்புமாகப் படம் இயக்கப்போகும் டைரக்டரை சார்ந்து வாழ்வார்கள். உள்ளே போனவனிடம் இருந்து, ‘நாளைக்கே டிஸ்கஷன் ஆரம்பிச்சிடணும், அடுத்த மாசம் பொள்ளாச்சில ஷூட்டிங், அப்ராட்ல சாங்... இப்படி ஏதாவது செய்திகள் வராதா என்று ஏக்கத்தோடு அவர்கள் மரத்தடியிலும் டீக்கடை வாசலிலும் நிற்பார்கள். தன்னில் ஒருவன் ஜெயிக்க, தவம் கிடப்பார்கள்.

“ஹீரோ யார் சரியா இருக்கும்?” என்றார் முருகவேல்.

“வினோத் சரியா இருக்கும் சார். ‘மல்லிகை’ படத்தில் இப்ப இன்ட்ரட்யூஸ் ஆகியிருக்கிற தீபிகாவ ஹீரோயினுக்குப் போடலாம். சக்ஸஸ் ஜோடியா இருக்கும்.”

முகவாயைத் தடவி யோசித்தார்.

“அந்தப் பொண்ணு பவன்சுந்தர் கன்ட்ரோல்ல இருக்குன்னு சொல்றாங்களே?”

“அதனால நமக்கு என்ன சார்?”

“திடீர்னு கல்யாணம் அது இதுன்னு பிரச்னை பண்ணிடப்போவுது.”

“அவரை எல்லாம் கல்யாணம் பண்ணிக்காது சார். ஒரு சேஃப்டிக்கு அவர யூஸ் பண்ணிக்குது அவ்ளோதான்!”

“சேஃப்டிக்கா?”

“ஆமா சார்... பவன் சுந்தர் ஆளுன்னா இன்டஸ்ட்ரில மத்தவங்ககிட்ட தொல்லை இருக்காதுல்ல? போதாதுக்கு அது ஏதோ தனியா ஆர்ப்பனேஜ்ல வளர்ந்த பொண்ணுன்னு பேசிக்கிறாங்க. இண்டஸ்ட்ரில ஒரு சப்போர்ட் வேணும்னு அவரை புடிச்சு வெச்சுருக்கு.”

“அடப்பாவமே இந்த விஷயம் அந்த மாங்கா... பவன் சுந்தருக்குத் தெரியுமா?”

“அவர் பயங்கரமா ‘லவ்’ பண்ணிகிட்டு இருக்காரு. வீட்டுக்கே போறதில்ல. ஹோட்டல்ல தங்கறாரு. இல்லாட்டி இந்தப் பொண்ணு ரூமுக்கு வந்திட்டறாரு. அவருக்குக் கல்யாண வயசுல ஒரு பொண்ணு இருக்கு.”

“பவன்காந்த் கூட ஏதோ படத்திலே நடிச்ச ஹீரோயின கல்யாணம் பண்ணி எங்கயோ ரகசியமா வெச்சிருக்கிறதா சொல்லுவாங்களே?”

“ஏதோ திருவனந்தபுரம் பக்கத்தில செட்டப் பண்ணிட்டதா சொல்றாங்க.”

“ச்சே... வேற நல்ல பொண்ணா பாரு. வினோத்கிட்ட வேணா பேசிட்றியா? ‘மல்லிகை’ ஒன்றும் பெருசா போகலையே” என்று சந்தேகத்தை முன் வைத்தார் முருகவேல்.

“ஆனா நல்ல டாக் இருந்தது படத்துக்கு. கொஞ்சம் டிலே ஆகி வந்ததனால அப்படி ஆகிடுச்சு. பவன்சுந்தரும் தீபிகாவும் நடிச்ச ‘ஏழைகளின் தெய்வம்’ ‘பி அண்டு சி’ ல சுமாரா போச்சு சார். டைரக்டர் பரணிகுமாருக்கு அடிபட்டு ஹாஸ்பிடலைஸ் ஆகிவிட்டதால் ஒரு மாதிரியா எடுத்து முடிச்ச படம். அந்தப் பொண்ணு ஆக்டிங், டான்ஸ்லாம் பிரமாதமா இருந்தது. அதான்.”

“தீபிகாவுக்கு நல்லாதான் சர்டிபிகேட் கொடுக்கறே. பாத்து பவன்சுந்தரும் ஆளுங்கிற. உனக்கு ஒண்ணும் யூஸ் ஆகாது.”

மகேஷ் வெட்கத்தால் முகம் சிவந்தான். “சார் எனக்கு ‘அந்த’ மாதிரி ஆசைலாம் இல்ல சார். படம் நல்லா வரணும்.”

“ஆரம்பத்தில எல்லோரும் இப்படித்தான் சொல்லுவாங்க. சரி... ரெண்டு பேரையும் ஓ.கே. பண்ணிடு. புருஷோத்தமன் சார் படம் நல்லா வரும்னு சொல்லிட்டாரு” என்றவர் மெல்லிய குரலில் “அவர்கிட்டயே ரெண்டு ஏரியாவைத் தள்ளிடலாம்” என்றார்.

சென்னை - செங்கற்பட்டு, வடஆற்காடு தள்ளிட்டா பெரிய பாரம் குறைந்துவிடும். மதுரை, டி.டி (திருச்சி, தஞ்சாவூர்), கோவை மற்ற பெரிய ஏரியாக்கள். இவர் வாங்கியிருக்கிறார் என்றால் அங்கிருந்தும் ஆஃபர் வரும். படம் எப்படியிருந்தாலும் பிசினஸ்தான் முக்கியம். வாங்குவதற்கு ஆள் இருந்தால் விற்றுவிடுவது நல்லது. மொத்தமா “பண்ணிட்லாம் சார்” என்றான் மகேஷ்.

“தீபிகாவுக்கு போன் போடு” பெல்லைத்தட்டி “சண்முகம்” என்று இறைந்தார். சாப்பிட்டுக்கொண்டிருந்த மசால் வடையைப் பின்பக்கம் மறைத்தபடி ஓடிவந்தார் சண்முகம்.

“நம்ம டைரக்டர் சொல்ற ரெண்டு ஆர்டிஸ்ட் கால்ஷீட் கேட்டுப் பாருங்க. சம்பளம் எப்படினு விசாரிங்க.”

துரிதகதியில் டெலிபோன் எண்கள் சுழன்றன. சினிமா டைரக்டரியில் அந்தந்த நடிகர், நடிகையின் பெயர்கள் அருகில் குறிப்பிட்ட தொலைபேசி எண்கள்... அவர்களுடைய மேனேஜர்கள் என்பவரது தொடர்பு எண்கள்.

சினிமா மேனேஜர் என்பார் பெரும்பாலும் ‘மேனேஜர்’ என்று சினிமாவில் காட்டப்படுவது போன்றோ, நிஜவாழ்வில் வங்கிகளில் அலுவலகங்களில் இருப்பது போன்றோ இருப்பதில்லை. சுருக்கமாகச் சொல்வதென்றால் இந்த மேனேஜர்கள் யாரும் கோட்டோ, டையோ அணிருந்திருக்கவில்லை. அந்த வேலைக்கான படிப்பு என்றும்கூட ஒன்று அவசியமிருக்கவில்லை. சிலர் சினிமா குறித்த பார்வையும் அறிவும்கூட அற்றவர்களாக இருந்தனர். பேச்சு சாதுர்யம், வேலை ஆக வேண்டும் என்பதற்காகக் குழைந்து பேசுவது இரண்டும் அவசியம். சினிமா கம்பெனிகளின் தரம் அறிந்து கால்ஷீட் பேச வேண்டும். நட்சத்திர அந்தஸ்து தெரிந்து ஜோடி சேர்க்க வேண்டும். இந்தப் படத்தில் இப்படி இருப்பவர் அடுத்தபடம் வெளியானதும் எப்படி மாறுவார் எனக் கணிக்கத் தெரிய வேண்டும். காசு விஷயத்தில் கறாராக இருக்க வேண்டும். எந்த ஷெட்யூலில் எவ்வளவு சதவிகித சம்பளத்தை வாங்க வேண்டும் என்பதில் ஜாக்கிரதை வேண்டும். நடிகையாக இருந்தால் சேதாரம் இல்லாமல் பார்த்துக்கொள்ள வேண்டும்.

மில்லினியம் என்று வர்ணிக்கப்படுகிற 2000-ம் ஆண்டுக்குப் பிறகு இந்த சினிமா மேனேஜர்கள் கையில் ஒன்றுக்கு மேற்பட்ட செல்போன்கள் இருந்தன. ஒரு படம் நடித்துவிட்ட எந்த நடிகனுக்கும் அரை உடையில் நடிக்கத் தயார் என்ற எந்த வெள்ளை உடம்புப்

பெண்களுக்கும் மேனேஜர்கள் தேவைப்பட்டார்கள். சம்பந்தப்பட்ட நடிக நடிகையரின் சம்பளத்தில் பத்து சதவிகிதமோ, ஐந்து சதவிகிதமோ இவர்களுக்குக் கமிஷனாகக் கிடைக்கிற உற்சாகத்தில் இவர்கள் சும்மா நடிக்கவும் தயாராக இருக்கும் நடிகைகளின் சம்பளத்தில், "அஞ்சுக்கு குறைஞ்சு நடிக்க மாட்டாங்க சார். 'இளந்தென்றலே' படத்துக்கு மூணு ரூபா பேசினாங்க. இவங்க முடியவே முடியாதுனு வேணாம்னுட்டாங்க. ஆகஸ்ட்ல தெலுங்குப் படம் இருக்கு சார் என்று இழுப்பார்கள்." என்றார்கள்.

இப்படியாகப் பேசி சம்பளம் நான்கு லட்சத்தில் முடியும். மேனேஜருக்கு 40 ஆயிரம் கமிஷன். உஷார் மேனேஜராக இருந்தால் நடிகையிடம் ஒரு லட்சம் ரூபாய் கொடுத்துவிட்டு மீதி 3 லட்சம் + 40 ஆயிரத்தை வீட்டுக்குக்கொண்டு போவோரும் உண்டு.

இந்தப் படத்தின் புரொடக்‌ஷன் மேனேஜர் சண்முகமும் சாதாரண ஆள் இல்லை. தேன் எடுக்கும்போது புறங்கையை சுவைப்பவர். கமிஷன் அடிப்பதில் கில்லாடி. ஆனால், அவரைப் போட்டுக்கொடுத்தால் மகேஷையே படத்தில் இருந்து தூக்கிவிடும் அளவுக்குப் போய்விடுவான். முதலுக்கே மோசம்.

பட்ஜெட் கன்னா பின்னா வென்று எகிறும் போக்கைப் பார்த்து படமே நின்றுவிடுமோ என்று பயந்தான் மகேஷ்.

வேறு யாராவது தெரிந்தவர்களைவைத்து நடிகர்களிடம் நேரில் பேசிப்பார்த்தால் சம்பளம் குறையும் வாய்ப்பு இருக்கிறது. மகேஷ் யாரைப் பிடிப்பது என்று யோசித்தான். சினிமா நடிகர்களிடம் நெருக்கமாக இருக்கிற சினிமா சம்பந்தப்படாத யாராவது? சினிமா பத்திரிகையாளர்கள் யாரையாவது பிடித்தால்...?

மகேஷுக்கு ஸ்ரீராம் ஞாபகம் வந்தது. போன் போட்டு விவரத்தைச் சொன்னான். "சம்பளம் பேசற அளவுக்கு யார் கிட்டயும் பெருசா பழகலையே மகேஷ். தீபிகா பரவால்லயா?" என்றான் ஸ்ரீராம்.

"அட தீபிகாதாம்பா வேணும். பவன்சுந்தர், மேனேஜர்தான் இதுக்கும் டேட்ஸ் பாக்கறான். வாயில எத்தனை லட்சம்னு வருதோ அதை சம்பளமா சொல்றாம்பா. நீ கொஞ்சம் சொல்லுப்பா."

"சரி" என்றான் ஸ்ரீராம்.

மாயா சொன்ன கதை...

அம்மா எழுந்ததும் முதல் வேலையாக நான் எடுத்திருக்கும் முடிவைச் சொல்லிவிட வேண்டும். எழுப்பியாவது சொல்லிவிட வேண்டும் என்றும் அவசரப்பட்டேன். எழுப்ப

மனம் வரவில்லை. கொஞ்ச நேரம் டி.வி. பார்த்தேன். பத்திரிகை புரட்டினேன். பசி, வயிற்றைக் கிள்ளியது.

மெல்ல அம்மாவை உசுப்பினேன். அசையவே இல்லை. குரல் கொடுத்தேன். அம்மாவின் தூக்கம் சந்தேகத்தைக் கிளப்பியது. அம்மாவின் கை சில்லிட்டு இருந்தது. சந்தேகம் பயமாக உருமாறியது. மூச்சு வருகிறதா என்று உன்னிப்பாகக் கவனித்தேன். இல்லை. வேலைக்காரியைத் துணைக்கு அழைத்தேன். அவள் வேகமாக இப்படியும் அப்படியும் புரட்டிப் பார்த்துவிட்டு என்னைப் பரிதாபமாகப் பார்த்தாள்.

∎

3

ஸ்ரீராம் தொடர்புகொண்டு பேசியபோது, அவனது போனுக்காகவே காத்திருந்த ஆதங்கத்துடனும் அவசரத்துடனும் பேசினாள் தீபிகா. “பவன் எபிசோட் முடிஞ்சுடுச்சு” என்றாள்.

“என்ன சொல்ற தீபு?”

“இன்டஸ்ட்ரியில யாருடைய சப்போர்ட்டாவது இருக்கணுன்னு நினைச்சுதான் அவர்கூட சும்மா ஒட்டிகிட்டு இருந்தேன். இப்பதான் நிறைய பேர் இருக்காங்களே?”

“இப்ப யாரெல்லாம்?” என்று அழுத்தமாகக் கேட்டான் ஸ்ரீராம்.

“ச்சீ. அந்த அர்த்தத்தில சொல்லல.”

“நானும் அந்த அர்த்தத்தில் கேட்கல. இப்ப யாரு உனக்கு சப்போர்ட்டா இருக்காங்க.?”

“ஏன் நீ கூடத்தான்!” உன்னைவிட்டா வேறு யாரு இருக்கிறார்கள் என்றவள், இப்போது நீ கூடத்தான் என்றபோது ஏமாற்றமும் பொறாமையும் வெறுப்புமாக சிறிய கலவை திரண்டு மறைந்தது.

“எனக்கு ஒரு ப்ராப்ளம்னா வரமாட்டியா?” என்றாள்.

“வருவேன்... இப்ப யாரு உனக்கு மேனேஜர்?!”

“இப்போதைக்கு அப்படி யாரும் இல்ல... கார் டிரைவர் கனகராஜ் நம்பரைத்தான் பி.ஆர்.ஓ-க்களுக்கும் பிரஸ்காரங்களுக்கும் கொடுத்திருக்கேன்.”

“ஓ! புரொடக்ஷன் மேனேஜர் முருகவேல் தெரியுமா? அவர் ஒரு படம் பண்றாரு. வினோத்துக்கு ஜோடியா உன் டேட்ஸ் வேணும்.”

“இவ்ளோ பேசறீயே நீதான் மேனேஜர்.”

“சீரியஸா கேக்றேன்.”

“நான் பேசறது கிண்டலாவா இருக்கு? இதோ பார் ஸ்ரீ... பிரேம்நாத் படம் கேன்சல் ஆகிடுச்சு. அடுத்த மூணுமாசம் ஒரு கமிட்மென்ட்டும் இல்ல. சொல்லப் போனா இப்ப வினோத்தும் மூணு மாசம் ஃப்ரீ. ரெண்டு பேரும்தான் அதில பண்றதா இருந்தோம்.”

“நல்லதா போச்சு. நீ இப்ப எவ்வளோ சம்பளம் வாங்கறே?” என்றான் ஸ்ரீராம்.

“அதெல்லாம் நீயே ஃபிக்ஸ் பண்ணு. நடிகைனா நாலு வருஷமோ, அஞ்சு வருஷமோ. அதுவும் ஓட்ற படத்தில இருந்தா. கொஞ்சம் பாத்து பேசு. பிரேம்நாத் படத்துக்கு 15 ரூபா சொன்னாங்க. அதுக்குக் குறையக் கூடாது.”

“உனக்கே ஓவரா தெரியல? சரி.. இருபது ரூபா சொல்லவா?”

“இருபது ரூபா பேசினா, நீ மூணு லட்சம் எடுத்துக்கலாம். 15 ரூபானா டென் பர்சன்ட் கமிஷன். ஒன்னரை லட்சம்தான் கொடுப்பேன். ஓ.கே.?”

“அக்கிரமம் பண்றீங்க. மூணு லட்சம்னா என் ஒரு வருஷ சம்பளம். என்ன பண்றது நடிகைக்கு மேனேஜர் ஆகிட்டா கொள்ளையடிச்சுதான் ஆகணும்.”

“என்னப்பா இது? பணக்காரனா ஆகறதுக்கு இப்படி அலுத்துக்கறே? நீ எடுத்த போட்டோதான் என்னை நடிகையாக்குச்சு. அதான் இந்த சலுகை.”

“பணத்தை எல்லாம் என்ன பண்றே?”

“கனகராஜுக்கு தெரிஞ்சவங்க யாரோ ரியல் எஸ்டேட் பண்றாங்கப்பா. திருவேற்காடு பக்கத்துல அஞ்சு கிரவுண்டு சீப்பா வருதுன்னு சொன்னாரு. அதைத்தான் வாங்கிப்போட்டேன். ஏம்பா லஞ்சுக்கு வீட்டுக்கு வாயேன். போன்லயே எல்லா கதையும் கேக்கறீயே?”

தமிழ்மகன் | 123

"வரேன்!"

உடனே மகேஷுக்குப் போன்செய்து விஷயத்தைத் சொல்ல... அக்ரிமெண்ட், அட்வான்ஸ் என சிட்டாகப் பறந்தது முருகவேல் அலுவலகம். வினோத் வழக்கம்போல் 25 ரூபாயில் நின்றான். ஆளுக்கு ரெண்டு லட்சம் அட்வான்ஸ். இந்த மாதக் கடைசியிலேயே ஷூட்டிங் என்று ஃபிக்ஸ் ஆனது. ஸ்ரீராம் தலையிட்டு முடித்துவிடுவான் என்பதோடு மகேஷ் கதை சொல்லிய விதமும் தீபிகாவுக்கு மிகவும் பிடித்துவிட்டது. ராதா கேரக்டரில் நாம் நடிக்கப் போகிறோம் என்பதே அவளுக்குப் பூரிப்பாக இருந்தது. 'சினிமா பாட்டு சொல்லித்தரும் டீச்சர்' என்றது அவளுக்கு ரொம்ப தமாஷாக இருந்தது. மகேஷ் அதை விவரிக்கும்போது மனம்விட்டு சிரித்தாள்.

கார்த்திக் - அன்னபூரணி காட்சிகள் 'முந்தானை முடிச்சு' முறுக்கைக்காய் ரேஞ்சுக்கு வரும். எல்லாம் ஒழுங்காக எடுத்து முடிக்கப்பட வேண்டும்.

வினோத்தான் இன்டர்வெல்லுக்கு முன்னாடி ஒரு ஃபைட்டும் க்ளைமாக்ஸில் ஒரு ஃபைட்டும் வைக்கவேண்டும் என்று அடம் பிடித்தான். இந்தக் கதையில் ஃபைட்டுக்கு என்ன வேலையிருக்கிறது என்று குழம்பிப் போனாள் தீபிகா.

மகேஷ் மிக சாமர்த்தியமாக அதே இடத்தில் இரண்டு சண்டைக் காட்சிகளை ஜோடித்துக் காட்டி அனைவரையும் அசத்தியதோடு, இந்த இரண்டுக் காட்சிக்காகப் படத்தை இழக்கும் ஆபத்தில் இருந்து தப்பித்தான்.

"ராதாவும், கார்த்திக்கும் வீடு தேடி அலைகிறார்கள். குளக்கரையில் சாராயம் காய்ச்சும் பார்ட்டிகள் இவர்களைப் பார்த்து கிண்டல்செய்கிறார்கள். ஒருவன் ராதாவைக் கையைப்பிடித்து இழுக்க, ஹீரோ அனைவரையும் வெளுத்துக்கட்டுகிறார். இது இன்டர்வெல்லுக்கு முன் ஃபைட். கலெக்டரை லாரி வைத்து இடித்த வழக்கில் ராதா அண்ணன் தியாகராஜனுக்கு எதிராக இங்கே சாட்சி சொல்லிவிடுவானோ என்று தியாகராஜனின் ஆட்கள் கார்த்திக்கைச் சுற்றி வளைக்கிறார்கள். இது க்ளைமாக்ஸ் ஃபைட்.

ஒரே ஷெட்யூல். நாகர்கோவில் பக்கத்தில் ஒரு கிராமத்தில் ஷூட்டிங். ஐம்பது நாள், ஐம்பது ரோல்! இதுதான் திட்டம். மகேஷுக்கு 25 ஆயிரம் அட்வான்ஸ் தந்தார் முருகவேல். படம் முடியும்போது இன்னொரு 25. படம் நன்றாகப் போனால் 'பார்த்து செய்வதாக சொல்லியிருந்தார். மற்றபடி கதை ரைட்ஸ் தெலுங்கு, கன்னடம், மலையாளம், இந்தி பட உலகினர் வந்தால் பேசும் விலையில் பாதி பாதி. படத்தின் பப்ளிசிட்டியில் 'அலைகள்

ஓய்வதில்லை' பார்ட் டூ. ராதா வேடத்தில் தீபிகா, கார்த்திக் வேடத்தில் வினோத் என்று வெளியாகி இண்டஸ்ட்ரி முழுக்கப் பேசப்பட்டது. கார்த்திக், ராதா, பாரதிராஜா ஆகியோரும் படபூஜையில் கலந்துகொள்வார்கள் என்று எதிர்பார்க்கப்பட்டது. ஆனால், அவர்களுக்கெல்லாம் இந்த விஷயம் தெரிவிக்கப்பட்டதா என்றுகூட தெரியவில்லை. 'அலைகள் ஓய்வதில்லை' முகாமில் இருந்து யாராவது தடைபோட்டுவிடுவார்கள் என்று பயந்தோ, தயங்கியோ அவர்களை வரவேற்பதைத் தவிர்த்துவிட்டார் முருகவேல்.

ஒளிப்பதிவு ரத்னராம். படத்தை அலங்கரிப்பதற்கு நிறைய ஐடியா சொன்னான். ட்ரெய்னில் டி.டி.ஆருக்கு கார்த்திக் - ராதா டிமிக்கு கொடுக்கும் காட்சிகளை வினாடிக்கு 26 ஃப்ரேம்கள் என எடுக்கலாம் என்றான். காட்சி பாஸ்டாக இருக்கும்... விறுவிறுப்பு தெரியும் என்பது அவன் யூகம். "கார்த்திக் வியூவில் காட்டப்படும் காட்சிகளை எல்லாம் கொஞ்சம் டாப்வியூவிலேயே எடுக்கலாம். அப்படி எடுத்தால் படத்துக்கு ஒரு வித்தியாசமான கோணம் கிடைக்கும். அப்புறம் அன்னபூரணி சீன்ல 'நல்லா சமாச்சாரம்' தெரியறமாதிரி ஷூட் பண்ண முடியும்" என்று சிரித்தான் ரத்னராம். "இன்டர்வெல் வரைக்கும் ஸ்லோ ஸ்பீட், ஜூம் இன் ஜூம் அவுட்னு விளையாடலாம். அப்பதான் ஜாலியா, ஸ்பீடா போகும்... ரியலிஸ்டிக் சீன்ஸ் வரும்போது நார்மல் ஃபார்முக்கு வந்திடலாம்" என்று மகேஷிடம் தம் பங்குக்கு ரத்னராம் விவரித்தான்.

விஜய்ராஜ் இசையில் ஐந்து பாடல்கள். புது வீடு கிடைத்ததும் ஒரே குஷியா ஒரு பாட்டு, படுக்கையறை, சமையல் அறை, பாத்ரூம் என்று ரூம் ரூமாக கொஞ்சிப் பாடுகிற பாட்டு. பசங்களுக்கு பாட்டு சொல்லித்தருவதாக பல பிரபல சினிமா பாட்டுகளின் கலவையாக ஒரு பாட்டு. அன்னபூரணி - கார்த்திக் இருவரும் மாவரைக்கும் இடத்தில் உல்லாசமாக இருப்பதாக ராதா கற்பனைசெய்யும் ஒரு பாட்டு. பிரிவுத்துயரில் தனித்தனியே தங்கள் கூண்டுக்கிளியிடம் முறையிட்டுப் பாடுவதுபோல் ஒரு பாட்டு. வினோத் ஆசைப்பட்டதுபோல க்ளைமாக்ஸ் சண்டையின்போது ஒரு பாடல். 'தூள்' படத்தில் 'ஏ சிங்கம் போல' என்று க்ளைமாக்ஸ் பாடல் இடம் பெற்றதில் இருந்து நிறைய தமிழ் சினிமாவில் இப்படி 'சண்டை பாடல்கள்' இடம் பெற்றுக்கொண்டிருப்பதால் மகேஷும் வேறு வழியில்லாமல் 'சரி' என்றான்.

அம்மா கேரக்டர், அண்ணன் கேரக்டர், வீட்டு ஓனர், அன்னபூரணி, கலெக்டர், அடியாட்கள், தியாகராஜன், காமெடி ஆசாமிகள், துணை பாத்திரங்கள் என்று நீண்ட பட்டியல்போட்டு ஆர்டிஸ்ட் தேர்ந்தெடுக்கிற வேலை ஒரு பக்கம். ஏஜென்டுகள்

மூலம் தேர்ந்தெடுக்கப்பட்டவர்கள். அவர்களாகவே வந்து வாய்ப்பு கேட்டவர்கள் எல்லோருடைய முகவரி, போன் நம்பர் குறித்துவைக்கப்பட்டன. புரொடக்ஷன் மேனேஜர் சண்முகத்தின் வேலை சூடுபிடிக்க ஆரம்பித்தது. சாமான் வாங்க ஆரம்பித்ததில் இருந்து, நடிகர்கள் தொழில்நுட்பக் கலைஞர்கள் சம்பளம், ஷூட்டிங் ஸ்பாட்டுக்கு பணம் கட்டுவது, அவுட்டோர் யூனிட்... என்று அவர் புரொடக்ஷன் சைடில் பல லட்சங்கள் கரைந்து வந்தன. புரொடக்ஷன் மேனேஜரை நம்பித்தான் ஆக வேண்டும். வேறுவழியில்லை. முருகவேலும் புரொடக்ஷன் மேனேஜராக இருந்து படம் எடுக்க வந்தவர்தான். அந்தத் தொழிலின் சாதக பாதகங்கள் அவருக்குத் தெரியும். ஒவ்வொருவரையும் ஷூட்டிங் ஸ்பாட்டுக்கு அழைப்பதில் இருந்து சம்பந்தப்பட்ட நடிகர்களை குறித்த நேரத்தில் கொண்டுவந்து சேர்ப்பது வரை அவர்கள் பாடு படாதபாடு. தேனெடுத்தவன் புறங்கையை நக்காமல் இருக்க மாட்டான் என்று சில விஷயங்களை ஏற்றுக்கொள்வது இதில் சுகம். சில உஷார் பார்ட்டி தயாரிப்பாளர்கள் ஒரு பைசா எடுக்கவிடாமல் பணத்தை அளந்து தருவதும் உண்டு. இவ்வளவுக்கும் மேல் காலமெல்லாம் நியாயமாக இருந்துவிட்டு பசங்க ஸ்கூல் ஃபீஸுக்காக கைகட்டி நிற்கிற மேனேஜர்களும் உண்டு. சண்முகம் மீடியம் டைப். ஆயிரம் தேனி கொட்டினாலும் தேனெடுக்காமல் திரும்ப மாட்டார். சமயம் வாய்த்தால் உள்ளங்கையும் சேர்த்து நக்கிவிடுவார்.

'அன்னபூரணி' கேரக்டருக்காக குஜராத்திலிருந்து ஒரு ரோஸ் நிற தக்காளியை இறக்குமதி செய்திருந்தார்கள். 'நம்ருதா' என்று பெயர். போட்டிருந்த ட்ரஸ்ஸில் இருந்தே தாராளமும் தயார் நிலையும் புரிந்தது. ரொம்ப சுலபமாக எல்லாரையும் தொட்டு தொட்டு பேசினாள். சிரிக்கிறேன் பேர்வழி என்று மேலே மேலே விழுந்தாள். ஆந்திரா, கேரளா, குஜராத், மும்பை, பெங்கால் என எல்லா பக்கமும் நடிகைகளின் மேனேஜர்கள் கையில் போட்டோவும் செல்போனும் வைத்துக்கொண்டு திரிந்தனர். நம்முடைய நோக்கம் அவர்களுக்குப் புரிந்துபோனால் அதற்கான நடிகைகளை அழைத்துவந்தனர். ஊர் பக்கம் புரோக்கர்கள் மாடு பிடிக்கப் போவார்கள். மகேஷுக்கு அதுதான் ஞாபகம் வந்தது.

நம்ருதாவை மகேஷிடம் அறிமுகப்படுத்தினபோது அவளிடம், "போர்பந்தர் தெரியுமா?" என்றான். "போர்பந்தர்?" என்று லிப்ஸ்டிக் உதட்டைப்பிதுக்கி, விழித்தபடி அவன் தோளில் கை போட்டுக்கொண்டாள் நம்ருதா. குஜராத் ரயில் எரிப்பில் இந்துக்கள் எரிந்தது பற்றியும் முஸ்லீம்கள் தாக்கப்படுவது பற்றியும் அறிவுஜீவித்தனமாக விவாதிப்பதன் மூலம் அவள் மனதில் இடம் பிடிக்கலாம் என்ற முயற்சியும் மகேஷுக்குத் தோல்வியில்

முடிந்தது. அவளுக்கு அங்கே மோடி என்று ஒரு முதல்வர் இருப்பது மட்டும் தோராயமாகத் தெரிந்தது. 'இவளை குஜராத்தில் இருந்துதான் பிடித்துவந்தார்களா... இல்லை கொட்டாம்பட்டியில புடிச்சாங்களா?' என மகேஷ் அடித்த கமென்டுக்கு மற்றவர்களோடு சேர்ந்து அவளும் சிரித்தாள்.

மாயா சொன்ன கதை...

அம்மா இறந்துவிட்டது எனக்குப் பெரும் நெருக்கடியை ஏற்படுத்தி விட்டது.

என்னுடைய சொத்துக்களை அபகரிக்கவும் என்னையே அபகரிக்கவும் அது வாய்ப்பாக அமைந்துவிட்டது. நிறைய பேர் ஆறுதல் சொல்வோர் ரூபத்தில் என்னைச் சந்தித்தனர். பரிதாபம் பொங்கும் முகங்களோடு எனக்கு ஆறுதல் கூறினர். பலர் எனக்கு மேனேஜராகி என் வரவு செலவு கணக்குகளையும் கால்ஷீட்டையும் பார்த்துக்கொள்வதாகச் சொன்னார்கள். அம்மாவின் பிரிவு பற்றி பேட்டி எடுத்தார்கள். அம்மா இறந்த துயரத்தோடு இது ஒரு துயரம்.

சில பி.ஆர்.ஓ-க்கள் என்னைப்பற்றிய பப்ளிசிட்டி விவகாரங்களை அவர்கள் இனி பார்த்துக்கொள்வதாகப் பேச்சு கொடுத்தார்கள். எல்லோருடைய பரிதாபத்திலும் ஏதோ சுயநலம் ஒளிந்துகொண்டிருந்தது. சிலர் உண்மையாகவே பரிதாபப்பட்டிருந்தாலும் அதை வித்தியாசப்படுத்தி உணரும் நிலையில் நான் இல்லை.

சக நடிகை ஒருத்தி 'எவனையாவது கல்யாணம் பண்ணிக்கிட்டு செட்டில் ஆகிவிடு' என்றாள். பாதுகாப்புக்கு ஒரு ஆணோ, அம்மாவோ இல்லாத நடிகையின் வாழ்க்கை நரக வாழ்க்கை ஆகிவிடும் என்பது அவளுடைய கணிப்பு. ஜி அவ்வளவு சுலபத்தில்விடுவாரா எனத் தெரியவில்லை. என்னால் முடிவெடுக்க முடியவில்லை.

■

4

"யாரது நம்ருதா?" என்றாள் தீபிகா.

"குஜராத், ராஜஸ்தான்னு என்னவோ ஸ்டேட் சொல்றா. நம்ம ஆளுங்களுக்கு கொஞ்சம் கொழு கொழுனு சிவப்பா இருந்துட்டாபோதும். அவ சொல்ற லட்சத்தை கொடுத்திட்டு 'எஸ் மேடம்'னு சலாம் போட ஆரம்பிச்சுடுவாங்க" என்று பொங்கிய ஸ்ரீராமைக் கிண்டலாகப் பார்த்தாள்.

"இதில் பொறாமைபட்றதுக்கு என்ன இருக்கு ஸ்ரீராம்? நம்ம ஜனங்களும் அதைத்தான் விரும்பறாங்க? இல்லாட்டி தமிழ்நாட்ல இத்தனை ராஜஸ்தான்காரிங்களும் பஞ்சாப்காரிகளும் வந்து குப்பைகொட்ட முடியுமா?"

"அதான் கேட்கிறேன். தமிழ்நாட்ல இருந்து ஒரே ஒரு தமிழ்க்காரி கூடவா கிடைக்கல?"

"உன் கண்ணு முன்னாடி நான் ஒருத்தி சிலையாட்டம் இருக்கேனே தெரியலையா?" என சிரித்தாள் தீபிகா.

படத்தயாரிப்பாளர்கள் தீபிகாவிடம் காட்டுகிற ஈடுபாடும் நம்ருதாவிடம் காட்டுகிற ஆர்வமும் வித்தியாசமானவை.

நம்ருதாவைப் பார்த்ததுமே பயன்படுத்த நினைக்கிறார்கள். தீபிகா கொஞ்சம் அவதிப்பட்டு ஜெயித்த பின்பு ஏதோ வெற்றி சென்டிமென்டுக்காக ஓ.கே. செய்கிறார்கள். நிறத்தின் காரணமாக ஏற்பட்ட மிகக் கொடுமையான 'காம்ப்ளெக்ஸ்' இது என்று வாதாடினான் ஸ்ரீராம். தமிழ் மொழியைவிட பிறமொழி சிறந்தது என்றும், தம் உணவு உடைகளைவிட பிறருடையது சிறந்ததென்றும் நினைத்தும் ஏற்றுக்கொண்டும் பழகிக்கொண்டும் இருக்கும் தமிழர்களின் சிக்கலான மனப்போக்கு குறித்து எல்லாம் தீபிகாவுக்கு எந்தவித யோசனையும் இருக்க நியாயமில்லை.

"தமிழ்நாடோ, பஞ்சாபோ... அவங்க நடிச்ச படம் ஓடலைனா ஜனங்களும், புரொட்யூஸரும் வெறுத்துப் போய்டப் போறாங்க. அவ்வளவுதானே... நீ ஏன் ஸ்ரீ இவ்ளோ ஃபீல் பண்றே!"

தீபிகா சொல்லும் நியாயங்கள் ஸ்ரீராமை மேலும் ஆவேசப்படுத்தின. "ஆமா... இதுங்க வேணாம்னா பாம்பே, கல்கத்தால இருந்து வேற ஆர்டிஸ்ட் பிடிப்பாங்க.... எவன்னா கோ ஆர்ட்டினேட்டர் தஸ்புஸ்ன்னு இங்கிலிஷ் பேசிகிட்டு நாலு பொம்பளை போட்டோவ காட்டினா அவளுக்கு இங்க அவ்ளோ மரியாதை, எவளோ அவுத்துப்போட்டு ஆடி சம்பாதிக்கப்போறா. எவனோ ஒரு புரொட்யூஸர் அவளுக்குச் சம்பளம் கொடுக்கப் போறான். நடுவுல இவனுங்க பண்ற ஆர்ப்பாட்டம் தாங்கல. ஃப்ளைட் என்ன, ஸ்டார் ஓட்டல் என்ன..? நாளெல்லாம் வெய்யில்ல சுடச்சுட ரோடு போட்றாவனுக்கு நூறு ரூபாய் சம்பளம். பொம்பளை புடிச்சுத்தர்ற இந்த மாமா பசங்களுக்கு லட்சம் லட்சமா சம்பளம். அதுக்குதான் ஃபீல் பண்றேன்."

ஸ்ரீராம் இந்த விஷயத்தில் இவ்வளவு வன்மமாக இருப்பான் என்று தீபிகா எதிர்பார்க்கவில்லை. ஏதோ பட யூனிட்டில் எல்லோரும் நம்ருதா புராணம் பாடிக்கொண்டிருக்கவே ரொம்ப இயல்பாக அவளைப்பற்றி விசாரித்தாள். அது இப்படி சீரியஸாகப் போவதை உணர்ந்து, ஸ்ரீராம் அமர்ந்திருந்த சோபாவை நெருங்கி அதன் கைப்பிடியில் அமர்ந்து அவன் தலைமுடியைக் கோதிவிட்டாள்.

"உடம்பு நோகாம லட்சம் லட்சமா சம்பாதிக்கிறாங்க. அதுக்கு நம்ம புரொட்யூஸரும் ஒத்து ஊதுறாங்க. அதானே உன் கோபம்?"

தீபிகா தன்னை ஆசுவாசப்படுத்தும் நோக்கில் வாஞ்சையாக விசாரித்ததில் சற்றே நிதானத்துக்கும் வந்தான். "சரி நான் கிளம்பறேன். ரொம்ப லேட் ஆயிடுச்சு" என்றபடி தன் காமிரா பேக்கை எடுத்துத் தோளில் மாட்டினான் ஸ்ரீராம். லாவகமாக அதை அவன் தோளில் இருந்து அதை கழற்றி வைத்துவிட்டு, "இரு சாப்பிட்டுட்டு போ. ஒன்பது மணி ஆயிடுச்சு" என ஸ்ரீராமின்

ஒப்புதலுக்குக் காத்திராமல் டேபிளில் தட்டைப் புரட்டி போட்டு பரிமாற ஆரம்பித்தாள்.

“இருக்கட்டும் தீபி...”

“நீயும் போயிட்டா தனியாகத்தான் சாப்பிடணும். வேலைக்காரப் பொண்ணு இன்னைக்கு இங்க தங்கலை. அந்தம்மாவை வரச் சொன்னா காலைல வர்றேன்னுட்டாங்க. ப்ளீஸ்...”

“ரொம்ப கெஞ்சாதே, நான் சாப்பிட்டுட்டுப் போறேன்.”

தீபிகா புன்னகையோடு, ‘இன்னைக்கு இங்கேயே தங்கிட்டுப் போனாக்கூட சந்தோஷப்படுவேன்” என்றபடி சுறா புட்டை எடுத்துவைத்தாள்.

“நீ மட்டும் இருக்கும்போது இந்த நேரத்தில் நான் இங்க இருக்கிறதே தப்பு. இந்த அழகுல நான் நைட் தங்கிட்டுப் போனா உணர்ச்சிவசப்பட்டு நானே என் பத்திரிகைல காஸிப் எழுதிடுவேன். பரவால்லையா?”

“பரவால்ல...”

ஸ்ரீராம் மௌனமாகச் சாப்பிட்டுக்கொண்டிருந்தான். எதிரில் அமர்ந்து தீபிகாவும் சாப்பிட ஆரம்பித்தாள். “ரொம்ப லோன்லியா இருக்கு ஸ்ரீராம். யோசிச்சுப் பார்த்தா எனக்கு யார் இருக்காங்கன்னே தெரியலே!” சுடிதார் விளிம்பில் கண்களைத் துடைத்துக்கொண்டாள்.

“ரொம்ப வசதியா இருக்கேன். நான் கொஞ்சம்கூட எதிர்ப்பார்க்காத வசதி. இந்த பிரமிப்பில் இருந்து நான் இன்னும்கூட மீளல. ஆனா அப்பப்ப இந்தப் பெருமைகளைக் கொண்டாட எனக்குன்னு யாராவது இருக்கணும்னு தோணுது. என்னோட அவசரத்துக்கு யாரையாவது கல்யாணம் பண்ணிகிட்டா இந்த வாழ்க்கை போயிடும். அவ்ளோ அவசரப்பட்டு காதலிக்கவும் அவகாசமும் இல்ல. பொழுது விடிஞ்சு மறுபடி ஷூட்டிங் ஸ்பாட்டுக்குப் போறா வரைக்கும் பெரிய குழப்பமா இருக்கு” என்று நிறுத்தினாள்.

இவ்வளவு ஆடம்பரமான அபார்ட்மென்ட், லச்சுரி கார். பாங்க் புக்கில் பணம். வீட்டு வாசலைத் தாண்டினால் சூழ்ந்துகொண்டு ஆட்டோகிராப் கேட்க ரசிகர் கூட்டம். கால்ஷீட் கேட்டு புரொட்யூசர்கள்... அவளைப் பார்க்க ஸ்ரீராமுக்குப் பாவமாக இருந்தது. “அதான் அப்பவே எங்க ஆபிஸ்ல டைப்பிஸ்ட்டா சேந்துடுனு சொன்னேன்” என்றான் ஸ்ரீராம்.

“இந்த மாதிரி வீடு வாங்கியிருக்க முடியாதே. நானா முடிவு பண்ணிதானே இந்த லைஃப் தேர்ந்தெடுத்தேன். அது இல்ல இப்ப

பிரச்னை. எனக்குன்னு சொந்தமா யாராவது இருந்தா நல்ல இருக்கும்னு தோணுது"

இதற்கு என்ன சொல்வது என்று யோசனையில் டி.வி-யின் மேல் வைக்கப்பட்டிருந்த கொக்கு பொம்மையைப் பார்த்துக்கொண்டிருந்தான் ஸ்ரீராம்.

"சரிப்பா... நைட் இருந்துட்டுப்போ. நான் உன்னை ஒண்ணும் பண்ணிட மாட்டேன்" என்று சிரித்தாள். சிறிது யோசனைக்குப் பிறகு, "நீ கட்டில்ல படுத்துக்க. நான் இங்க சோபாவுல படுத்துக்குறேன்" என்றான்.

"இங்க கொசுக்கடி ஜாஸ்தி. உள்ள படுத்துக்க."

"என்னைக் கடிச்சா பரவால்ல. சினிமா ஸ்டார்... உன்னை கடிச்சா நாடே தாங்காது."

"இல்லாட்டி ரெண்டு பேரும் உள்ளயே படுத்தக்கலாம். நடுவுல வேணும்னா ஒரு 'பகவத்கீதை' வெச்சுக்கலாம்" என்று பாலசந்தர் படக்காட்சியை நினைவூட்டி சிரித்தாள். அன்பு ஒரு இன்வெஸ்ட்மென்ட் என முன்பு ஒருமுறை சொன்னது நினைவுக்கு வந்தது. அன்பு ஒரு வன்முறையும்கூடத்தான். தர்மசங்கடமாகத் தவித்தான் ஸ்ரீராம்.

"என்ன யோசிக்கிறே?"

"ஒண்ணுமில்ல."

"அந்த புரொட்யூஸர் ராகேஷ் சொன்னது ஞாபகம் வந்துடுச்சா..."

"என்ன சொன்னது?" என்றவன், ஒருமுறை அவர் படத்துக்கு தீபிகாவுக்கு சான்ஸ் கேட்டபோது, "நீ முடிச்சிட்டியா?" என்று கேட்டது ஞாபகம் வந்தது. "நீ ரொம்பத்தான் கெட்டுப்போயிட்டே" என்றான்.

"ரொம்ப இல்ல... ஆறு பேர்கிட்ட" என்றாள்.

"போதும் நிறுத்திக்க. அப்புறம் பத்திரிகைல எழுதிடுவேன். ரூம்ல டி.வி. இருக்குல்ல?" என்றான்.

அன்று இரவு தனக்குத் தெரிந்த நடிகை ஒருத்தியின் கதையை ஸ்ரீராம் சொன்னான். 'மிஸ்.மாயா- ஒரு நடிகையின் கதை' என்ற பெயரில் அது ஏற்கெனவே மல்லிகை இதழில் தொடராக வந்திருந்தது. மாயா என்ற புனைப்பெயரில் தன் கதையைச் சொன்ன அந்த நடிகை யார் என அவன் மல்லிகை எடிட்டருக்கும்கூட சொல்லவில்லை. அதைத் தொடராக எழுதியபோது, பலரும் யார் அந்த நடிகை எனக் கேட்டார்கள். சினிமா ஆட்கள் சிலர் ரகளை செய்தார்கள். சட்டப்படி நடவடிக்கை எடுப்போம் என்றார்கள்.

"அந்த நடிகை யார்?" தீபிகாவுக்கும் லட்சம் பேருக்குள்ளும் இருந்த அதே கேள்வி.

"அது யார்னு கேட்டா நான் வீட்டுக்குக் கிளம்பிப் போயிடுவேன்."

"அவ யார்னு தெரிஞ்சு எனக்கு என்ன ஆகப்போகுது? வேண்டாம்னா விட்டுடு."

டி.வி-யைப் போட்டான். மெகா சீரியல்களின் நீண்ட நீண்ட அழுகைகள். "சி.டி. பிளேயர் இருக்கே. என்ன சி.டி இருக்கு?"

அலமாரியைக் காட்டினாள். ஜாக்கிசான் இருந்தார். படம் ஆரம்பித்த கொஞ்ச நேரத்திலேயே தீபிகா தூங்கிவிட்டாள். அசதியும் புதுமையும் தயக்கமும் பிசைந்தெடுத்த நிலையில் ஸ்ரீராமும் சிறிது நேரத்தில் டி.வி-யை நிறுத்திவிட்டுத் தூங்க முயன்றான். வெகுநேரம் கழித்துத்தான் தூக்கம் வந்தது. ஆனால், அதிகாலை 4 மணிவாக்கில் இருவரில் யாருக்கோ ஒருவருக்கு முழிப்பு தட்டியது. அல்லது இருவருக்கும் ஒரே நேரத்திலா என்று தெரியவில்லை. சில்லென்ற ஏ.சி-யின் குளுமை. ஒரே படுக்கையில் இரண்டு தனிமை. நெருங்கிவந்தது யார் என அத்தனை உறுதியாகச் சொல்ல முடியவில்லை. எதேச்சைபோல இருவரும் ஒரே போர்வைக்குள் மாறியிருந்தனர். ஸ்ரீராமை, திடீரென இறுக்கி அணைத்துக்கொண்டாள் தீபிகா. நைட்டியைத் தவிர அவள் வேறு எதுவும் அணிந்திருக்கவில்லை என்பது அந்த அணைப்பில் தெரிந்தது. அணைத்தபோது மார்போடு உரசிய புள்ளிகள் சட்டென அவனை நிலைகுலைய வைத்தன. கிறக்கத்தில் மூடியிருந்தன அவனுடைய விழிகள். திடீரென அவன் கண்களைத் திறந்து பார்த்தபோது, அந்த நெருக்கத்தில் இருவரின் கண்களும் சந்தித்தன. அவளுக்கு சிரிப்பு வந்தது. அனுமதிகேட்டது யார், கொடுத்தது யார் எனத் தெரியவில்லை.

"ஏன் சிரிக்கிறே?"

"கற்புக்கரசனை வீழ்த்திப்புட்டேன்."

"எப்படி தெரிஞ்சுது?"

"எது?"

"கற்புக்கரசன்னு சொன்னியே?"

சிரித்தாள். "நீதான் இப்ப சொல்லிட்டியே?"

அவளுடைய அணைப்பின் நோக்கம் காமமா? ஏக்கமா? பந்தமா, பாசமா பதிலுக்கு ஸ்ரீராமும் அவளை அணைத்துக்கொண்டான். அவனுடைய இணைப்பின் நோக்கம் காமம் மட்டும்தான் என்று அவனே அந்த நிமிடத்தில் நினைத்தான். காமம் இரண்டு

உடல்களின் உரையாடல் என்பதை இருவருக்குமே ஒரே நேரத்தில் உணர்ந்தபோதில், அவள் காதருகே கேட்டாள்: "யார் அந்த நடிகை?"

அவள் கேட்பதற்குமுன் அவனே அந்தப் பெயரை அவளுடைய காதில் பரிசாகப் போட்டான் என்றுதான் சொல்ல வேண்டும். யார் கிட்டயும் சொல்லிடாதே என்றான். ஒரு நடிகையிடம் கொடுத்த சத்தியத்தை மீறியது ஒரு விநாடியில் மீறப்பட்டது. ஸ்ரீராமுக்கு அது ஒரு வாக்குமீறல் என்ற பிரக்ஞையே அந்த நொடியில் இல்லை. அவனுக்கேகூட அது ஆச்சர்யமாக இருந்தது.

காலை அங்கேயே ஒரு குளியல் போட்டுவிட்டு ஸ்ரீராம் அவசரமாகக் கிளம்பினான். விடிந்ததும் குற்ற உணர்வு அவனைப் புரட்டி எடுத்தது. டீ போட்டுக்கொண்டு வந்தவளை நிமிர்ந்துகூட பார்க்காமல் "சாரி" என்றான்.

"அதெல்லாம் ஒன்றுமில்ல ஸ்ரீ. ஐ ஆம் ஹாப்பி. ஒரு நல்ல பையனைக் கெட்ட பையனாக்கிட்டேன். அதான் ஒரு வருத்தம்."

"சரி நான் வர்றேன்" ஸ்ரீராமின் அவசரம் அவள் முன்னிருந்து வேகமாக விடுபட்டுவிட என்பதிலேயே இருந்தது. ஸ்ரீராம் கிளம்பியதும் சோபாவில் சாய்ந்து உட்கார்ந்து இந்த அன்பும் சுகமும் வாழ்நாள் முழுதும் நிலைக்க வேண்டும் என்று நினைத்தாள்.

ஸ்ரீராம் போன சில நிமிடங்களில் மகேஷூம் காஸ்ட்யூமரும் வந்தனர். நிறைய வெளிநாட்டு பத்திரிகையின் அட்டைப்பட பெயர்களின் ஆடைகளைக் காண்பித்தான். "படத்தில சாங்குக்கு மட்டும்தான் மேடம் மார்டன் காஸ்ட்யூம். இந்த ட்ரெஸ் எப்படினு பார்த்துக்கங்க. பிறகு இப்படிலாம் போட மாட்டேன்னு சொன்னா வேஸ்ட் ஆகிடும்" என்று உண்மையைச் சொன்னான் மகேஷ். மிகவும் ரசனையான உடைகள். தீபிகாவுக்கு மகேஷின் மீது நம்பிக்கை வளர்ந்துகொண்டே போனது.

"சூப்பரா இருக்கு. இப்படியே ரெடி பண்ணிடுங்க" என்றாள்.

"பாஸ்போர்ட் இருக்கில்ல?"

"இல்லையே?"

"புரடக்ஷன்ல சொல்லுங்க. அரேஞ் பண்ணிடுவாரு.. ஒரு சாங் மலேசியாவுல இருக்கும்."

தமிழ்நாட்டையே தாண்டாதவளுக்கு இந்தியாவைத்தாண்டும் வாய்ப்பு. தீபிகாவுக்கு எல்லாமே டபுள் புரமோஷன்களாகவே இருந்தது.

"உங்க 'கப்' சைஸ் என்னம்மா? இல்ல பழைய ஜாக்கெட் ஒண்ணு கொடும்மா" என்று டேப்போடு எழுந்தார் காஸ்ட்யூமர்.

மாயா சொன்ன கதை...

மருதனுக்கு போன்செய்து அம்மா இறந்துவிட்ட செய்தியையும் இங்கே ஏற்பட்டிருக்கிற சூழ்நிலையையும் விளக்கினேன்.

"வளசரவாக்கத்தில் எங்க அக்கா வீடு இருக்கு. நீங்க வேணும்னா அங்க போய் இருங்க. நான் வர்ற வெள்ளிக்கிழமை சென்னை வர்றேன். நேர்ல வந்து மத்த விஷயத்தைப் பேசிக்கலாம்" என்றான்.

திடுதிப்பென்று வளசரவாக்கம் மருதன் வீட்டுக்குப் போவதென்பது எனக்கு பல்வேறு யோசனைகளுக்கு வழி வகுத்தது. மாலை நான்கு மணி எம்.எஸ்.ஆர் பேசினார். அவர் வசதிக்கு ஏற்றபடி ஒரு யோசனையை சொன்னார்.

"ஈ.சி.ஆர் ரோட் கெஸ்ட் ஹவுஸை உன் பேருக்கு மாத்திடலாம்னு இருக்கேன்."

"எனக்கு வேண்டாம் சார். நான் கல்யாணம் பண்ணிக்கிட்டு ஒதுங்கிடலாம்னு நினைக்கிறேன். இனிமே என்னை விட்ருங்க சார்." மறுமுனையில் ஒரு ஆழ்ந்த மௌனம்.

"ஸார்?" என்றேன்.

"நீ கல்யாணம் பண்ணிக்கிறதுல ஒரு தடையும் இல்ல. ஆனா என்னைத்தான் கல்யாணம் பண்ணிக்கணும். வேற வழியில்ல.."

".........................."

"என்னைக் கல்யாணம் பண்ணிக்கிறதில உனக்கு சங்கடம் இருந்தா, நானே ஒருத்தனை ஏற்பாடு பண்றேன். நிறைய நடிகைங்க சொல்ற மாதிரி அமெரிக்க மாப்பிள்ளை, லண்டன் மாப்பிள்ளைனு பெருமையா நீ சொல்லிக்கலாம். பத்திரிகைல போட்டோ கொடுக்கலாம். ஆனா அவன் சும்மா ஒப்புக்கு ரெண்டு நாள்கூட நின்னு போஸ் பண்ணிட்டு விலகிப்பான். அல்லது நீயே அமெரிக்காவுல இருந்து டைவர்ஸ் ஆகி வந்துட்டதா சொல்லிக்கலாம். நீ என்கூட யாருக்கும் தெரியாத இடத்தில் இருப்பே."

"சார்... தயவுசெய்து என்னைவிட்ருங்க சார்."

"சொன்னா புரிஞ்சுக்க மாயா. இந்த உலகத்தில் உன்னை என்னைவிட நல்லா வெச்சிருக்கவன் ஒருத்தனும் இருக்க மாட்டான்."

"இவ்ளோ நாள் வெச்சிருந்தது போதுங்க... இனிமே என் இஷ்டப்படி விட்டுடுங்க. நான் விருப்பப்படற யாரையாவது கட்டிகிட்டு எங்கயாவது ஒரு மூலையில வாழ்ந்துட்டு போறேன்.

"நீ யாரையாவது 'லவ்' பண்றியா?" என்றார் இறுக்கமாக.

லவ் பண்ணுவதாகச் சொன்னால் விட்டுவிடுவாரா என்று முதலில் அவசரமாக நினைத்தேன். சற்று நிதானித்ததில் அவருடைய கேள்வியில் ஒரு விரோதம் இருப்பது புரிந்தது.

"அப்படிலாம் இல்ல சார்!"

"இதபார் மாயா. என்னை மீறி ஏதாவது பண்ண நினைச்சா தொலைஞ்சே. நீ யாரை வேணும்னாலும் லவ் பண்ணலாம். யாரை வேணும்னாலும் கல்யாணம் பண்ணிக்கலாம். ஆனா என்னைப் பொறுத்தவரைக்கும் நீ எப்பவுமே மிஸ் மாயாதான். என்னைக்குமே நீ மிஸஸ் ஆகவே முடியாது. புரிஞ்சுதா?" - டொக் என்று தொடர்பு துண்டானது.

■

5

சினிமா சூதாட்டத்துக்கான பல்வேறு ஏற்ற இறக்கங்களும் குழப்பங்களும் இருக்கத்தான் செய்தன. படம் எடுப்பவர்களுக்கு வழக்கமாக ஏற்படும் தொல்லைகள் போக பிரத்யோக தொல்லைகளும் முருகவேலுக்கு ஏற்பட்டன. சொன்னபடி நடிகர், நடிகையர் கால்ஷீட் கிடைக்காது. ஹீரோயின் அம்மாவாக நான்கே காட்சிகளில் வந்து போகிற அம்மா நடிகை டி.வி. சீரியலில் கமிட் ஆனதால்கூட சில நேரங்களில் ஷூட்டிங் நிற்கும். நாம் ஷூட்டிங் வைக்கும்போதுதான் இந்தி படம் கமிட் ஆகும் கேமிராமேனுக்கு வேறொரு கேமிராமேனை வைத்து 'க்ளாஷ்' 'வொர்க்' செய்ய வேண்டியிருக்கும். ஷூட்டிங் வைக்கப்போனால் மழையடிக்கும். லொகேஷன் பார்க்கப் போனால் புயல் அடிக்கும். சொன்னபடி பணத்தைத் தராமல் ஃபைனான்ஸியர் இழுத்தடிப்பார். படம் வாங்குகிறேன் என்று பூஜை அன்னைக்கே வாக்கு தந்துவிட்டுப் போன விநியோகஸ்தர் ஜகா வாங்குவார். இந்த வழக்கமான தொல்லைகள் போக முருகவேல் இருந்து இருந்து படம் எடுக்க வந்த நேரத்தில் ஃபெப்ஸி தொழிலாளர்கள் அமைப்பின் சம்பள உயர்வு பிரச்னையும்கூட சேர்ந்துகொண்டது. எங்கே படம் ஆறுமாசம் இழுக்குமோ என்று பயந்துபோனார். வாங்கிய

கடனுக்கு வட்டிகட்டகூட வழியிருந்திருக்காது. திரைப்பட தயாரிப்பாளர் சங்கம், தென்னிந்திய திரைப்பட வர்த்தக சபை, ஃபெப்ஸி அமைப்பாளர்கள் அனைவரும் பேசி ஊதிய ஒப்பந்தத்தில் கையெழுத்திட்டனர். ஒரு மாத இழுபறி முருகவேல் போட்டிருந்த பட்ஜெட்டில் சடாரென்று 10 சதவிகிதம் உயர்ந்தது.

மும்பையில் இருந்து நம்ருதா சென்னை வரும்போதெல்லாம் அவளுடன் அவர் குடும்பமே ஃப்ளைட்டில் வந்துபோனது. தங்குவதற்கு ஓட்டல் செலவு, அவர்களைக் கவனித்து அனுப்புவது என்று ஏகப்பட்ட செலவு. முருகவேல் அவளிடம் சரண்டர் ஆகிவிட்டார். போட்ட பட்ஜெட்டில் பாதியை அவளுக்கே செலவழிக்கிறார் என்றும் இண்டஸ்ட்ரியில் பேச்சு நிலவியது. அந்த யூகம் பொய்யாகவே இருந்தாலும் மூன்றுமுறை அவர்கள் குடும்பத்தை சென்னைக்கு 'லோடு' அடித்ததில் செலவு கொஞ்சம் அதிகம்தான். 'உங்கள் போக்குவரத்துச் செலவுக்கே அதிகம் செலவாகிவிட்டது' என ஒரு முறை முருகவேல் அவளிடம் ஒப்பாரி வைத்தார். சம்பளத்தில் கொஞ்சம் குறைத்துக்கொள்ளச் சொல்லிப் பார்த்தார். அவள் சம்பளத்தை எல்லாம் குறைத்துக்கொள்ளவே முடியாது எனக் கூறிவிட்டாள். மும்பையில் அவள் அண்ணன் வாங்கியிருக்கும் அப்பார்ட்மென்ட் பெரிய செலவு வைத்துவிட்டதாகப் பதிலுக்குப் புலம்பினாள். அவளுடைய அண்ணனுக்கு, நம்ருதாவின் எல்லா பணவிவகாரங்களுக்கும் பேரம் பேசுவது தவிர வேறு எந்த வேலையும் இல்லை. நம்ருதாவின் ஒவ்வொரு நடவடிக்கைக்கும் கணக்குப் போட்டு காசு வாங்கிவிடுவான். நியூஸிலாந்தில் பாடல் காட்சி படமாக்கப்பட்டபோது, முருகவேல் மீது பரிதாபம்கொண்டு, 'ரொம்ப செலவாகிடுச்சுன்னு சொன்னீங்களே' என்றாள் நம்ருதா. 'ஆமாம், மேடம்' என்றார் பவ்யமாக. 'என்னோட அண்ணன் இன்னைக்கு சிட்னியில் யாரையோ பார்க்கப் போறான். இன்னைக்கு வாங்க. எனக்கு எதுவுமே தர வேண்டாம். அவ்வளவுதான் என்னால செய்ய முடியும்' என்றபோது உண்மையிலேயே அவள் கண்களில் இரக்கம் தெரிந்தது.

உச்சகட்டமாக 'க்ளாஷ் வொர்க்' செய்யவந்த கேமிராமேன் ரத்னகுமாருக்கும் மகேஷுக்கும் ஒத்துவராமல் போய் நாகர்கோவிலில் ஷூட்டிங் நின்று போனது. ஹோட்டலில் இருந்து ஷூட்டிங் ஸ்பாட்டுக்கு போவதற்கு தனக்கு தனியாக கார் வேண்டும் என்று ரத்னகுமார் கேட்டதால் பிரச்னை எழுந்ததாக முதலில் கூறப்பட்டது. தான் சொன்ன சீன் வைக்கவில்லை என்று மகேஷ் தன்னை இன்சல்ட் செய்துவிட்டதாக ரத்னகுமார் தரப்பில் கூறப்பட்டது. ஆனால், நடந்தது வேறு. இரவு 'தண்ணியில' இருக்கும்போது 'என்னால்தான் உனக்கு இந்த வாய்ப்பு கிடைத்தது'

என ஒருவருக்கு ஒருவர் பரஸ்பர வாய்ச்சவடால் விட்டதால்தான் பிரச்னை ஏற்பட்டது. சமாதானப்படுத்தி அனுப்புவதற்குள் படாதபாடு பட்டுவிட்டார் முருகவேல். அதற்குள் சம்பந்தப்பட்ட சில நடிகர்கள் தங்களுக்கு விஜய் படத்தில் வாய்ப்பு வந்ததால் இங்கே மேலும் இரண்டு நாள் இருந்தால் பெரிய சம்பள வாய்ப்பு போய்விடும் என்று பதறினார்கள். புரொடக்ஷன் மேனேஜர்தான் எல்லோரையும் சமாதானப்படுத்தி அமுக்கிவைத்தார்.

காலையில் படத்தின் எல்லா நட்சத்திரமும் பங்கு பெற வேண்டிய முக்கியமான காட்சி. ஹீரோவோடு படம் முழுக்க வரும் காமெடி நடிகர் மதனகோபால் ஸ்பாட்டுக்கு வாவில்லை. ஹோட்டலுக்கு போன் போட்டுக் கேட்டால் அவருடைய ரூம் பூட்டியிருக்கிறது என்றார்கள். அங்கிருந்து சென்னைக்கு போன் போட்டும் புரியாமல் ஏதேதோ குழம்பினார்கள். கடைசியில் அவர் ஏதோ மலேசிய கலை நிகழ்ச்சிக்கு கம்பிநீட்டி விட்டதாகத் தெரிந்தது.

வெளிநாட்டு கலை நிகழ்ச்சி என்றால் ஒரு புரொக்ராமுக்கு சுளையாக ஒரு லட்சம். நான்கு புரொக்ராம்கள். வெளியே போய் வந்த மாதிரியும் இருக்கும், நான்கு நாளில் நான்கு லட்சம் சம்பாதித்த மாதிரியும் இருக்கும். அதனால்தான் வந்த நாளில் இருந்து 'என் போர்ஷனை முடித்து அனுப்பிவிடுங்கள்' என்று ஆசாமி சொல்லிக்கொண்டே இருந்தார். ரத்னகுமார் பிரச்னையால் இரண்டு நாள் தள்ளிப்போனதில் சொல்லாமல் கொள்ளாமல் எஸ்கேப்.

ஸ்பாட்டில் வைத்து யாரை நொந்துகொள்வது என்றே புரியவில்லை மகேஷுக்கு. நம் முதல் படம் இப்படி வந்து சிக்கிகொண்டதே என நொந்துபோனான். இதற்கு முன்பு எடுத்த காட்சியின் தொடர்ச்சியை எப்படி இங்கு கொண்டுவந்து முடிப்பது என்று தெரியவில்லை. தியாகராஜனின் அண்ணனின் அடியாட்களோடு போராடிக்கொண்டிருப்பான் ஹீரோ. இதைப் பார்க்கும் மதனகோபால் அவர்களுடன் சண்டைபோட இறங்குவான். ஹீரோ இருக்கும்போது காமெடியனுக்கு என்ன ஃபைட்? "நான் போய் நான்ஸிகிட்ட விஷயத்தை சொல்லப் போறேன்" என்று ஓடுகிறான். அங்கிருந்து ஓடிவந்தால் இங்கு கலெக்டர், அன்னபூரணி, வினோத், தீபிகா, தியாகராஜன், ஊர் மக்கள் அனைவரும் இருப்பது மாதிரியான காட்சி. கன்டின்யுட்டி. அங்கிருந்து புறப்பட்ட ஆசாமி என்ன ஆனான் என்று முடிவு சொல்லாமல்விட்டால் ஆடியன்ஸ் கமென்ட் அடிப்பான். அதுவும் தியேட்டரைவிட்டு மக்கள் வெளியேறும் நேரத்தில் இப்படி நகைப்புக்குரிய காட்சி அமைந்தால் அது ஒட்டுமொத்த படத்தின் தரத்தையே கேள்விக்குறி ஆக்கிவிடும்.

பரபரப்பாக இருந்தது. அத்தனை நடிகர்களும் ஆஜர், காமிராமேன் ரத்னகுமார் தயார், மகேஷ் பரபரத்தான். கமான், கமான்... ஆயிரக்கணக்கான சினிமா பார்த்த அனுபவம்... யெஸ்!

"ரமே.....ஷ்!" உதவி இயக்குநர் ரமேஷை அழைத்தான். என்னவோ, ஏதோ என்று பதறி அடித்து ஓடிவந்தான் ரமேஷ்.

"மதனகோபால் காஸ்ட்யூம்... இந்த சீனுக்கானதை கொண்டாரச் சொல்லுங்க."

ஐந்தாறு பேர் இங்கும், அங்கும் ஓடினார்கள். இரண்டு நிமிடத்தில் வந்து சேர்ந்தன. வினோத்தின் கேரவானுக்குள் புகுந்து அந்த சட்டையையும், பேன்டையும் போட்டுக்கொண்டு முதுகுப் பக்கம் பார்த்தான். ஓ.கே. மதனகோபால் உயரம், தடிமந்தான். உற்சாகமாக வெளியே வந்தான்.

"விஷ்..." என்று ஒரு விசில். "கமான் ரெடி.." என ஒரு குரல்.

சம்பந்தப்பட்ட நடிகர்கள் அனைவரையும் அழைத்து காட்சியில்செய்த மாற்றத்தை விவரித்தான் மகேஷ்.

"சார்... கேட்டுக்கங்க. மதனகோபால் திடீர்னு மலேசியா போயிட்டான். அதனால அவன் இல்லாமதான் சீனை முடிக்கணும். க்ளைமாக்ஸ் ஃபைட்ல இருந்து தகவல் சொல்றதுக்கு ஓடி வர்றா மதனகோபாலை மடக்கி வெட்டி ஏரிக்குள்ள போட்டுட்றாங்க. க்ளைமாக்ஸ்ல கலெக்டரே வந்து தியாகராஜன் மேல எந்தத்தப்பும் இல்லனு சொல்லி கார்த்திக் மேல இருக்கிற அன்புனல எல்லாத்தையும் மன்னிச்சுட்றாரு...

இந்த நேரத்தில் ஊர் மக்கள் ஏரியில மதனகோபால் பிணம் மிதக்கிறதா சொல்றாங்க. எல்லாரும் அங்க போய் பாக்றாங்க. "அன்பின் அடிப்படையில் என்னை மன்னிச்சாலும் தர்மம் எனக்கு தண்டனை வாங்கிக் குடுத்திடுச்சு" என்று தியாகராஜனே குற்றத்தை ஒத்துகிட்டு ஜெயிலுக்குப் போகிறார். ஏரியில மிதக்கிற மதனகோபால் பிணமா நானே நடிக்கப் போறேன்" என்றான் மகேஷ். தீபிகா "பிரமாதம் பண்ணிட்டீங்க சார்" என்றாள். அனைவரும் கைதட்டினர்.

"மதனகோபால் இல்லாம போனது எவ்வளவு நல்லதா போச்சு! இப்பதான் சூப்பரா வந்திருக்கு" என்றான் வினோத்.

"கெட்டதிலும் ஒரு நல்லது இருக்குனு சும்மாவா சொன்னாங்க?" என்றார் கலெக்டர் வேடத்தில் நடித்த குணச்சித்திர நடிகர்.

நடப்பது எதுவும் புரியவில்லை என்றாலும் எல்லோர் முகத்திலும் ஏற்பட்டிருக்கும் அபரிமிதமான பூரிப்பையும் மகேஷ் பேசப்பேச

அது அதிகரித்துக்கொண்டு போவதையும் மலைத்துப்போய் பார்த்தாள் நம்ருதா.

வினோத் ஒரு விதமாக அவளுக்கு விளக்கிச் சொன்னான்.

“ஹாய் மகேஷ். ஃபன்டாஸ்டிக்” என்று மகேஷின் கன்னத்தில் முத்தமிட்டாள் நம்ருதா.

ஒரு சினிமா அங்குலம் அங்குலமாக அவதிப்பட்டுத்தான் பிரசவிக்கிறது.

பாடல் எழுதியவர்கள் சம்பள சொச்சம் கொடுக்கப்பட்டது. ஃபைனாஸ்ரியர்களிடம் கிளியரன்ஸ் லெட்டர் வாங்கி லேப்பில் கொடுத்து பிரின்டுக்கு ஏற்பாடு செய்தார் முருகவேல். லேப்பில் தயாராகும் நெகடீவ் பேரில்தான் ஃபைனாஸியர்கள் வட்டிக்குக் கடன் கொடுப்பார்கள். விநியோகஸ்தர்கள் தந்த பணத்தை ஃபைனான்ஸியர்களிடம் செட்டில் செய்து பிரின்ட் போடலாம் என்று அவர்கள் கிளியரன்ஸ் லெட்டர் கொடுத்தால்தான் பிரின்ட் போட முடியும். முருகவேல் ஆபிஸ் விழாக் கோலம் பூண்டிருந்தது. படம் பார்த்தவர்கள் ‘பிரமாதம்’ என்றார்கள்.

‘காதல் வந்தால்?’ படத்தை ரிலீஸுக்கு ஒரு வாரம் முன்னதாகவே பத்திரிகை, மீடியா மக்களுக்குப் போட்டுக் காட்டினர். தங்களுக்குக் கொடுக்கப்பட்ட வெகுமதிகளுக்காக இல்லாமல் நிஜமாகவே பத்திரிகையாளர்கள் நெகிழ்ந்துபோய் பாராட்டினார்கள். படஅரங்க வாசலில் பத்திரிகையாளர்களின் கருத்துக்களுக்காகக் காத்திருந்த முருகவேல், மகேஷ், வினோத், தீபிகா அனைவரிடமும் தனித்தனியே அவர்கள் பாராட்டுதலைத் தெரிவித்துவிட்டுச் சென்றனர். குறிப்பாக ‘மதனகோபால் இறந்துபோகிற சீன் ரொம்ப டச்சிங்’ என்றார்கள்.

படம் பார்த்துவிட்டு வெளியே வந்த ஸ்ரீராம், தீபிகாவை சற்றும் எதிர்ப்பார்க்காமல் வேறொரு நிருபரின் மறைவில் அங்கிருந்து வெளியேற எத்தனித்தான்.

தீபிகா “ஸ்ரீராம்” என்றாள்.

“ஹாய் ஹவ் ஆர் யூ?” என்றான் நுனி நாக்கில். அவன் குரலே அவனுக்கு வேறுமாதிரி ஒலித்தது.

“நீ என்கிட்ட பேசி மூணு மாசம் ஆச்சு” என்றாள் மெலிதாய்.

“கொஞ்சம் வேலை. அதான். சாரி.” தந்தி வாக்கியம்போல பேசினாள்.

“ஏன் போன் நம்பரை மாத்திட்டே?” என்றாள்.

“ரொம்ப” (தொல்லையா போச்சு... அதான் புது நம்பர் மாத்திட்டேன்) என்று நிறுத்திவிட்டு... “வேற நம்பர் மாத்திட்டேன்.

ஒரு மிஸ்ட் கால் குடுக்கறேன். குறிச்சுக்கோ...” என்று அவசர அவசரமாக தீபிகாவின் நம்பரை அழுத்தினான்.

“பரவால்ல என் நம்பர்கூட ஞாபகம் இருக்கு” என்றாள். படம் பார்த்தவர்கள் மெல்ல வெளியேறிக்கொண்டிருந்தார்கள். கூட்டத்தின் அடர்த்தி குறைந்து வராண்டா காலியாக இருந்தது.

“ஏன் ஸ்ரீ?” என்றாள்.

“எனக்கே சங்கடமா போச்சு.”

“எதனால?”

புரிந்து கேட்கிறாளா, புரியாமல் கேட்கிறாளா என்பதே புரியாமல் நிமிர்ந்து அவள் கண்களைப் பார்த்தான். அவள் சுடிதாரை எடுத்துக் கையில் சுற்றி காற்றில் தவழவிட்டபடி. ‘எதுவா இருந்தாலும்’ சொல்லு பரவால்ல என்று நோக்கினாள்.

“நீ ஒரு மனித ஆதரவுக்காகக் ஏங்கிக்கிட்டு இருக்கே. ஆனா நானும் உன்னோட ஆம்பளை லிஸ்ட்ல ஒருத்தனாயிட்டேன்” என்றான் ஸ்ரீராம்.

“உன்னைப் பொறுத்த வரைக்கும் நான் அப்படி நினைக்கலை. நான் அப்படி நினைச்சாத்தான் தப்பு. எப்ப பார்க்கலாம் சொல்லு.”

“சொல்றேன் தீபி.”

தூரத்தில் வெள்ளை உடையில் காத்திருந்த டிரைவரை ஒரு சமிக்ஞையில் ‘ரெடி’ என்று கூறிவிட்டு “வெய்ட் பண்றேன்” என்று வேகமாக மாடியில் இருந்து இறங்கினாள் தீபிகா.

மாயா சொன்ன கதை...

ஆறு மணிக்கு கதவு தட்டப்படும் சத்தம். எம்.எஸ்.ஆர். அனுப்பிய ஆட்கள்.

“உங்களை உடனே கூட்டிட்டு வரச்சொன்னார்” என்றார்கள்.

“ஒரு நிமிஷம் ட்ரஸ் சேஞ்ச் பண்ணிக்கிட்டு வந்திட்றேன்” என்று என் பெட்ரூமுக்குள் நுழைந்தேன்.

முடிவோடுதான் வந்திருக்கிறார்கள். அவசர அவசரமாக மருதனுக்கு போன் செய்தேன். அவன் வீட்டு முகவரியையும் போன் நம்பரையும் கொடுத்தான். என்னுடைய பாஸ் புக், செக் புக்கை எடுத்து ஹாண்ட் பேகில் வைத்துக்கொண்டேன். கையில் அகப்பட்ட நகைகளையும் அள்ளிப் போட்டுக்கொண்டேன்.

அவர்களிடம் சொன்ன காரணத்துக்காக வேறொரு புடவையைக் கட்டிக்கொண்டு வெளியில் வந்தேன். அவர்களுக்கு எந்த சந்தேகமும்

தமிழ்மகன் | 141

வராதபடி... "நீங்க கிளம்புங்க. பின்னாடியே நான் என் கார்ல வர்றேன்." அவர்கள் அதற்கு அனுமதிக்கவில்லை. அவர்கள் கொண்டுவந்திருந்த காரில் ஏறச் சொன்னார்கள். "வேணும்னா நீங்க ட்ரைவ் பண்ணிக்கிட்டு வாங்க" என்றபடி நான் பின்சீட்டில் ஏறி அமர்ந்துகொண்டேன்.

என் கார் முன்னால் விரைய, பின்னால் மூன்று தடியர்கள் மேற்பார்வையில் அம்பாசடர் ஒன்று வந்துகொண்டிருந்தது. இன்னும் அரை மணி நேரத்தில் என் வாழ்க்கை ஒரு முடிவுக்கு வந்துவிடும் என்ற யோசனையை மனசுக்குள் திகில் கிளப்பியது. வியர்த்தது. இந்த உலகில் கடைசியாக ஒரு முறை ஆறுதலாகப் பேச வேண்டிய ஒரு நபர் உண்டு என்றால் அது மருதன் மட்டும்தான் என்று தோன்றியது. என்னைப் பார்க்க அவன் வீட்டுக்கும் ஸ்டூடியோவுக்கும் வந்தது ஞாபகம் வந்தது.

உதயம் தியேட்டர் சிக்னலில் கார்கள் வரிசையாக நின்றிருந்தன. என் காருக்கு அருகே, ஒரு கால் டாக்ஸி, வாடிக்கையாளர் இல்லாமல் நின்றிருந்தது. சிக்னல் போட்ட நேரத்தில் சட்டென காரில் இருந்து இறங்கி, கால் டாக்ஸியில் ஏறி அமர்ந்தேன். "வேகமாப் போப்பா. ப்ளீஸ். நான் ஆபத்தில் இருக்கேன். என்னை துரத்தறாங்க" என்றேன். அவன் எதுக்கு இந்த வம்பு என்பதுபோல் முதலில் நினைத்தான். நடிகை எனத் தெரிந்திருக்க வேண்டும். "எங்க போகணும்?" என்றான்.

"வளசரவாக்கம்."

நான் வந்த காரும், எம்.எஸ்.ஆர். அனுப்பிய ஆட்களும் கால்டாக்ஸியைத் துரத்த ஆரம்பித்தனர்.

"ஹலோ மருதன்..."

"ஹாய்... எப்படி அவ்ளோ கரெக்டா லஞ்ச் சாப்பிடும்போது பேசறே?"

அவனுடைய கலகலப்பான பேச்சு இந்த நேரத்திலும் என்னை ரசிக்க வைத்தது.

"மருதன்... இன்னும் கொஞ்ச நேரத்தில் என்னை எம்.எஸ்.ஆர். கெஸ்ட் ஹவுஸுக்குக் கொண்டு போய்டுவாங்க. எப்படியாவது தப்பிச்சிடணும்னு காரில் இருந்து குதித்து கால் டாக்ஸியில ஏறினேன். அப்படியும் என்னைத் துரத்தறாங்க."

மறுமுனை மௌனமாக இருந்தது.

"ஹலோ மருதன்?"

"நீ கவலைப்படாம போ. நா பார்த்துக்கறேன். ரெண்டு நாள் சமாளிச்சு இருந்துடு. நான் வந்து கூட்டிக்கிட்டுப் போயிடறேன்."

■

6

டிஸ்ட்ரிப்யூஷன் அடிப்படையில்தான் படத்தை ரிலீஸ் செய்ய வேண்டியிருந்தது. ஓரளவுக்குப் பெரிய நடிகர்கள், பிரம்மாண்டம் என்றால் அவுட்ரேட் செய்திருக்கலாம். படத்துக்கு ஏற்பட்ட எதிர்பார்ப்பின் அடிப்படையில் ‘படத்தை இன்ன விலை கொடுத்து வாங்கிக்கொள்கிறோம்’ என்று டிஸ்டிரிப்யூட்டர்கள் முன்வந்திருப்பார்கள். ரஜினி, கமல், விஜயகாந்த், விஜய், அஜித், விக்ரம் போன்றவர்களுக்கு இப்படியான வரவேற்பு இருக்கும். சில பெரிய டைரக்டர்களுக்கும் அப்படி பிசினஸ் நடக்கும். அவுட்ரேட் என்றால் பெரிய தொகை உடனே கைக்குக் கிடைக்கும். வாங்கியவர் மறுபடி மறுபடி படத்தைத் திரையிட்டு லாபம் பார்த்துவிடுவார்.

வினோத் - தீபிகா நடித்து புது டைரக்டர் மகேஷ், புது தயாரிப்பாளர் முருகவேல் கூட்டணியில் வெளியான படம் என்பதால் படம் பிடித்திருந்தும் டிஸ்ட்ரிப்யூஷன் அடிப்படையில் படத்தை வாங்குவதற்கு மட்டுமே முன் வந்தார்கள். தியேட்டர் வாடகை போக மீதி பணத்தை ஆளுக்கு இத்தனை சதவிகிதம் என்று பகிர்ந்துகொள்ள வேண்டியதுதான். வாங்கியவருக்கும் விற்பவருக்கும் கையைக் கடிக்காத பிசினஸ். முருகவேலும் அதுதான்

நல்லது என இறங்கினார். வாங்கிய பணத்துக்கு நஷ்டம் வந்தால் தயாரிப்பாளர்தான் பணத்தை ஈடுசெய்ய வேண்டும். அல்லது அடுத்த படத்தின் வியாபாரத்தில் அதை ஈடுசெய்ய வேண்டும் என்பதுதான் டிஸ்ட்ரிபியூஷன் முறை என்றாலும் முருகவேலுக்கு நஷ்டம் வராது என்பதில் நம்பிக்கை இருந்தது.

படத்துக்கு நல்ல வரவேற்பு. முருகவேலுக்குப் பெரிய சந்தோஷம்தான். படம் பெரிய அளவில் போகும் என்று தெரிந்தது. படம் ரொம்ப எதார்த்தமாக இயல்பாகவும் வேகமாகவும் இருப்பதாக எல்லா பத்திரிகையும் ஒட்டு மொத்தமாக எழுதின. வெளிநாட்டு உரிமை, சாட்டிலைட் சானல் உரிமை என்று போட்ட பணத்துக்கு இரண்டு மடங்காக லாபம் வரும் என்ற நம்பிக்கை ஏற்பட்டது. பத்திரிகையில் பாராட்டு விமர்சனங்கள் வருகிறவரை, படத்தை சொந்த செலவில் ரிலீஸ்செய்து ரிக்ஸ் எடுக்க வேண்டியிருக்கும் என்று பயந்துகொண்டிருந்தார். தினம் தினம் பத்திரிகையில் வெளிவந்த விமர்சனங்களின் பாராட்டுகளை பட விளம்பரத்தில் போட்டு நன்றி தெரிவித்தா முருகவேல்.

படம் வெளியான மூன்றாவது வாரத்தில் மேலும் பல தியேட்டர்களுக்கு மேலும் பத்து பிரின்ட் போட்டத்தில் முருகவேல் படு உற்சாகமாகிவிட்டார். சில ஏரியாக்களை வாங்கிய விநியோகஸ்தர்கள், படத்தின் வெற்றியை உணர்ந்து இன்னும் சில லட்சங்களைக் கொடுத்து அவுட்ரேட் பேசி வாங்கிக்கொண்டனர். மகேஷுக்கு அடுத்த படத்தின் அட்வான்ஸாக அண்ணா நகரில் ஒரு அபார்ட்மென்ட் வாங்கிவைத்து, அடுத்த படத்தையும் அதே 'டீம்' வைத்து ஆரம்பிப்பதாகப் பேட்டி கொடுத்தார் முருகவேல்.

மிகவும் திட்டமிட்டு செயல்பட்டதால்தான் நமக்கு இந்த வெற்றி கிடைத்தது என்று அவர் மனப்பூர்வமாக்க நம்பினார். அவரது அலுவலகத்தை டிஸ்ட்ரிப்யூட்டர்களும் மீடியேட்டர்களும் புதிய டைரக்டர்களும் நடிகர்களும்கூட வலம்வர தொடங்கியதில்தான் ஒரு படத் தயாரிப்பாளராக முழுமை அடைந்துவிட்டதாக அவர் பூரிக்க ஆரம்பித்தார். ஆறே மாதங்களில் 100 சதவிகித லாபம். அடுத்தபடத்துக்கான நம்பிக்கை... பெயர்... பிரபலம். முருகவேலுக்கு நடை, உடை எல்லாம் மாறிவிட்டது. இப்போதெல்லாம் சந்தன நிற பட்டுச் சட்டைதான் போடுகிறார். நெற்றியில் சந்தனம் இட்டு அதன் நடுவே குங்குமம் வைக்கிறார். அதுகூட தலைகால் புரியாத நிலைமையின் அறிகுறிதான்.

மகேஷ் தன் அடுத்த படத்துக்கான கதையை தயார் செய்துவிட்டான். 'ஆயிரத்தில் ஒருவன்.' இதுதான் தலைப்பு. இந்தியா முழுவதும் இருந்து இன்ஃபர்மேஷன் டெக்னாலஜி துறையை சேர்ந்த கல்லூரி மாணவர்கள் ஒரு விஞ்ஞான கண்காட்சியில்

பங்கு பெறுகிறார்கள். சொல்லி வைத்தாற் போல் ஆயிரம் இளம் விஞ்ஞானிகள் கூடுகிறார்கள். கண்காட்சி மிகச் சிறப்பாக நடைபெறுகிறது. மூன்றாவது நாள் ஒரு தீவிரவாதி கும்பல் அந்தக் கண்காட்சியை அவர்கள் வசப்படுத்துகிறது. ஆயிரம் இளம் விஞ்ஞானிகளுக்கும் பணயமாக 100 கோடி ரூபாய் கேட்கிறது.

அங்கிருந்த மிக சொற்பமான சாதனங்கள்வைத்து ஒருவன் எப்படி அந்த சதியைத் தவிடு பொடியாக்கி இந்தியாவுக்கு ஏற்பட்ட சோதனையை முறியடிக்கிறான் என்பது கதை. இதில் கதாநாயகன் வினோத்துக்கு டபுள் ஆக்ஷன். வினோத்துக்கு டபுள் ஆக்ஷன் என்பது சீக்ரெட்டாக இருக்க வேண்டும் என்பது மகேஷின் விருப்பம். சென்னையில் இண்டியன் எக்ஸ்பிரஸ் வளாகக் கட்டடத்தில் இதற்கான செட் போட நினைத்தான். திடீரென்று அந்தக் கட்டடத்தை இடித்துவிட்டார்கள் என்ற செய்தியை விசாரித்துவிட்டு வந்து சொன்னார் புரொடக்ஷன் எக்ஸிக்யூடிவ் சண்முகம். ஏதோ எக்ஸ்பிரஸ் மால் கட்டப்போவதாகச் சொன்னார்கள். அங்கிருந்த எக்ஸ்பிரஸ் பத்திரிகையும் அம்பத்தூருக்கு மாற்றல் ஆகப் போவதாக சண்முகம் சொன்னார்.

கதை சொல்ல வந்தபோது, “அவுட் லைன் மட்டும் சொன்னா போதும், உங்கமேல நம்பிக்கை இருக்கு” என்றாள் தீபிகா.

“படம் முழுக்க படத்தில் நடிக்கிற முக்கால்வாசிப் பேருக்கு ஒரே காஸ்ட்யூம்தான்.”

“ட்ரீம் ஸாங்குல கலக்கிடுவீங்களே” என்று சிரித்தாள் தீபிகா. இது பாராட்டா, கிண்டலா என்று புரியாமல் சுமாராக சிரித்துவைத்தான் மகேஷ்.

“படம் ஆரம்பிக்கும்போதே ஒரு கிராண்ட் பப்ளிசிட்டி கொடுக்கணும்னு ப்ளான் பண்ணேன். ‘மல்லிகை’ல ரேப்பர் ஸ்டோரியா பண்ணுவாங்கன்னு பார்த்தேன். ஸ்ரீராம் சரியா ரெஸ்பான்ஸ் பண்ணல” என்றான் மகேஷ்.

“ஸ்ரீராம் கிட்ட சொன்னீங்களா?”

“சொன்னேன். நம்ம யூனிட் எல்லாரையும் வரவெச்சு ஒரு ஃபோட்டோ செஷன் பண்ணலாம்னு சொன்னேன். பதிலே இல்ல.”

தன்னை சந்திப்பதில் ஸ்ரீராமுக்கு இருக்கும் தயக்கம் காரணமாக இருக்கலாம் என்று தீபிகா யோசிப்பதற்குள்ளாகவே மகேஷ் அந்த யோசனைக்கான அவசியம் இல்லைபோல பேச்சைத் தொடர்ந்தான்.

“அவருக்குக் கல்யாண வேலை நடக்கறதால லீவ்ல இருக்கலாம்னு நினைக்கிறேன்.”

“கல்யாணமா?” என்று தீபிகா அதிர்ந்ததில் மகேஷ் சற்று வியந்து பார்த்து மேற்கொண்டு, அதில் ஆராய்ச்சிசெய்யாமல், “ஆமா. அவங்க சொந்தக்காரப் பொண்ணு” என்றான்.

“ஓ.கே. மகேஷ் சார். அப்புறம் பார்ப்போம். அவசரமா வெளியே கிளம்பணும்” என்றாள். அவளுடைய மனநிலை இந்த விஷயத்தைக் கேள்விப்பட்ட சில மணித்துளி நேரமாவது தனிமையை எதிர்பார்த்தது. நடிகையின் காதல் என்றால் அவ்வளவு கேவலமாகப் புறக்கணிக்கப்பட்டுவிடுமா என்று அவள் வருந்தினாள். ‘காதல்’ என்ற நினைப்பே அவளுக்கும் புதிதாகத்தான் இருந்தது. பரிசுத்தமான மனம் என்பதோடு சுத்தமான உடம்பும் சேர்ந்தால்தான் ஒரு காதலை முழுமையாக்க முடியும். அந்தத் தகுதியைத்தான் இழந்துவிட்டதை உணர்ந்த விநாடியில் மனதுக்குள் வெறுமை குமிழிட்டது. பணமும் புகழும் செல்வாக்கும் பிரபலமும் காதல் மனதை பலிவாங்கிவிட்டது. இனி தன்னிடம் இருக்கும் பணத்துக்காக யாரோ தம்மை மணக்க முன்வரலாம். அந்த இணைப்பில் பரவசமோ, எதிர்பார்ப்பில்லாத அன்போ சாத்தியமே இல்லை. ஸ்ரீராமின் செல்போன் நம்பரை அழுத்தினாள்.

“ஹாய் தீபி” என்றான் வழக்கம்போல.

“கல்யாணமாமே?”

“அதுக்குள்ள, அவ்வளவு தூரம் வந்துடுச்சா? நா இன்னும் சம்மதம் சொல்லல. நான் ஒருவிதத்தில் ‘ஆர்த்தொடாக்ஸ் ரிபெல்’... சம்பிரதாயங்களுக்குக் கட்டுப்பட்ட புரட்சிக்காரன். அதுதான் எனக்குப் பிரச்னை.”

“என்ன சொல்றேனே எனக்குப் புரியலை.”

“என்னால மீற முடியலை. எல்லா விஷயத்திலும் முரண்பட்றேன். கடைசில எல்லாத்தையும் ஏத்துக்கறேன். நல்லதோ, கெட்டதோ எல்லாமே கொஞ்ச நாளுக்கு அப்பறம் சரியாத்தான் இருக்குங்கிற முடிவுக்கு வந்திட்றேன்.”

“இப்பவும் புரியலை.”

“எது சரி, எது தப்புனு என்னால முடிவு சொல்லவே முடியலை.”

தீபிகாவுக்கு இப்போதும் எதுவும் புரியவில்லை. “என்னை கல்யாணம் பண்ணிக்க ஸ்ரீராம். அட்லீஸ்ட் என்னை பொருத்த வரைக்குமாவது சரியா இருக்கும்” என்றாள் திடுதிப்பென்று. மறுமுனை மௌனமாக இருந்தது. “ஹலோ ஸ்ரீராம்?” என்றாள் போனை வைத்துவிட்டானோ என்ற நினைப்பில்.

“யோசிச்சிகிட்டிருக்கேன் தீபி.”

"நான் மனசறிஞ்சு எந்த தப்பும் பண்ணல ஸ்ரீ. சொல்லப்போனா உன் கிட்ட மட்டும்தான் என் மனசறிஞ்சு பண்ணேன். அதுவும் 'தப்பு' பண்ணேன்னு சொல்லமாட்டேன். நீ நம்புற இல்ல?"

"அந்த விஷயம் எதையும் நான் பெருசா எடுக்கல. ஒரு நடிகையின் கணவனா இருக்கறதுதான் சங்கடம்."

"நான் வேணா நடிக்கறத விட்டுடவா? நாலு படம் ரிலீஸ் கமிட்மென்ட்ல இருக்கு எல்லாம் இந்த வருஷத்தோட முடிஞ்சுடும். இன்னொரு மூணு படம் பேசிக்கிட்டு இருக்காங்க. அதை அப்படியே நிறுத்திடலாம்."

"அவசரப்படாத தீபி... நான் சொல்றேன்."

"எப்ப கேட்டாலும் சொல்றேன். சொல்றேன்னு ஒரு பதில். உனக்கு என்னதான் தயக்கம் அதைச் சொன்னா அதுக்கு ஏத்த மாதிரி என்னை மாத்திக்கிறேன், சொல்லு."

"சொல்றேம்பா..."

"எப்போ?"

"எனக்கும் காதல் வரட்டும்... சொல்றேன்."

இதுவரைக்கும் அப்படி ஒன்று வரவேயில்லை என்று சுட்டிக்காட்டிவிட்டான். அவ்வளவு இரைஞ்சு கேட்பது தேவையா என்று தீபிகாவுக்கு சுயமரியாதை சுட்டது. காதலுக்கு இந்த மாதிரி உணர்ச்சி அநாவசியம் என்றும் அதே நேரத்தில் தோன்றியது.

"சரி... ஸ்ரீ" அலைபேசியின் சிவப்பு பட்டனை அழுத்தினாள்.

கோமாவில் கிடக்கும் டைரக்டர் பரணிகுமாரையோ, தன்னோடு இவ்வளவு நான் கிசுகிசுக்கப்பட்ட பவன்சுந்தரையோ மீண்டும் சந்திக்க அவள் மனம் தயாராக இல்லை. ஷூட்டிங் இருக்கும் நாளென்றால் அமுதா அம்மாவாவது உடன் இருப்பார். சமையல்கார பெண்ணுடன் பேசுவதற்கு என்று சில எல்லைகள் உண்டு. எல்லாவற்றையும் பேசிவிட முடியாது. மற்றபடி தன்னோடு பேசும் மனிதர்கள் தொழில் நிமித்தமானவர்கள். டைரக்டர்கள், புரொட்யூஸர்கள் மேனேஜர்கள், சக நடிகர்கள்...

புரொட்யூஸர் முருகவேல் பேசினார். "ஏம்மா... அக்ரிமென்ட் சைன் வாங்கணும். மேனேஜர் அனுப்பட்டுமா?"

"அனுப்புங்க சார். ஃபர்ஸ்ட் பேமென்ட் மூணு ரூபா கொடுங்க சார். கார் ஒண்ணு புக் பண்றேன். ஸ்கார்ப்பியோ. அதுக்குதான். இந்த ரெண்டு மாசம் நாம பண்ணிக்கலாம். அடுத்து அக்டோபர்ல

தமிழ்மகன் | 147

ஏழுமலை சாரோட புதுப்படத்துக்கு பத்து நாள் கேட்ருக்காரு. வேணும்னா அக்டோபர்லகூட டேட்ஸ் தர்றேன்."

"ரொம்ப தேங்ஸ்ஸ்மா... இப்ப அனுப்பிச்சர்றேன்."

சும்மா இருப்பது மாதிரியான சுமையான நேரம் வேறெதுவும் இல்லை. தீபிகாவை அம்மாவின் ஞாபகமும், அவள் வளர்ந்த பிராந்தியத்து உடுமலைப்பேட்டை மக்களும் நினைவுப்பின்னல்களால் சிக்கித் தவிக்கவிட்டனர். குடும்பம், தனிச்சொத்து போன்ற சிந்தனைகள் அவளுக்குப் பாதுகாப்பு தரும் என்று நம்பினாள். டேபிள் மேல் கிடந்த புத்தகத்தைப் புரட்டினாள். ஐஸ்வர்யா ராய், சல்மான் காதல் முறிவு குறித்து விலாவரியாக எழுதியிருந்தார்கள். பிரபலங்களின் சொந்தவாழ்க்கை பொதுமக்களின் சுவாரஸ்யம். பல சாதாரண மக்களுக்கு இத்தகைய செய்திகள்தான் வாழும் ஆதாரத்தைத் தருகின்றன. இந்த மாதிரி சுவாரஸ்ய செய்திகள் அவர்களின் சிந்தனைக்குத் தீனியாகி, பொழுதுபோக்க உதவி, ஏறத்தாழ அவர்களின் வாழ்நாள் வரை துணைபுரிகின்றன. தொடர்ந்து சுவாரஸ்யங்களைக் கேட்கிறான். 'எம்.ஜி.ஆர். மாதிரி வருமாப்பா... அவர் வாட்ச்ல சுவிஸ் பேங்க் அக்கௌண்ட் டீடெய்ல் வெச்சிருந்தாராமே... தங்க பஸ்பம் சாப்பிடுவாராமே... அவர்கூட சேர்ந்து நடிக்கிற எல்லா நடிகையையும் அஞ்சு வருஷம் கான்ட்ராக்ட் போட்டுடுவார். அவரை பகைச்சுக்கிட்டா தோட்டத்துக்குக் கூப்பிட்டு அடிச்சு உதைச்சுட்டு, அப்புறம் சாப்பாடு போட்டு அனுப்புவாராம்...'

எம்.ஜி.ஆர் என்ற ஒரு நடிகரைப் பற்றி இன்னும் நூறு வருடங்களுக்குப் பேசும் அளவுக்கு சுவாரஸ்யங்களைக் கைவசம் வைத்திருக்கிறார்கள் தமிழ் மக்கள். செலிபிரிட்டியின் வாழ்க்கை என்றால் பொதுமக்களின் பொதுச்சொத்து. அவர்களின் படுக்கையறை வரை சென்று பார்க்கிற சுதந்திரம் மீடியாவுக்கு இருந்தது. அது மக்களுக்கு இனித்தது.

டெலிபோன் ஒலித்தது. "மேடம்... தீபிகா மேடம். நான் உங்க ஃபேன் மேடம்" போன வாரம் லெட்டர் எழுதி அனுப்பிச்சேன் மேடம்" தீபிகா சுவாரஸ்யமாகக் கேட்டுக்கொண்டிருந்தாள்.

மாயா சொன்ன கதை...

கார் கெஸ்ட் ஹவுஸுக்குள் நுழைந்தது. வழக்கமான படுக்கை அறையில் என்னை உள்ளே தள்ளிச் சாத்தினர். அழுகை பீறிட்டு வந்தது. அம்மா இல்லாதது மிகப் பெரிய வெறுமையாக,

கஷ்டமாக இருந்தது. சூழ்நிலை காரணமாக, அம்மா என்னை எவ்வளவு மோசமாக வளர்த்திருந்தாலும் அவளுடைய இருப்பில் ஏதோ ஒரு பாதுகாப்பு இருந்தது. இப்போது நான் தனி ஆள். அனாதை... அபலை.

எம்.எஸ்.ஆர் அறைக்குள் நுழைந்தார். என்னைக் கழுத்தைப் பிடித்துத் தூக்கி நிறுத்தி சரசரவென புடவையை உருவினார். ஜன்னல் வழியாக அதை வெளியே எறிந்தார். பாவாடை, ஜாக்கெட்டில் மிரண்டு போய் நின்றேன்.

"இனிமே உனக்கு இதுதான் ட்ரெஸ்.. இதுக்கப்புறம் தப்பிச்சு ஓடணும்னு நினைச்சே, நிர்வாணமாகத்தான் அடைச்சு வைப்பேன்" பளார் என்று கன்னத்தில் ஒரு அறைவிட்டுவிட்டு வெளிப்பக்கம் பூட்டிக்கொண்டு கிளம்பினார்.

■

7

மகேஷ் ஒரு சான்ட்ரோ கார் வாங்கியிருந்தான். அவனுடனேயே உருண்டு புரண்டு டீ குடித்து, வடை சாப்பிட்டு சுற்றிக்கொண்டிருந்த அஸிஸ்டெண்ட் டைரக்டர்கள் எல்லாம் இப்போது அவனுக்கான ஏசி அறையின் முன்னே வடிகட்டப்பட்டனர். உள்ளே இருந்து பெல் தட்டினால் ‘சார்’ என்று ஓடிப்போய் நிற்கிறார்கள். பெரும்பாலும் தங்கள் க்ரூப்பில் ஒருவருக்கு டைரக்டர் அந்தஸ்து கிடைக்கும் அவர்களின் உதவியாளர்கள் மிக அவசரமாக இப்படி மாறிவிடுவார்கள். இங்கும் மகேஷ் வரும்போது எழுந்து நிற்பதும் அவன் இருக்கும் பிராந்தியத்தில் சத்தமின்றி பேசுவதும் நடந்தது. நேற்றுவரை பாரபட்சமின்றி பழகியவர்கள் இன்று திடீரென்று ஏற்படுத்தியிருக்கும் இந்த மரியாதையான சூழலை மகேஷ் ஏற்றுக்கொண்டு அங்கீகரிப்பது வார்த்தைகளுக்குள் கொண்டுவர முடியாத விஷயமாக இருந்தது. அலுவலகச் சூழலில் புரமோஷன் கிடைத்து அடுத்த கிரேடுக்குப்போகும் ஆபிஸருக்குக் கிடைத்த பாக்கியம் இது. அடுத்த கிரேட் என்று சொல்வதுகூட தவறு. ப்யூன் வேலை பார்த்தவன் கம்பெனி எம்.டி. ஆவது போன்ற வித்தியாசம் இது.

மணிரத்னம், ஷங்கர், பாரதிராஜா, பாக்யராஜ் போன்றவர் எப்படி இருக்கிறார்களோ அப்படியே புதிதாக இயக்குநர் ஆனவர்களும் நடந்துகொண்டார்கள்.

‘ஆயிரத்தில் ஒருவன்’ எம்.ஜி.ஆர்., ஜெயலலிதா போலவே கெட்டப்பில் வினோத் - தீபிகா உடை அலங்காரத்துடன் ஒரு விளம்பர டிசைன் ரெடியானது. 20 லட்ச ரூபாய் சம்பளம் என்று ஐந்து லட்சம் ரூபாய் முன் பணம் வாங்கிக்கொண்டான் வினோத். மகேஷுக்கு (அண்ணா நகரில் வீடு போக) 10 லட்சம் சம்பளம். விநியோகஸ்தர் புருஷோத்தமன் மொத்த ஏரியாவும் வாங்கிக்கொள்வதாக முன் பணம் ஒன்றரைக் கோடி ரூபாய் கொடுத்ததில் முருகவேல் உற்சாகத்தில் மிதந்தார். தன் சம்பளமாக லான்சரும் வளசரவாக்கத்தில் 2 கிரவுண்ட் நிலமும் வாங்கிப் போட்டார் முருகவேல்.

மகேஷ் படத்தை ஒவ்வொரு அம்சத்திலும் அலங்கரிக்க விரும்பினான். ஈடுபாடு காட்டினான். முதல் நாள் விளம்பரத்திலேயே படத்தைப் பற்றி பலர் ஆர்வமாய் பேசினார்கள். ஷூட்டிங் நடைபெறும் இடமும் புதிதாக இருக்க வேண்டும் என்று பலபேரிடம் விசாரித்து ஒரு இடத்தைப் பிடித்தான். சினிமா படப்பிடிப்புத் தளங்கள் ஒவ்வொர் நேரத்தில் ஒவ்வோர் இடத்தில் மையம்கொள்ளும். ஸ்டுடியோவில் இருந்து சினிமா வெளியே வந்ததும் பாரதிராஜா தலைமையில் தேனி, கம்பம், திண்டுக்கல் என்று வட்டமடித்தது. மைசூர் சுற்று வட்டார கிராமங்களும் அப்போதே தமிழ் கிராமங்களாகக் காட்டப்பட்டவை. ஒருகால கட்டத்தில் கோபி செட்டிபாளையம் நோக்கி நகர்ந்தது. இடையில் நாகர்கோவில், முட்டம் பகுதிகளில் கொஞ்ச காலம் சென்டிமென்ட் ராசி வீசியது. பொள்ளாச்சி, உடுமலை பகுதிகள் அனைத்தையும் காட்டி முடிந்துவிட்டதாலோ, அல்லது கடைசியாக அங்கே எடுக்கப்பட்ட படங்கள் மண்ணைக் கவ்வியதாலோ சினிமா மக்கள் வேறு பிராந்தியங்களைத் தேட ஆரம்பித்தனர்.

மகேஷுக்கு தமிழ்நாட்டில் காட்டப்படாத நிறைய பகுதிகள் இருக்கின்றன என்ற நம்பிக்கை இருந்ததால் பூந்தமல்லி மார்கமாக திருவள்ளுவர் செல்லுகிற சாலையில் ஒரு இடத்தைக் கண்டெடுத்தான். இந்த நெடுஞ்சாலையில் இருந்து பெங்களூர் செல்லும் நெடுஞ்சாலையை இணைக்கிற சாலையை ஒட்டியிருந்தது அந்தக் கிராமம். கண்ணுக்கெட்டியவரை மாந்தோப்புகள். மணற்பாங்கான பகுதி என்பதால் சேறு சகதி அற்ற, சினிமாவுக்கே ஆன தூய்மையான கிராமமாக இருந்தது.

விஞ்ஞான தொழில்நுட்ப கண்காட்சி நடக்கிற கல்லூரி வளாகம் போல அதன் நடுவே ஒரு செட் அமைத்துவிட்டால்

போதும். அங்கே கிரேன் வைத்து ஏரியல் ஷாட்டில் புது 'பேக்ட்ராப்' காட்டிவிடலாம் என்றான் மகேஷ். முருகவேலுக்கு மகேஷ் சொல்வது அத்தனையும் குருஷேத்திரத்தில் சாட்சாத் கிருஷ்ணபரமாத்தா அருளிய வார்த்தைகளாகப்பட்டன. மூன்று மாதங்களில் கோடீஸ்வரனாக்கியது அவன்தானே?

இதனிடையில் பெண்களை உயர்வாக சித்தரிக்கும் படங்களுக்கான விருதும், 50 ஆயிரம் ரொக்கப் பரிசும் 'காதல் வந்தால்' படத்துக்குக் கிடைத்தது. தமிழக அரசின் இந்தப் பாராட்டால் மிகவும் மகிழ்ந்து போனார் முருகவேல். ஆஸ்கார் விருது, நோபல் பரிசு, கின்னஸ் ரெக்கார்ட், புக்கர் பரிசு போன்றதொரு அங்கீகாரமாக அதை நினைத்தார் அவர். உண்மையிலேயே நோபல் பரிசுக்கும் தமிழக அரசு தரும் கலைமாமணி விருதுக்கும் இடையில் இருக்கும் தவிர்க்க முடியாத ஒரு இமாலய வேறுபாட்டை அவர் உணர்ந்தாரா என்று புரியவில்லை. ஏனென்றால் நோபல் பரிசு கிடைக்கும்போது காட்ட வேண்டிய பரவசத்தை அவர் வெளிபடுத்தியவண்ணம் இருந்தார், ஒரு வாரத்துக்கு.

அந்த உயர்ந்த நிலையை எட்டியவர்கள் எவ்வளவு கண்ணியமாகவும், கனிவாகவும் நடந்துகொள்ள வேண்டுமென அவர் நினைத்தாரோ அப்படியே நடந்துகொண்டார். உதாரணத்துக்கு டீக்கார பையன் அவசரத்தில் அவர் டேபிளில் மீது கொஞ்சம் டீயை சிந்திவிட்ட போதும் இந்த விருது கண்ணியத் தன்மை காரணமாக, மிகுந்த பெருந்தன்மையோடு பதிலுக்கு ஒரு புன்னகையை சிந்தினார். அவர் ஏதாவது கடுமையான வார்த்தையால் திட்டுவதால் ஏற்பட்ட அதிர்ச்சியைவிடவும் அதிகமாக துணுக்குற்றுப் போனான் டீ பையன். சிறு வயதில் முருகவேலை அவருடைய அப்பா அடித்ததோடு மட்டுமல்லாமல் மாடு மேய்க்கவும் லாயக்கில்லை என்று திட்டியது அவருக்கு ஞாபகம் வந்தது. இப்பேர்ப்பட்ட உயர்ந்த நிலைக்கு தாம் வந்ததை எண்ணி தேவர்கள் மட்டுமே அருந்தும் அமுதம் பருகிய நிலையில் இருந்தார் அவர்.

புருஷோத்தமன் வந்தார். "அவார்ட் ஆசையெல்லாம் வுட்டுடு. அப்புறம் ஒரு டிஸ்ட்ரிப்யூட்டரும் கிட்ட வர மாட்டான். படம்னா 'கில்லி' மாதிரி இருக்கணும். 50 ஆயிரத்துக்கு ஆசைப்பட்டு கோடிகளை கோட்டை விட்றாத" என்றும் முருகவேலின் ஆசையை முளையிலேயே கிள்ளி எறிந்தார் புருஷோத்தமன்.

கதவைத் தட்டிக்கொண்டு சண்முகம் உள்ளே வந்தார். "டைரக்டர் வந்திருக்காரு" என்றார்.

"வரச்சொல்லுங்க!"

மிகுந்த உற்சாகத்தோடு வந்தான் மகேஷ். புருஷோத்தமனை

பார்த்ததும் அடுத்தபட வாய்ப்புபோல ஒரு வணக்கம் போட்டான். "செட்டு பார்த்துட்டு வர்றேன் சார். மூர்த்தி பின்னிட்டார். வெரி கிராண்ட். ஆர்ட் டைரக்ஷனுக்கே ஒரு அவார்ட் நிச்சயம். படத்தில் தீபிகாவுக்கு நல்ல ஸ்கோப் இருக்கு. துப்பாக்கி முனையில் அவளை பண்ற டார்ச்சர், நாட்டுக்காக கற்பையும் இழக்கத் துணிகிற சீன் எல்லாம் ரொம்ப பிரமாதமாக டெவலப் பண்ணி வெச்சிருக்கேன். அவங்க ஓன் வாய்ஸ்ல டப்பிங் பேசறேன்னு சொல்லியிருக்காங்க. ஓன் வாய்ஸ்ல பேசினாத்தானே அவங்களுக்கும் அவார்ட் கிடைக்கும்?"

முருகவேல் தயக்கத்தோடு புருஷோத்தமனைப் பார்த்தார். புருஷோத்தமன் புன்னகைத்தார். அறிவுரை சொன்ன கொஞ்ச நேரத்தில் எல்லாம் இப்படியா வந்து சொல்லுவார் என்ற எதிர்பாராத நகைமுரண். இந்தத் தயக்கத்துக்கும், மர்மப் புன்னகைக்கும் பொருள் புரியாத மகேஷ், "ஓ.கே. சார் வெளிய பி.ஆர்.ஓ., இருக்காரு. சொந்தக் குரலில் பேசுகிறார் தீபிகானு நியூஸ் கொடுத்துடுவோம்" என்றான். ஒரு மார்கமாகத் தலையை மட்டும் ஆட்டினார் முருகவேல். வெளியே வந்து பி.ஆர்.ஓ பழனிராஜிடம் விஷயத்தைச் சொன்னான் மகேஷ்.

"ஆயிரத்தில் ஒருவன் நியூஸ் எல்லா பத்திரிகையிலும் கவர் ஆகியிருக்கு. பேப்பர் கட்டிங் ஆல்பம் கொண்டாந்திருகேன்" என்ற பழனிராஜ், டைரக்டரின் அவசரம் புரிந்து, "சார்... சார் ஒரு நிமிஷம் இவரு வில்லன் நடிகர் கோபிதாஸுக்கு மேனேஜர். படம் வந்து ரெண்டு வருஷத்துக்கு மேல ஆயிடுச்சு. ஒரு சான்ஸ் குடுத்தீங்கன்னா இவருக்கு ஏதாவது கமிஷன் கிடைக்கும்" என்று சிபாரிசு செய்தார்.

"ஏன் புதுசா புதுசா நிறைய பேர் வர்றாங்களே. வேற யாருக்காவது கால்ஷீட் பார்க்க வேண்டியதுதானே?" அந்த மேனேஜரைப் பார்த்துக் கேட்டான் மகேஷ்.

"இப்ப வர்றவங்க டேர்ம்ஸ், கண்டீஷன்ஸ் ஒத்துவரலை சார். சொன்னபடி கால்ஷீட் தரமாட்டாங்க. நாம பதில் சொல்லி சாக முடியாது. பணத்துக்கு ஆசைப்பட்டு நாம லொங்கு லொங்குனு அலைய முடியாது சார்! நல்லதோ, கெட்டதோ அவரோட போகட்டும் சார்."

மகேஷ் கொஞ்சம் யோசித்து ஏதோ சொல்ல நினைப்பதற்குள் செல்போன் ஒலிக்கவே, பேசிக்கொண்டே காருக்கு விரைந்தான்.

மாயா சொன்ன கதை...

இரவு முழுவதுமே எம்.எஸ்.ஆர் வரவேயில்லை. நான் எனக்கு அனுமதிக்கப்பட்ட ஆடைகளோடு, யாருமற்ற அந்த அவ்வளவு சுலபமாகத் தூங்கிவிடவும் முடியவில்லை. குத்துக்காலிட்டபடி கால்களுக்கிடையே முகம் புதைத்து அழுதேன். காலை எட்டுமணி சுமாருக்குதான் எழுந்தேன். பாத்ரூமில் நுழைந்து லேசாக முகம் கழுவிக்கொண்டு வருவதற்கும் கதவு தட்டப்படுவதற்கும் நேரம் சரியாக இருந்தது. கதவைத் திறந்தேன்.

அதிசயமாக ஒரு பெண். அட இங்கு பெண்களும்கூட இருக்கிறார்களா?

“ஐயா உங்களை ரெடியா இருக்கச் சொன்னார். இதில் புடவை ப்ளவுஸ் இருக்கு. இந்தாங்க டிஃபன்” இரண்டு கேரி பேக்! இரவும் சாப்பிடாததால் பசி வயிற்றைக் கிள்ளியது. டிஃபன் பாக்கெட்டைப் பிரித்தேன். பொங்கல், வடை, தோசை இருந்தது. நிம்மதியாகச் சாப்பிட்டேன்.

அந்தப் பெண் சொன்னது இப்போதுதான் மனதுக்கு உரைத்தது. “ஐயா ரெடியா இருக்கச் சொன்னாரு.”

அவசர அவசரமாக அடுத்த கேரி பேக்கைப் பிரித்தேன். பட்டுப் புடவை, பட்டு ஜாக்கெட், பாவடை என்று மங்கல வஸ்திரங்கள். எனக்குத் திகைப்பும் திகிலுமாக இருந்தது. என் வாழ்க்கையில் கடைசி நிமிடங்கள் நெருங்கிக்கொண்டிருப்பது தெரிந்தது. எம்.எஸ்.ஆர் இன்னும் சில மணி நேரத்தில் என்னை அவர் வைப்பாட்டி என்பதை உறுதி செய்துவிடுவார். புடவை மிகப் பிரம்மாண்டமான பார்டருடன் அரக்குச் சிவப்பில் இருந்தது. அந்தப்புரத்து அடிமையாவதற்கு இவ்வளவு ஆடம்பர வலைவீச்சு. கூடவே கொஞ்சம் தங்க நகைகள். இது அட்வான்ஸ்.

புடவை நகைகளை வீசி எறிந்தேன். தரையில் அவை பரவியிருக்க நான் கட்டிலின்மீது அமர்ந்தேன்.

■

8

புற உலகுக்கும் உள் உலகுக்கும் ஊடாக தறியின் பாவுபோல ஊடாடிக் கொண்டிருந்தான் ஸ்ரீராம். ஒரு பத்திரிகை போட்டோகிராபராக - நிருபராக - அவனுக்கு ஒரு உலகம் இருப்பதுபோல அவனது குடும்பச் சூழல் நிமித்தமாக மற்றுமொரு அவதாரம் எடுக்கவேண்டிய நிர்பந்தமும் இருந்தது. மரபும் சடங்குகளும் முரண்பட்டு மீறமுடியாத அவஸ்தைகளும் நிறைந்தது அது. அம்மா, அப்பா, தங்கை, அண்ணன், அண்ணி, தாத்தா, ஆயா, மாமா, அத்தை, சித்தி, சித்தப்பா என்று உறவுகளால் திரண்டு நிற்கும் மூர்க்கமான நிழல் எதிரிகள் நிறைந்தது அது. மனசும், ஒழுக்கங்களும் கட்டுப்பாடும் மிகுந்து நிற்கும் உள் உலகம். பத்திரிகையாளனாக அவன் எதிர்கொள்ளும் புற உலகம் வேறு மாதிரியானது. எதார்த்தமானது, முற்போக்கானது, அரசியலை, கல்வியை, சினிமாவை மீடியாவை ஏற்றுக்கொண்டு அதன் போக்குகளுக்கு ஈடு கொடுக்கும் உலகம். தீபிகாவைப் பற்றி முடிவெடுக்கும் முன் இந்த இரண்டு உலகுக்குள்ளும் மாறி மாறி சவ்வூடு பரவ வேண்டியிருந்தது. தங்கையின் திருமணம், பல ஆண்டுகளாகப் பேசி இவனுக்கு அவள்தான் என்று தீர்மானித்துவிட்ட அத்தை மகள்... எப்ப வேணும்னாலும் கல்யாணத்தை வைத்துக்கொள்ளலாம் என்ற

தமிழ்மகன் | 155

உறவுகளின் காத்திருப்பு எல்லாம்தான் இதில் பிரச்னை.

தீபிகா என்ற பெண். அதுவுமில்லாமல் நடிகை. தன்னை மனதார நேசிக்கிறாள் என்பது உண்மையாக இருந்தால்கூட. மிக எளிதாக ‘இது உனக்குத் தேவைதானா?’ என்ற கேள்வியைப் போட்டுக் கிழித்துக்கொண்டிருந்தது. அவளை மணந்துகொள்வதன் மூலம் ஒரு புரட்சிகரமான வாழ்க்கையைத் தேர்ந்தெடுத்துவிட்டதாக ஆகுமா என்றும் யோசிக்க வேண்டியிருந்தது. சொல்லப்போனால் திருமண பந்தம் என்பது இனப்பெருக்க உத்திக்கான ஒரு சம்பிரதாயம். ஆணுக்குத் தேவை ஒரு பெண். இதில் சித்தியும், அண்ணனும், தங்கையும் போட்டுக் குழப்ப வேண்டியதில்லை. நடிகையாவதற்காக சென்னை வந்ததில் இருந்து தன் நம்பிக்கைக்குரிய ஒரு ஆணாகத் தன்னைத்தான் கருதி வந்திருக்கிறாள் தீபிகா. அவள் நடிக்க வேண்டாம் என்பது தன் விருப்பமாக இருந்தால் அதை விட்டுவிடவும் தயாராக இருப்பதாகக் கூறும் ஒரு பேதை. யாரும் இரண்டாயிரம் ஆண்டுகள் வாழ்ந்துவிடப் போவதில்லை. மீதம் இருக்கும் சொற்ப ஆண்டுகளை ‘ஆயிரம் காலத்துப் பயிர்’ என்கிற ஒரு இல்லாத தாவரத்துக்காக முட்டாள்தனமாகக் கழிக்க வேண்டியதில்லை என்று ஸ்ரீராம் புற உலகம் கற்பித்தது.

தன்னுடைய முடிவுகளை எல்லாம் இன்னும் சில ஆண்டுகள் ஒத்திவைத்தால் பலனற்றதாக மாறிவிடும் என்பது ஸ்ரீராமுக்குப் புரிந்தது. தீபிகா வேறு ஒருவனை மணந்துகொள்ளலாம். அத்தை மகளும் வேறுயாரையோ மணக்கலாம். ஆனால், இருக்கிற சங்கடங்களில் எல்லாம் தலைபோகிற சங்கடம் இரண்டில் ஒன்றைத் தீர்மானிக்க முடியாமல் இருப்பதுதான். ஒரு வாழ்க்கை வழக்கமானது. தீபாவளி சீர், சீமந்தம், ஆடி மாதம் எல்லாம் உள்ளடக்கியது. இன்னொன்று நம் பரம்பரையில் யாரும் எதிர்கொள்ளாத, தானே செயல்படுத்த வேண்டிய புதிய ஒழுக்கங்களால் ஆனது.

தீபிகாவுக்கும், ஸ்ரீராமுக்கும் இருக்கும் பழக்கம் ஸ்ரீராம் குடும்பத்தினருக்குத் தெரியும். ஆரம்பத்தில் ‘அந்த நடிகையை ஸ்ரீராமுக்கு நல்லா தெரியும்’ என்ற பெருமைக்குரிய விஷயமாகவும் பேசப்பட்டது. தீபிகாவோடு நின்று ஒரு போட்டோ எடுத்துக் கொள்ளவேண்டும் என்றுகூட அவனுடைய உறவினர்கள் மத்தியில் ஆசைகள் இருந்தன. ஒரு முறை ஸ்ரீராம் வீட்டுக்கு தீபிகா வந்தபோது, அதை தெருமக்களிடம் கௌரவமாகக் காட்டிக்கொண்ட வீட்டினர். அவளை வீட்டுக்கு அழைத்துக்கொள்வதில் கௌரவம் போய்விட்டதாகக் காட்டிக்கொள்வதன் அபத்தத்தை அவனால் புரிந்துகொள்ள முடியவில்லை. அவையெல்லாம் ஸ்ரீராமுக்கு சமீபத்திய குழப்பங்களுக்குப் பிறகு அடங்கிப்போயின. அத்தை மகளை மணப்பதில் ஸ்ரீராம் காட்டி வரும் தயக்கம், அரசல்புரசலாக

தீபிகா இவன் மீது காட்டி வரும் ஈடுபாடு அனைத்தும் குடும்பத்தில் சலசலப்பை ஏற்படுத்தியிருந்தன.

ரிடையர்ட் ரயில்வே ஊழியர் என்று பார்த்ததுமே அடையாளம் சொல்லக்கூடிய அவனுடைய அப்பா. அவனாகப் பிரச்னையை ஆரம்பிக்கட்டும் நாம் கிளறி, அவனை உசுப்பிவிட வேண்டாம் என்ற ஜாக்கிரதை உணர்வுடன் இருந்து பொறுமை இழந்து போயிருந்தார். ராத்திரி வேளையில் இன்னும் தூங்காமல் மண்டை காய்ந்து போயிருக்கும் மகன் மீது அவருக்கு எரிச்சலும் பரிதாபமும் சமவிகிதத்தில் எழுந்தது.

"என்ன ஜாதிடா அந்தப் பொண்ணு?" என்றார்.

'எந்தப் பொண்ணு!' என்று நடிக்க எண்ணி சந்தேகமாக ஏறிட்டு நோக்கியவன் அந்த நாடகத்தில் புண்ணியமில்லை என்ற முடிவோடு "தெரியாது" என்றான்.

இந்த கலியுகத்தின் கொடுமையின் ஒரு அம்சம் என்று அதை அவர் எடுத்துக்கொண்டு, "அப்பா, அம்மா எந்த ஊரு? எங்க இருக்காங்க?" என்றார்.

"அவங்கல்லாம் இப்ப இல்லப்பா!"

"நீ அவளைத்தான் கட்டிக்கப் போறியா?"

"........"

"எதுவா இருந்தாலும் சொல்லிட்டு செய்டா. உனக்குக் கல்யாண வயசில ஒரு தங்கச்சி இருக்கா. அவ கல்யாணத்தை முடிச்சுட்டாவது பண்ணிக்கோ""

ஶ்ரீராம் தந்தையின் முகத்தைப் பார்த்தான். "குடும்ப மரியாதை, பெத்தவங்க சந்தோஷம், சொந்தக்காரன், கொண்டான் - கொடுத்தான்னு கொடி ஓடின வம்சம்டா. உன் மூலமா அறுந்து போகணும்னு இருக்கு. வேற என்ன பண்ணச் சொல்றே?"

"அப்பா உங்ககிட்ட ஃப்ராங்கா சொல்லிட்றேன். நான் இன்னும் யாரை கல்யாணம் பண்ணிக்கணும்னு முடிவு பண்ணலை. ஆனா, நீங்க சொன்னதுக்காகக் கேட்கறேன். நீங்க சொல்ற வம்சக்கொடி அறுந்து போறதால ஏதாவது மெட்டிரியலிஸ்டிக் இழப்பு இருக்குதா?" என்றான் ஶ்ரீராம்.

"அவளை கல்யாணம் பண்ணிக்கிறதால அம்பதாயிரம் ரூபா நஷ்டம் ஆகிடும்னோ, எல்லாருக்கும் ஜுரம் வந்துடும்னோ நிரந்திரமா ஒரு காரணமும் இல்லை. ஆனா, நீ எதிர்ப்பார்க்கிற எதுவும் நடக்காமப் போயி நீ ஏமாந்துபோவே... அப்புறமா வருத்தப்படுவேங்கிறது மட்டும் நிச்சயம்!"

ஶ்ரீராம் அமைதியாக இருந்தான். யாரைக் கல்யாணம் பண்ணுவது

என்பதைவிட ஏன் இப்படி ஒரு கல்யாணம் பண்ணக்கூடாது என்பதில்தான் ஸ்ரீராம் மனம் வீராப்பாகச் செயல்பட்டது.

"உங்க வாழ்க்கை உங்களுக்கு நிறைவா இருக்கா, ஏமாற்றமா இருக்கா? எனக்கு உண்மையைச் சொல்லுங்க" என்றான்.

அவருக்கு இது அதிர்ச்சியாக இருந்தது. கொஞ்ச நேரத்தில் அது கோபமாகவும் மாறியது.

"அவகிட்ட அப்படி என்னடா கண்டே?" என்றார்.

ஸ்ரீராமும் பதில் கோபமடைந்தான். அதாவது அந்தக் கேள்விக்கு பதில் சொல்லாமல் டேபிளில் கிடந்த பழைய மல்லிகை பத்திரிகையை எடுத்துப் படிக்க ஆரம்பித்தான். தீபிகாவை மணப்பது இவர்கள் நினைப்பதுபோல மிகப் பெரிய ஏமாற்றத்திலும், அவமானத்திலும் முடிந்தால்கூட பரவாயில்லை; இந்தக் கட்டுப்பாடுகளை உடைத்துக்கொண்டு வெளியேறினால் நல்லதுதான் என்று நினைத்தான். கொஞ்ச நேரம் மகனை முறைத்துப் பார்த்துக்கொண்டிருந்தார். சடாரென்ற சத்தத்துடன் அறைக் கதவைச் சாத்திக்கொண்டு வெளியேறினார்.

ஸ்ரீராம் ஒரு தீர்மானத்துக்கு வந்தவனாக தீபிகாவின் செல்போன் நம்பரை அழுத்தினான். 'தொடர்பு எல்லைக்கு வெளியில் உள்ளார்' என்று வந்தது. திரும்பத் திரும்ப முயற்சி செய்தும் அதே பதில்தான். வெளியூர் ஷூட்டிங் எதுவும் இல்லையே ஏ.சி. ரூமுக்குள் சிக்னல் கிடைக்கவில்லையா என்றும் தெரியவில்லை. 'கமான் தீபி. எங்க இருக்கே?" மணி 11.20 'இந்த ராத்திரியில் எழுப்பிச் சொல்ல வேண்டாம். காலையில் எழுந்ததும் சொல்லிக்கொள்ளலாம்' என்று நிதானத்துக்கு வந்தான். காலை எழுந்ததும் சொல்லலாம் என்று பார்த்தால், தூக்கம் வந்தால்தானே? தீபிகாவுக்குத் தரப்போகிற மிகப் பெரிய சந்தோஷமே அவனுக்கு மனசை நிறைத்தது. அவள் விரும்பினால் நடிக்கட்டும்; வேறு வேலைக்குப் போகட்டும்; வீட்டில் இருந்து மகிழட்டும். அவளுக்கு எது மகிழ்ச்சியோ அதை மட்டும் செய்யட்டும். அவளுக்கு எவ்வளவு அன்பு தேவையோ அதைப்போல நூறு மடங்கு அன்பைக்கொடுத்து அவளைத் திக்குமுக்காடவைக்க வேண்டும். சமுதாயம் மெச்சும் பயனுள்ள வாழ்க்கையை வாழ அவளுக்கு வாய்ப்பு ஏற்படுத்தித் தரவேண்டும். கண்மூடி திறந்தது போல இருந்தது ஸ்ரீராமுக்கு. தங்கைதான் டீ கொண்டு வந்து எழுப்பினாள். மணி காலை 7.32.11. டீ குடித்த கையோடு தீபிகாவுக்கு போன் போட்டான்,

"ஹாய் தீபி... எங்க இருக்கே?"

"ஸ்ரீ... வாட் ஏ சர்ப்ரைஸ்."

"எங்க இருக்க சொல்லு... உனக்கு ஒரு நல்ல விஷயம் சொல்லணும்!"

“சொல்லு ஸ்ரீ.”

“எனக்கு காதல் வந்தாச்சு... கல்யாணம் எப்ப வெச்சுக்கலாம் சொல்லு?” மறுமுனை அமைதியாக இருந்தது.

“என்ன தீபி.? எங்க இருக்க? பேசு!”

தீபுவிடமிருந்து ஒரு மெல்லிய விசும்பலை கேட்டான் ஸ்ரீராம். அதை அவன் ஏதோ தொழில்நுட்பக் கோளாறால் ஏற்பட்ட சப்தம் என நினைத்துக்கொள்ள விரும்பினான். மறுபடி கிடைத்த விசும்பல் அவனுக்குக் கொஞ்சம் அதிர்ச்சியாக இருந்தது.

“எங்க இருக்க தீபி?”

“திருப்பதியில இருக்கேன் ஸ்ரீ?” குரல் உடைந்து சிணுங்கியது.

“அங்க என்ன பண்றே? ஷூட்டிங்கா?”

“இல்ல.”

“...”

“கல்யாணம்... எனக்கும் மகேஷுக்கும். இப்பதான் அஞ்சு நிமிஷம் முன்னாடி முடிஞ்சது ஸ்ரீ.” அவள் குரல் கம்மி கலங்குவது புரிந்தது. “என்ன ஸ்ரீ பண்றது இப்ப?” என்று அவள் குரல் மேலும் உடைந்தது. “எப்பவுமே உன்னைக் கேட்டுட்டுத்தான். முடிவு எடுப்பேன். இந்த விஷயத்தில முடிவு எடுக்க வேண்டிய நீயே விலகிப்போயிட்ட. உன்கிட்ட கேட்காமயே மகேஷுக்கு கழுத்த நீட்டிட்டேன்.”

“சாரி தீபி” என்று ஏதோ சமாதானம் சொல்ல முன்வந்தபோது தொடர்பு அறுந்தது. சிக்னல் வீக்காக இருக்கலாம். இந்தச் சூழ்நிலையில் என்னசெய்வது என்று புரியவில்லை. அவளாகவே துண்டித்தாளா என்று புரியவில்லை. ஐந்து நிமிடங்களுக்கு முன் திருமணம் ஆனவளிடம் கல்யாணம் செய்துகொள்கிறேன் என்றதே கோமாளித்தனம்தான். மீண்டும் ஒருதரம் போன்செய்தான். “நீங்கள் தொடர்புகொள்ளும் நபர் தொடர்பு எல்லைக்கு வெளியில் உள்ளார்” என்பதைத் தெலுங்கு மொழியில் தெரிவித்தது பதிவுசெய்யப்பட்ட வழக்கமான குரல்.

மாயா சொன்ன கதை...

ஒரு யுகம் கழிந்ததா? ஒரு மணி நேரம் கழிந்ததா என்பதை அத்தனை சரியாக யூகிக்க முடியாத நேரத்தில் எம்.எஸ்.ஆர் நுழைந்தார். அறை இருந்த அலங்கோலமும் நான் இருந்த அலங்கோலமும் எதிர்பாராத விஷயமாக இருந்திருக்க வேண்டும். நான் நிமிர்ந்து பார்த்தேன். ஏறத்தாழ ஒரு மாப்பிள்ளைபோல இருந்தார் அவர்.

"என்ன இதெல்லாம்?" என்றார்.

"எனக்கு இதெல்லாம் வேண்டாம்."

'இப்ப உடனே புடவையைக் கட்டப் போறியா இல்லையா?"

"ஏன், தாலி கட்டாம நீங்க யாரையும் தொடறதில்லையா?"

"அடிச் செருப்பால..." திடீரென மேலே பாய்ந்தார். கன்னங்களில் மாறிமாறி அறைந்தார். ஜாக்கெட்டையும், பாவடையையும் கிழிக்கும் நோக்கத்தில் அவருடைய கைகள் பரபரத்தன.

அந்தச் சமயத்தில் யாரோ கதவைத் தட்டினார்கள். வழக்கமாக நானும் ஐயாவும் உள்ளே இருக்கிறோம் என்றால் யாரும் கதவைத் தட்டமாட்டார்கள். அது தலைபோகிற காரியமாக இருந்தாலும்.

"எவன்டா அவன்?" என்றபடி ஆவேசமாக கதவைத் திறந்தார்.

∎

பாகம் 3
அறத்துப்பால்

கனவுத் தலைவி

வட இந்திய ஆங்கிலப் பத்திரிகை ஒன்றில் தீபிகாவின் பேட்டி வெளியாகியிருந்தது.

'ஒரு நடிகையின் குடும்பம்' என்ற தலைப்பில் சினிமாவைத் தவிர்த்த கேள்விகளால் நிரம்பிய பேட்டி அது. தீபிகாவுக்கு முன்னால் இந்தியாவின் பல்வேறு மொழிகளில் நடித்துக்கொண்டிருக்கும் நடிகைகள் பலர் அதற்குப் பேட்டி கொடுத்திருந்தனர். தமிழ் தெரிந்த ஒரு மலையாளத்துப் பெண்தான் பேட்டி கேட்டு வந்தாள். இதற்கு முன் வந்த பலரது பேட்டிகள் வெளியான இதழ்களை அந்தப் பெண் கையோடு கொண்டு வந்திருந்தாள். பேட்டி எடுப்பதற்கு முன் நாளே, தாங்கள் விரும்பும் பேட்டியில் என்னென்ன விவகாரங்கள் வர வேண்டும் என்பதைச் சொல்லிவிட்டுச் சென்றாள்.

குழந்தை நட்சத்திரமாக சினிமாவில் அறிமுகமாகியிருந்த ஒரு நடிகை, 'எனக்குத் தெரிந்தது எல்லாம் என் அம்மா எனக்குக் காட்டிய உலகம்தான். வெகுகாலம் வரை மனிதர்கள் எல்லோருமே என்னைப் போலத்தான் வாழ்வார்கள் என்ற எண்ணத்தை ஏற்படுத்தியிருந்தது. அம்மா காட்டிய நபர்களிடம்தான் பேசினேன். அம்மா கொடுத்த பத்திரிகைகளைத்தான் பார்த்தேன். அம்மா சொன்ன இடங்களில்

கையெழுத்துப் போட்டேன். அம்மாவின் கண்களால் பார்த்தேன்... அம்மாவின் வார்த்தையால் பேசினேன். அம்மாவின் உடலாகவே இருந்தேன்' எனச் சொல்லியிருந்தாள்.

இன்னொரு நடிகை தான் சந்தித்த பல ஆண்களும் என்னை அனுபவிக்கத்தான் விரும்பினார்கள். என் அப்பாவின் நண்பர்கள், என் கணவரின் நண்பர்கள் எல்லாருமே. ஏன் என் மகனுடைய நண்பனும்கூட அப்படித்தான் விரும்பினான். அது என்னுடைய தவறா, ஆண்களுடைய தவறா என எனக்குப் புரியவே இல்லை எனக் கண்ணீர் சிந்தியிருந்தாள் கவர்ச்சிக் கதாநாயகியாக இருந்து இப்போது அம்மா நடிகையாகிவிட்ட ஒருத்தி.

இதை எல்லாம் படித்துவிட்டு, நீங்களும் அப்படி சென்சேஷனாக, தைரியமாகப் பேட்டி அளிக்க வேண்டும் என்று சொல்லியிருந்தாள் அந்த நிருபர். இந்தப் பகுதி இத்தனை ஆண்டுகளாக நடிகைகளின் மனசாட்சியைச் சொல்லும் பகுதியாக இருந்துவருவதாகவும் இதிலும் உங்கள் மனம் முழுமையாக வெளிவர வேண்டும் எனவும் அவள் வலியுறுத்தினாள். முதலில் அவர்கள் பிசினஸுக்கு என்னை பலிகடா ஆக்கிக் கொள்ள வேண்டுமா என நினைத்தாள் தீபிகா. சில விஷயங்களை உண்மையாகச் சொன்னால் நன்றாகத்தான் இருக்கும் எனவும் நினைத்தாள்.

ஒரு வாரம் டயம் கொடுங்கள் நான் யோசிக்க வேண்டும் எனக் கேட்டுக்கொண்டாள். தனக்கும் அப்பா, கணவன், காதலன் என சோகங்கள் இருப்பதைச் சொல்லலாம் என நினைத்தாள். பேட்டி கண்ட பெண் புத்திசாலி. நாசூக்காக கேள்விகள் கேட்டாள். பதிலை நாசூக்காக சொல்ல முடியவில்லை. அந்த நேரத்தில் தீபிகாவின் மனம் இருந்த போக்கிலேயே பேட்டி அமைந்தது.

'ஆக்ட்ரஸ் ஆர் ஹைலி பெய்ட் வுமன்' என்ற தலைப்பில் அந்தப் பேட்டி வெளியானது. வெளியானபோது ஒரு சலசலப்பும் இல்லை. அடுத்த வாரமே மல்லிகை இதழில் அதை தமிழ்ப்படுத்தி வெளியிட்டு சினிமா துறையினரிடமும் மற்ற துறை பெண்களிடமும் கருத்துகேட்டு வெளியிட்டிருந்தார்கள். பலரும் பெண் இனத்தையே இழிவுபடுத்திவிட்டதாகக் கொந்தளித்திருந்தார்கள். சில பெண்கள் அமைப்புகள் வீட்டு முன்னால் ஆர்ப்பாட்டம் செய்தனர். அந்தப் பேட்டியை ஒட்டி இன்னொரு பத்திரிகையில் காரசாரமாக விவாதித்தனர். தீபிகாவுக்கு ஆதரவாகப் பேசிய ஒரு நடிகையின் வீட்டின் முன்னும் ஆர்ப்பாட்டம் நடத்தப்பட்டது.

சினிமா துறையில் இருந்தும் தீபிகா மன்னிப்பு கேட்க வேண்டும் என கேட்டிருந்தனர். மகேஷ், தீபிகா மீது கடும் கோபம் கொண்டான். யாரைக்கேட்டு இப்படி எல்லாம் பேட்டி கொடுக்கிறே எனக் கொந்தளித்தான். நான் யாரையும் கேட்டுவிட்டு இதுவரை பேட்டி

கொடுத்ததில்லை என்று அசட்டையாக அவள் சொன்ன பதில் அவனை இன்னும் கோபப்படுத்தியது. இனிமேல் என்னைக் கேட்டுவிட்டுத்தான் பேட்டி கொடுக்க வேண்டும் எனக் கத்திவிட்டு, அந்தப் பத்திரிகையைக் கிழித்தெறிந்தான்.

தீபிகாவுக்கு சாதகமாக சிலர் கருத்து தெரிவித்தனர். தைரியசாலி எனப் பாராட்டினர். அவர்கள் குறைவானவராக இருந்தபோதும் முக்கியமானவர்களாக இருந்தனர். இதனால் சினிமா வாய்ப்புகளே இல்லாமல் போனாலும் பரவாயில்லை என அளித்த அதிரடி பேட்டியினால் உண்மையிலே சில வாய்ப்புகள் நழுவிப்போயின. தீபிகா ஏனோ தான் அடுத்த கட்டத்துக்குப் போய்விட்டதாக நினைக்க ஆரம்பித்தாள். நடிகையின் திருமணம் அவளுடைய சுயமான முயற்சிகளுக்கும் முனைப்புகளுக்கும் ஏற்படுத்தும் தடையை அவள் உணர ஆரம்பித்தாள்.

ஒரு காலத்தில் காதலியைக் கைவிட்டுவிட்டதாக செய்திகள் வரும். காதலனை கைவிட்டுவிட்டு சொகுசான பாதுகாப்பான வாழ்க்கையைத் தேடி போய்விட்ட பெண்களின் செய்திகளும் வந்தன. இதெல்லாம் ஒரு கட்டத்தில் மிகவும் சகஜமாகிப்போய்... சில இடங்களில் பெற்றோர் குழந்தைகளைக் குப்பைத் தொட்டி முதலான இடங்களில் புறக்கணித்தனர். இதற்கான பழிவாங்கல்போல பெற்றோர்களை வாரிசுகள் கைவிடும் காலமும் வந்தது.

'அனாதை இல்லங்கள்'... 'முதியோர் இல்லங்கள்!' மனிதர்களை நிறுவனங்கள் பராமரிக்கத் தொடங்கிய அவலம். வெளிநாடுகளுக்குச் சென்றோ, சினிமாவில் சம்பாதித்தோ, பிசினஸில் லாபம் ஈட்டியோ பணச் சுமையால் தவிப்பவர்களுக்கு இத்தகைய இல்லங்களில் மீது அதீத பரிவு உண்டு. இவற்றுக்கு வழங்கும் தொகைக்கு 80சி ஆதாயம் உண்டு என்பது முதல் காரணம். சிலருக்குப் புண்ணியம் கிடைக்கும் என்ற நோக்கமும் உண்டு. சிலரோ மனிதாபிமானம் என்றனர்.

நடிகை புவனாஶ்ரீ அந்த முதியோர் இல்லத்துக்கு வந்து தன் பிறந்த நாளில் அவர்களுக்கு உணவளித்து மகிழ்ந்ததற்கும் இதில் ஏதோ ஒரு காரணம்தான் இருக்க முடியும், ஆனால், இப்போதைக்கு அப்படி எதையும் தீர்மானமாக யோசித்துக்கொண்டு அவள் இங்கு வரவில்லை. அந்த இல்லத்தில் மொத்தம் 40 முதியவர்கள் இருந்தார்கள். அவர்களின் ஒருநாள் மதிய உணவை ஏற்றுக்கொள்ள வேண்டுமானால் ரூ.1,500 வழங்க வேண்டும். இந்த மிகச் சிறிய முதலீட்டில் மிகப் பெரிய ஆத்ம திருப்தியும் பப்ளிஸிட்டியும் அவளுக்குக் கிடைக்கும். தினசரிகளிலும், வார இதழ்களிலும் 'முதியோர் இல்லத்தில் புவனாஶ்ரீ' என்று எழுதுவார்கள். உடன் அழைத்துச் செல்லும் பி.ஆர்.ஓ., போட்டோகிராபர்,

பத்திரிகையாளர்களுக்கு ஆன செலவு முதியோர் இல்லத்துக்குக் கொடுக்கப்பட்டதைப் போல பத்து மடங்கு ஆனாலும் புவனாஸ்ரீ அறம்செய்ய விரும்பினாள்.

முதியோர்களுக்கு உணவு பரிமாறுவதுபோல முடிவில் படங்கள் எடுக்கப்பட்டன. ஒரு முதியவருக்கு லட்டுவைப்பது போலவும் குழம்பு ஊற்றுவது போலவும் படங்களை எடுத்தனர். குழம்பை ஊற்றிக்கொண்டேபரிவான பார்வையையும் காட்ட முயன்றாள் புவனாஸ்ரீ.

“யெஸ் மேடம். இங்க பாருங்க... ஸ்மைல்” என்றெல்லாம் போட்டோகிராபர் காட்டிய பதற்றத்தில் புவனாஸ்ரீயின் முகத்தில் டென்ஷனும் சாப்பிடும் முதியவர் முகத்தில் மிரட்சியும்தான் வெளிப்பட்டது.

ஸ்ரீராமுக்கு பத்திரிகை போட்டோகிராபராக சேர்ந்த நாள் முதலே இத்தகைய வழக்கமான போட்டோக்கள் எடுப்பதில் அலுப்பு இருந்தது. ப்ளஸ் டூவில் முதலாவதாக வந்த பெண்ணுக்கு அவர்கள் குடும்பத்தினர் கேக் ஊட்டும் காட்சி, கேசட்டை ‘இவர்’ வெளியிட ‘அவர்’ பெற்றுக்கொண்டார், பட பூஜையில் தயாரிப்பாளர் சங்கத் தலைவர்... போன்ற படங்கள் எடுப்பது பல் தேய்ப்பதைப் போல வழக்கமான விஷயமாகவும் அலுப்பாகவும் இருந்தன அவனுக்கு. பத்திரிகை அசைன்மென்ட் இப்படித்தான்.

தேவர்கள் இமைக்க மாட்டார்கள் என்பார்கள். புவனாஸ்ரீ பட்டாம்பூச்சி சிறகடிப்பதுபோல படபடவென இமைத்தாள். தேவதைகள் இதுகாறும் இமைக்காமல் இருப்பவர்களாக இருந்திருந்தால் அவர்களும் புவனாஸ்ரீ போல இமைக்கலாம். அழகாக இருக்கும்.

“நீங்களெல்லாம் இப்படி அடிக்கடி வந்துட்டுப்போனா ரொம்ப ஆறுதலா இருக்கும்மா” என்ற முதாட்டியின் வார்த்தை அவள் காதுகளுக்குள் என்னவாக விழுந்ததோ அதற்கும் அதே படபடப்பு இமையுடன் புரிந்தாளே ஒரு புன்னகை.

“போனவாரம் நடிகை தீபிகா இங்க வந்தாங்க” என்றார் ஒரு முதியவர்.

“ஐஸீ” என்றாள் புவனாஸ்ரீ.

தீபிகா வந்ததை பெருமையாகச் சொல்வதில் அர்த்தமில்லை போல இருந்தது அந்த ஐஸீ. புவனாஸ்ரீயோடு ஒப்பிடும்போது தீபிகாவுக்கு இப்போது மவுசு கொஞ்சம் கம்மிதான். தீபிகாவை வைத்து மகேஷ் இயக்கிய ‘ஆயிரத்தில் ஒருவன்’ படம் குப்புற கவிழ்ந்ததில் தயாரிப்பாளர், ஹீரோ வினோத், டிஸ்ட்ரிப்யூட்டர்

புருஷோத்தமன் உள்ளிட்ட அத்தனை பேரின் சினிமா வாழ்க்கையும் ஆட்டம் கண்டுவிட்டது. இருபது கோடி செலவாச்சே ‘காதல் வந்தால்’ படத்தின் மூலம் சினிமா இண்டஸ்ட்ரியை மிரட்டி விட்டதாகப் பேசப்பட்ட மகேஷ் தன் அடுத்த படத்தில் இப்படி அநியாயத்துக்கு சுருண்டு போனான். படம் வெளியான நேரம் அப்படி. நாம் சொல்கிற ‘நேரம்’ ஜோஸியர்கள் சொல்லும் நேரம் இலை. சரியான மழை நேரம். படம் ரிலீஸான முதல் இரண்டு வாரத்துக்குப் பேய் மழை. மக்கள் வெள்ளத்தில் நீந்திவந்து படம் பார்க்கத் தயாராக இல்லை. படம் நன்றாக இருப்பதாகப் பேசப்பட்டும், ரெவின்யூ இல்லை. மூன்றாவது வாரத்திலே சில தியேட்டர்களில் இருந்து பெட்டி திரும்பியது. நான்காவது வாரத்தில் வானம் ஒருவழியாக வெளுத்தாலும் சட்டமன்றத் தேர்தல் பரபரப்பு சினிமாவை ஓரங்கட்டச் செய்துவிட்டது. அப்புறம் வேறு சில பெரிய ஆர்ட்டிஸ்ட் படங்கள் போட்டிக்கு வந்தன. அவற்றை ரிலீஸ் பண்ண தியேட்டர் வேண்டுமே! மகேஷ் படத்தை எப்படியாவது ஓட்ட வேண்டும் என்று தியேட்டர்களுக்குத் தலையெழுத்தா? ஒருவழியாக படம் அவுட்.

ஆனாலும் தீபிகா நடித்த 22 திரைப்படங்களில் 18 படங்கள் வெற்றிப்படங்கள்தான். கடைசி நான்கு படங்கள் சரியாகப் போகவில்லை. இந்த இடைப்பட்ட நேரத்தில் வட மாநிலங்களில் இருந்து நிறைய பெண்கள் தங்கள் தாய்மாரோடு சென்னைக்கு ஃப்ளைட் ஏறியிருந்தனர். இருந்தாலும் அவுட்டோர் செல்லும்போது கேரவான் வேண்டும் என்பதில் தீபிகா கவனமாக இருந்தாள். அக்கா, அம்மா, நடிகை ஆகிவிட்டால் நிச்சயம் தனி கேரவான் ஒதுக்க மாட்டார்கள். இந்த வரி வரைக்கும் தீபிகாவுக்கு தனி கேரவான் ஒதுக்கப்பட்டு வந்தது. முன்னணி கதாநாயகி என்பது அதில் உறுதிசெய்யப்பட்டது.

மாயா சொன்ன கதை...

அந்த ஆபத்தான தருணத்திலும் இந்த நேரத்தில் எந்த அவசரத்துக்காகக் கதவைத் தட்டினார்கள் என்ற ஆர்வம் இருக்கத்தான் செய்தது. நானும் கதவுக்கு அந்தப் பக்கம் இருக்கும் ஆள்மீது ஆர்வமாக நெருங்கினேன். “ஐயா.. ராவு காலம் ஆரம்பிச்சிருச்சய்யா...” என்றான் வெளியே இருந்தவன்.

“முட்டாளே.. முகூர்த்த நேரம்னு சொன்னீங்களே” என்றார் எம்.எஸ்.ஆர்.

வெளியே இருந்தவன் சற்றே தயக்கத்துக்குப் பிறகு, “இன்கம்டாக்ஸ் ரெய்ட் வந்திருக்காங்க ஐயா” என்றான்.

ராகுகாலம் என்ற பெயர் அவருக்கே மறந்துபோயிருந்தது. எம்.எஸ்.ஆர் படுவேகமாக நிதானத்துக்கு வந்தார்.

"சரக்கெல்லாம் இப்ப எங்க இருக்கு?"

"கொடவுன்ல... சமயம் பார்த்து யாரோ தகவல் கொடுத்திருக்காங்கய்யா" என்றான்.

"என்னைக் கேட்டாங்களா?"

"ஆமாங்கய்யா"

"எனக்கு நெஞ்சுவலினு சொல்லு. பத்து நிமிஷம் கழிச்சு உள்ள கூட்டிக்கிட்டு வா..." படாரென்று கதவைச் சாத்தினார். அவர் அசந்த அதே நேரத்தில் நான் அவர்மீது ஆவேசமாக மோத மனிதர் பொத் என்று கீழே விழுந்தார். அதே நேரத்தில் அவருடைய நெஞ்சில் மீது தாவிக்குதித்து மூச்சடக்கி அழுத்தினேன். இந்த எதிர்பாராத தாக்குதலால் அவர் வசமிழந்து தளர்ந்தார். அவருடைய கண்கள் விட்டத்தை நோக்கி நிலைகுத்தி நின்றன. அவர் நெஞ்சைப் பிடித்துக்கொண்டு துடித்தார்.

∎

2

மகேஷ் தேடிப் போன புரொட்யூசர்கள் பிடிகொடுக்காமல் நழுவினார்கள். நடிக்க தேதி கேட்டுப் போனால் நடிகர்கள் நழுவினார்கள். மகேஷின் ரோஷ உணர்வு உடனடியாக ஒரு படம் இயக்கித் தன்னை நிலைநிறுத்த வேண்டும் என்று உந்தியது. ரொம்ப பக்கத்தில் சில ஜால்ரா ஆசாமிகள் இருந்தார்கள். தூரத்தில் இருக்கும் எதிரிகளைவிட ஆபத்தானவர்கள் அவர்கள்தான். அவர்கள் காட்டுகிற பவ்யமும் சுயமரியாதை அற்ற மனோபாவங்களும் மகேஷுடைய மனநிலையில் பிடித்தும் இருந்தது.

மகேஷின் ஆவேச முடிவை சிலாகித்து, “நீங்களே சொந்தமா எடுங்க சார். உங்க பேரைச் சொல்லி எவனெவனோ சாப்புட்றான். ‘ஆயிரத்தில் ஒருவன்’ ஓடலங்கிறானுங்களே... முருகவேல் எல்லா ஏரியாவும் சரியான விலைக்கு வித்துட்டான். எப்படி பார்த்தாலும் ‘ரெண்ட ரூபா’ தேத்திட்டான். நீங்க தைரியமா ஆரம்பிங்க சார். மொத்த பேரும் பெட்டிய தூக்கிக்கிட்டு வர்றானா, இல்லையா பாருங்க” என்று ஒரேயடியாகப் போட்டனர் உடன் இருந்தவர்கள். ஏதாவது வேலை நடந்துகொண்டிருந்தால் வண்டி ஓடும். சிலருக்கோ அப்பப்ப ஏதோ ‘பிசிறு’ விழுமே என்ற நோக்கம்.

மகேஷ் ஆர்ட்டிஸ்ட் தேடினான். வினோத் வீட்டில் இருந்துகொண்டே அவுட்டோர் போயிருப்பதாகச் சொன்னான். அவனுடைய பி.ஆர்.ஓ-வைப் பார்த்துப் பேசுமாறு கூறிவிட்டான். இரண்டு படங்கள் வினோத்துடன் சேர்ந்து பணியாற்றிவிட்டதால் வேறு எந்த ஹீரோவிடமும் பெரிய நட்பும் இல்லை மகேஷுக்கு. 'ஆயிரத்தில் ஒருவன்' சரியாக ஓடாததால் புதுசாக யாரையும் அணுக முடியாத சூழல். இந்த ஒரு இக்கட்டு நட்சத்திர வேளையில்தான் மகேஷ் ஹீரோவாக நடிப்பது என்று முடிவானது. தீபிகாவுக்கும் கணவன் மீது இருந்த நம்பிக்கையில் இதுபற்றி எந்தக் கருத்தும் சொல்லவில்லை. மகேஷுக்கு அடுத்த பிரச்னை ஆரம்பித்தது, நாயகி!

தீபிகா சொந்தமாகப் படம் எடுக்கிறாள் என்றதும் நாயகிகள் தயங்கினர். சக நடிகை என்றால் சம்பள விஷயத்தில் கை வைத்துவிடுவாள் என்று அவர்கள் எண்ணம். தெலுங்கில் ஒன்றிரண்டு படங்களில் நடித்து இப்போது தமிழில் திருந்த புவனாஸ்ரீயை கண்டெடுத்து அழைத்து வந்தான் மகேஷ். படத்தில் நடிக்க போட்டோ செஷனும் எடுக்கப்பட்டது. அழைப்பிதழ் அடிக்க வேண்டிய நேரத்தில் ஏதோ ஒரு வாரப் பத்திரிகையில் புவனாஸ்ரீயின் பேட்டி வெளியானது. "ஷங்கர், மணிரத்னம் படத்தில் நடிக்க ஆசை" என்ற தலைப்பு. ஏற்கெனவே தன்மான உணர்வுகளில் பொங்கிக்கொண்டிருந்த மகேஷுக்குத் தான் அழைத்துவந்த பெண்ணே, தன் படத்தில் நடிப்பதை பெருமை என்று கூறாமல் ஷங்கரையும் மணிரத்னத்தையும் சொல்லி பெருமைப்பட்டுக்கொண்டிருக்கிறாளே என்று ஆவேசப்பட்டான். இந்த மாதிரி சந்தர்ப்பங்களில் மகேஷுக்குப் பிடித்தமாதிரி பேசவும் தவறாக வழிகாட்டவும் புரொடக்ஷன் செல்வம் தயாராக இருந்தான். இன்னொரு விதத்தில் அப்படித் தயாராக இருந்தவனைத்தான் மகேஷ் விரும்பினான். மகேஷ் அந்தப் பெண்ணைத் தவிர்க்க விரும்புகிறான் என்று உணர்ந்த புரொடக்ஷன் மேனேஜர், "ஆமா சார் அவ திமிர் புடிச்சவ. இல்லாத 'லா'லாம் பேசறா" என்றான். இப்படியான சில காரணங்களுக்காக புவனாஸ்ரீயை நீக்கிவிட்டு வேறு ஹீரோயின் தேடி ஹைதராபாத், பெங்களூர், பாம்பே என்று அலைந்துகொண்டிருந்த மகேஷிடம் யாரோ 'தீபிகாவும் நீங்களும் சேர்ந்து நடிக்கலாமே, படத்துக்கு ஒரு அட்ராக்ஷன் இருக்கும்' என்றனர். படம் எடுத்தால்போதும் என்ற நிலைக்குத் தள்ளப்பட்டிருந்த மகேஷ், 'நடிப்பதை நிறுத்திக்கலாம்னு பாக்கிறேன்' என்று அறிவித்திருந்த தீபிகாவின் விரதத்தை ஒத்திவைத்தான்.

தனக்கென்று ஒரு சொந்தம் வேண்டும் என்பதுதான் தீபிகாவின் கனவு. கணவனுக்கு ஏற்பட்ட இக்கட்டை உணர்ந்து தன் மூன்று

மாதக் கருவை அபார்ஷன் செய்துவிட்டு மீண்டும் நடிக்க வந்தாள். 'நந்தவனத்துப் பூக்கள்' படம் இப்படியாக மகேஷ் இயக்கத்தில் ஆரம்பமானது. திருமணம் ஆகாத தீபிகா மீது இருந்த 'கிரேஸ்' மணம் முடித்த தீபிகா மீது இல்லை என்பது படபூஜையிலேயே தெரிந்தது. பல விநியோகஸ்தர்கள் பூஜையில் எட்டிக்கூட பார்க்கவில்லை. டெக்னீஷியன்கள், நடிகர்கள் சிலர் வந்திருந்தனர். தீபிகா ஏமாற்றத்தை வெளிக்காட்டிக்கொள்ளாமல் பூஜை நடந்த இரண்டு மணிநேரமும் புன்னகைத்தபடியே இருந்தாள். மகேஷுக்கு ஏற்பட்ட வியாபார இறக்கத்தை தீபிகாவின் இளமை வசீகரிப்பு தூக்கி நிறுத்தும்படியாக இல்லை. ஜால்ராக்கள் சொன்னபடி விநியோகஸ்தர்கள் பெட்டி பெட்டியாகப் பணம் கொண்டுவரவில்லை.

கையில் இருந்த காசு போக, வீட்டை அடமானம்வைத்து படப்பிடிப்பை நடத்தினான் மகேஷ். முதல் ஷெட்யூல் ஊட்டியில் நடந்தது. 10 நாட்கள் படப்பிடிப்பு. அடுத்த ஷெட்யூல் கிளம்ப ஃபைனான்ஸியர்களைத் தேடிக் கொண்டிருந்தான் மகேஷ். இதற்கிடையில் புவனாஸ்ரீ நடிப்பில் மூன்று படங்கள் புக் ஆகி ஒரு படம் ரிலீஸும் ஆகிவிட்டது. கூடவே சந்திரபாபு நாயுடுவைப் பார்த்து அரசியலில் சேருவதாகவும் அவளைப் பற்றி பெருமைக்குரிய கிசுகிசு உலவிக் கொண்டிருந்தது. இந்தச் சூழலில், முதியோர் இல்லத்துக்கு தீபிகா வந்தாள் என்று சொல்வது புவனாஸ்ரீக்கு எந்த விதத்தில் பெருமையானதாக இருக்கும்?

"எப்படி போய்ட்டு இருக்கு 'நந்தவனத்துப் பூக்கள்?" என்று கேஷுவலாக பத்திரிகையாளர்களை கேட்டாள் புவனா.

புவனா எதிர்ப்பார்க்கிற பதிலைச் சொல்ல வேண்டும் என்று குஷியாக இருந்த ஒரு பத்திரிகையாளர் உதட்டைப் பிதுக்கிச் சிரித்தார். பதிலுக்கு புவனாவும் புன்னகைத்துக் கொண்டாள். ஸ்ரீராம் அந்தச் சூழ்நிலையைத் தவிர்க்கும் பொருட்டு பத்திரிகையாளர்களில் இருந்து நகர்ந்து ஒதுங்கி நின்றான்.

"மகேஷ் மூஞ்சியெல்லாம் பார்த்து யார்ங்க படத்தை வாங்குவாங்க?" என்றார் ஒரு தினசரி நிருபர்.

"ஏன் தீபிகாவுக்காக வாங்க மாட்டாங்களா?" என்று புவனாஸ்ரீ கொக்கி போட்டதன் நோக்கம் அவளுக்காகவெல்லாம் இனி பிசினஸ் இருக்காது என்பதை பத்திரிகையாளர் வாயில் இருந்து கேட்டு இன்புற வேண்டும் என்பதுதான்.

"அதெல்லாம் அப்போ... இனிமே டி.வி. சீரியல்ல வேணா நடிக்கலாம். ரோஜா, ரஞ்சிதா, தேவயானி எல்லாம் கல்யாணத்துக்கப்புறம் டி.வி-க்குத்தானே போனாங்க?."

“கல்யாணம் ஆகிட்டா அவங்க டி.வி. சீரியல் ஹீரோயின்னு ஜனங்க ஃபிக்ஸ் ஆகிட்றாங்களே. அதுவும் இல்லாம வாய். பொல்லாத வாய். இண்டஸ்ட்ரியே ஒதுக்கு வெச்சாப்லதான்.”

ஸ்ரீராம் வெளியே வந்து வண்டியை எடுத்துக்கொண்டு கிளப்பினான். சினிமாவில் ஒருவருக்கு இறங்கு முகம் என்றால் அதுபற்றி பரிதாபப்பட்ட யாரும் இல்லை. நிஜ வாழ்விலும் இறங்குமிடம் என்றாலும் பரிதாபப்படவில்லை என்பதுவேறு விஷயம். தற்கொலை செய்துகொண்டு செத்தாலும் அவதூறாகத்தான் பேசுவார்கள். சோபா இறந்தபோதும் சில்க் ஸ்மிதா இறந்தபோதும் பார்க்காததா?

பாகவதர், என்.எஸ்.கே. காலத்தில் இருந்து நொந்து போனவர்களுக்குப் பரிதாபப்பட்ட இங்கே ஆட்கள் குறைவு. அடுத்த மகுடம் சுமந்து கொண்டிருப்பவர்கள் பற்றித்தான் இங்கு பேச்சு. அவர்கள் கால்ஷீட்தான் சினிமாவைத் தீர்மானிக்கும். அவர்களை வைத்துதான் சினிமா வியாபாரம். தீபிகாவின் நிலைமையை நினைக்க ஸ்ரீராமுக்கு கஷ்டமாக இருந்தது. உடனே அவளிடம் பேச வேண்டும் என்று நினைத்தான். பைக்கை சாலிகிராமத்துக்குத் திருப்பி, அவளின் வீட்டின் முன் நின்றபோது மணி 3.

தீபிகாவுக்கு சந்தோஷம் தாளவில்லை. “இப்பத்தான் நினைச்சேன்... அதுக்குள்ள வந்து நிக்கிறே?”

அவள் உண்மையாகத்தான் சொல்கிறாளோ, பேச்சுக்குச் சொல்கிறாளோ?

“எப்படி இருக்கே?”

“ரொம்ப பிரச்னை ஸ்ரீராம். நான் எதிர்பார்த்தது இந்த மாதிரி வாழ்க்கை இல்லை” என்றாள் தீபிகா.

ஒரு அனாதைப் பெண்ணுக்கு என்ன தேவையோ அதாவது தீபிகா எதை எதிர்பார்த்தாலோ அது கிடைக்கும் சூழல் சுலபத்தில் இல்லை என்றுபட்டது. ஒரு கணவன் தேவை என்று விரும்பினாள். எத்தனை சிறிய கோரிக்கை? அதுகூடவா நிறைவேறக் கூடாது? ஸ்ரீராம் கிடைக்காத வருத்தத்தில் அவசரத்துக்கு மகேஷை தேர்ந்தெடுத்தாள். அடுத்து குழந்தை... வீடு. ஆனால், இப்படித்தான் விளையாடுகிறது விதி. கணவன் தேவை என்றால் அவன் பொருட்டு குழந்தையையும், வீட்டையும் இழக்க வேண்டியிருந்தது தீபிகாவுக்கு.

“நாம ரெண்டு பேரும் கல்யாணம் பண்ணியிருந்தா எவ்வளவு நல்லாயிருக்கும் ஸ்ரீராம்?” என்றாள்.

“என்ன நீ இன்னமும் இப்படி இருக்கே! இனி அதப்பத்திப் பேசவே கூடாது. நம்ம கையில இருக்க லைஃபை எப்படி சரி

பண்றதுங்கிறதுதான் இப்போதைக்கு நமக்கிருக்கிற சவால்!"

தீபிகா மௌனமாக இருந்தாள். "டீ சப்பிட்றியா?" என்றாள்.

"வேணாம். மகேஷ் எங்கே?"

"எங்க போனார் தெரியலை. இந்த வீட்டோட நிலைமை என்னன்னு தெரியும் இல்ல, உனக்கு?"

ஸ்ரீராம் காத்திருந்ததுபோல வீட்டை கண்களால் அளந்தான். அவளுடைய பெட்ரூம் கதவைப் பார்த்தும் அவசரமாகக் கண்களைத் திருப்பினான்.

"கிட்டத்தட்ட வீடு என்ன விலையோ அந்தத் தொகையை லோன் வாங்கியாச்சு. ஆனா, படம் கால்வாசிகூட முடியலை. நான் நிம்மதியா வாழணுங்கிறது போயீ... அவர் ஜெயிக்கணும் நா போராட வேண்டியிருக்கு. இதெல்லாம் எதுக்குனே எனக்குப் புரியலை." அது அவள் வாங்கிய வீடு. அதைவைத்து லோன் வாங்கி நடுத்தெருவுக்கு இழுத்துவிடுவதற்கு மகேஷ். தாலிகட்டிய ஒரு காரணத்துக்காக பெரும் அழுத்தத்துக்கு ஆளாகியிருந்தாள்.

"படம் ஆரம்பிக்கிறது முன்னாடி யோசிச்சிருக்கணும். இனிமே படத்தை எப்படி முடிச்சு ரிலீஸ் பண்றதுன்னு மட்டும்தான் நீ யோசிக்கணும்."

பெருமூச்சுக்குப் பிறகு தீபிகா தொடர்ந்தாள். அவள் கண்களும் முகமும் கூடவே சிவந்தன.

"படத்தை முடிக்கணும்னா ஃபைனான்சியர்கிட்ட படுன்னு சொல்றான்... போய் படுக்கட்டுமா? சொல்லு."

காத்திருந்தவள்போல அவசரமாக உணர்ச்சிவசப்பட்டதில் கண்கள் பொங்கின. கொஞ்சமாகத் திரும்பி, துப்பட்டாவால் கண்களைத் துடைத்தாள்.

"உன்னை யார் அப்படி சொன்னது?" தேற்றும் நோக்கில் ஸ்ரீராம் கேட்டான்.

துப்பட்டாவால் கண்களைத் துடைத்துக்கொண்டு, "வேற யாரு அவ்வளவு உரிமையா சொல்ல முடியும் ஸ்ரீ? தாலி கட்டிட்டா அவளை தேவடியாவக்கற ரைட்ஸூம் வந்துடுமா ஒருத்தனுக்கு? மகேஷ் சொல்றாரு ஸ்ரீ. ஒரே தடவை சம்மதிபோதும். அப்புறம் நம்ம பிரச்னையெல்லாம் ஷால்வ் ஆகிடுங்கிறாரு."

எதுவும் பேசத் தோன்றவில்லை. முழுக்க அது அவர்கள் சொந்த விஷயம். சமுதாயம் எங்கே போய்க்கொண்டிருக்கிறது என்பதைத்தான் அவனால் யோசிக்க முடிந்தது. வெற்றி போதையா, பண ஆசையா? கண்களை விற்றுச் சித்திரம் வாங்குகிறார்கள்,

நிம்மதியை விற்று பெருமை சேர்க்கிறார்கள், சுயமரியாதை விற்று கார் வாங்குகிறார்கள், அமைதியை விற்று வீடு வாங்குகிறார்கள், கற்பை விற்றுப் புகழ் சேர்க்கிறார்கள், பண்பை விற்றுப் பணம் சேர்க்கிறார்கள். எதற்கு எது ஈடு என்று புரியவில்லை. இதைவிட இது சிறந்தது என்பது மாறிவிட்டது. சிறந்தது என்று உலகம் இயம்பிவந்தவற்றை எல்லாம் இழந்து வேறொன்றை அடைய நினைக்கிறார்கள். காலப்போக்கில் ஒரு குழுவினரிடம் அதுவே சிறந்ததென்றும் ஆகிவிடுகிறது. சொல்லப்போனால் 'சிறந்தவை' என்று உலகம் இதுவரை சொல்லி வந்தவற்றை விற்கும்போதுதான் 'நல்ல விலை' கிடைக்கிறது.

"என்ன அவ்ளோ பிகு பண்றே? நீ யார்கிட்டயும் படுத்ததே இல்லையாங்கிறாரு. என்ன தெனாவட்டு? என்ன நீ... யோசிக்கிறே! நான் வாழ்க்கை முழுசும் இதிலிருந்து மீண்டு வரவே முடியாதா?"

பணத்தால் மட்டுமே சரிசெய்யக் கூடிய பிரச்னை. 'நான் வேண்டுமானால் 50 லட்ச ரூபாய் கடனாகத் தருகிறேன்' என்று சொல்லி சரிசெய்யலாம். வார்த்தைகளோ, கருத்துக்களோ இந்தப் பிரச்னையை சரிசெய்ய முடியாது.

"எனக்கு என்ன சொல்றதுன்னே தெரியலை. ஆரம்பத்திலேயே பணத்தை இன்வெஸ்ட் பண்ணி வைன்னு சொன்னேன். கனகராஜ் கிட்ட ஏதோ இடம் வாங்கிப் போட்டதா சொன்னியே?"

"ஆமா. திருவேற்காடு பக்கத்தில. ஒரு கல்யாண மண்டபம் கட்டணும்னு எனக்கு பிளான். அதைத்தான் மொதல்ல வித்தோம். அப்புறம்தான் வீட்டுப் பேர்ல லோன். மாசத்துக்கு ஒரு லட்ச ரூபாயாவது இல்லாம ஒரு நடிகை குடும்பம் நடத்த முடியுமா? பெட்ரோல், மெயின்டனன்ட்ஸ், ஈபி, செல்போன், இருக்கிற சோபாவ கொடுத்துட்டு இன்னொரு சோபா, இந்த டி.விய கொடுத்துட்டு அந்த டி.வி.... இவர் பாட்டுக்கு செலவுக்கு மேல செலவு பண்றாரு. ஆபிஸ் போட்டுட்டு டெய்லி தண்ணி பார்ட்டி..."

"படம் வந்தா எல்லாம் சரியாகிடும்... நீ ஏன் படங்களை கொறைச்சுட்டே?"

"அதுவா குறையறதுக்கு முன்னாடி நாம ரெடியாகணும் ஸ்ரீ. கல்யாணத்துக்கு அப்புறம் நா எந்த தப்பும் பண்ணது இல்ல தெரியுமா?"

மனசாட்சி. அவளே அவளுக்கு ஒரு எல்லையை வகுத்துக் கொண்டதுகூட ஒரு நல்லதுக்குத்தான் என ஸ்ரீ நினைத்தான். இன்னும் கொஞ்சம் காலூன்றிக்கொண்டு நிறுத்தியிருக்கலாமோ என அவனே ஒரு தருணத்தில் எக்குத்தப்பாக நினைத்தான். அவளுடைய கையில் ஒரு செல்போனை சுழற்றியபடி இருந்தாள்.

அந்த செல்போனைக் குறித்து ஏதோ சொல்வதற்காக யோசிக்கிறாள் என ஸ்ரீராம் நினைத்தது சரிதான். "செல்போன் பத்தி நினைச்சாவே எனக்கு அருவருப்பா இருக்கு ஸ்ரீ. என்னுடைய முதல் செல்போன் ஞாபகம் வந்துடுது..."

"நடிகைன்னா அதை எல்லாம் தவிர்க்கிறது ரொம்ப கஷ்டம். உன்னை மாதிரி எந்தப் பின்னணியும் இல்லாம வந்து ஜெயிச்சது பெரிய விஷயம்."

"சினிமான்னு மட்டும் இல்லைப்பா. கவர்ன்மென்ட், சேனல், பத்திரிகை, சாஃப்ட்வேர் கம்பெனி எல்லாத்திலும் பெண்ணுக்கு சலுகை கொடுக்கிறாங்க. பதிலா படுக்கக் கூப்பட்றாங்க. சினிமா மட்டும்தான் வெளிய தெரியுது. எந்த சலுகையும் வேணாம்னு சொல்ற பொண்ணு ஜெயிச்சு வர்றது பெரிய பாடுதான்."

"ஆண்களோட திமிர்... சில பெண்கள் பயன்படுத்திக்கவும் செய்றாங்க."

"பயன்படுத்திக்க வாய்ப்பு தருவதே ஆண்களோட திமிர்தான் ஸ்ரீ."

ஸ்ரீராம் சிரித்தான்.

"என் கதையைவிடு ஸ்ரீ. நீ எப்படியிருக்கே? உன் வொய்ப் எப்படி இருக்காங்க?" என்றாள் அவளே மீண்டும்.

"ம்..."

"நீ எப்பவுமே மனசில இருக்கிறத வெளியில சொல்லவே மாட்டே! உன் வாழ்க்கையும் நிம்மதியா இல்லதானே?"

"ச்சேச் சே... என் வாழ்க்கை இப்படித்தான் இருக்கும்னு நான் எதிர்பார்த்த மாதிரிதான் இருக்கு" என்றான் ஸ்ரீராம்.

"ஒரு பேசுக்காவது சொல்லு ஸ்ரீராம். நாம ரெண்டு பேரும் கல்யாணம் பண்ணியிருந்தா நல்லா இருந்திருப்போம்தானே?"

"டோண்ட் ரீ வைண்ட் லைஃப்!"

"ஒரு பேச்சுக்காவது சொல்லேன். நீ ஆமான்னு சொன்னாகூட எனக்கு ஆறுதலா இருக்கும்."

ஸ்ரீராம் சிரித்தான். "ஆமா" என்றான்.

தீபிகா ஸ்ரீராமின் தலைமுடியை சிலுப்பிவிட்டு, "இதுபோதும் ஸ்ரீ... நம்ம கலாசாரத்தில் கணவனைத் தவிர மனசுல வேற யாரும் இருக்கக் கூடாதுனு சொல்வாங்க. ஆனா, மகேஷ் எனக்கு கணவன்னு நா எப்படி உறுதியா நினைக்க முடியும்? அடுத்த கட்டமா பாம்பே ரெட் லைட் ஏரியாவுல நல்ல விலைக்கு வித்தாலும் வித்துடுவான்."

"அப்படிலாம் குழப்பிக்காத தீபி. என்னமோ அவருக்கு

தமிழ்மகன் | 173

அப்படி நெருக்கடி. சந்தர்ப்பம் ஒழுங்கா அமைஞ்சா எல்லாருமே நல்லவங்களாகவே வாழ்ந்துட்டுப் போய்ட்றாங்க. கஷ்டம் அதிகமாச்சுன்னா பாவம் - புண்ணியம் பார்க்கறது குறைஞ்சு போயிடுது. எல்லாரும் சுபிட்சமா இருந்தா அடுத்தவனை தள்ளிட்டு முன்னேறிடணும் நினைக்கிறதும் குறைஞ்சிடும். எல்லோருக்கும் ஈக்குவலா ரெண்டு கை இருக்கிறதுதாலதான், எனக்கு மட்டும் மூணு கை வேணும் யாரும் நினைக்கிறதில்லை."

"எல்லாத்துக்கும் ஒரு தத்துவம் சொல்லுவ ஸ்ரீ. இரு டீ போட்றேன். இந்தா டி.வி. பார்த்துக்கிட்டு இரு" என்று ரிமோட்டை கையில் கொடுத்துவிட்டுப் போனாள்.

யாருக்கு என்ன தேவையோ அதை உணர்ந்து அதற்கான பாதையை வகுத்துக்கொள்ள முடியாத துரதிருஷ்டம் ஸ்ரீராமை சிநதனையில் ஆழ்த்தியது. யோசித்துப் பார்த்தால் மிக நேர்மையான குறைந்தபட்ச உரிமையை பெறுவதற்குத்தான் தீபிகா இத்தனைப் போராட்டங்களைச் சந்திக்க வேண்டியிருக்கிறது. ஏவி.எம் ஸ்டூடியோவில் ஏழாவது தளத்தில் முதன்முதலாக அவள் பாடல் காட்சியில் நடிக்கத் தொடங்கிய காட்சி ஞாபகம் வந்தது. அடுத்த சில தினங்களில் அந்தப் படத்தின் தயாரிப்பாளருடன் 'முதலிரவு' ஏற்பட்டதாகச் சொன்னதும் ஞாபகம் வந்தது. அவளுடைய தேவைகள் மிகவும் சொற்பம். வீடு... கணவன்... குழந்தை. வீடுகட்ட முடியவில்லையே என்பதோ, நமக்குத் திருமணம் ஆகவில்லையே என்பதோ, நமக்குக் குழந்தை பாக்கியம் இல்லையே என்பதோ தீபிகாவின் பிரச்னை இல்லை. இது மூன்றும் அமைந்த - கைக்கு எட்டி, வாய்க்கு எட்டாத - பிரச்னை இவளுடையது.

ஸ்ரீராம் டி.வி. சானலில் தாவிக் கொண்டிருந்தபோது காலிங்பெல் ஒலித்தது. "ஸ்ரீ யார் பாருங்க" என்றாள் உள்ளிருந்தபடியே தீபிகா. ஸ்ரீராம் எழுந்து கதவைத் திறந்தான். மகேஷ்!

அதிர்ச்சியை மறைத்துக்கொண்டு, "எப்ப வந்தீங்க? ரொம்ப நாளாச்சு பார்த்து" என்றான்.

"பத்து நிமிஷம் ஆச்சு. படம் எப்படி போய்ட்டு இருக்குன்னு தெரிஞ்சுக்கலாம் வந்தேன்."

"தெரிஞ்சதா?" என்று சிரித்தான் மகேஷ். அது சிரிப்பா? எரிச்சலா? என்று இனம் பிரிக்க முடியவில்லை.

"நீங்க சொல்லுங்க. என்ன இருந்தாலும் லேடீஸ் பணம் விஷயத்தில் ரொம்ப பயந்துக்குவாங்க. நீங்க சொன்ன சரியா இருக்கும்."

"அப்ப நீங்க என்கிட்ட பேசியிருக்கணும். இவங்ககிட்ட பேசிட்டு

இவங்க சொல்றது சரியா இருக்காதுன்னு சொன்ன எப்படி?" 'ஓ' வென்று சிரித்தான்.

"நீங்களும் இருப்பீங்கன்னு நினைச்சுதான் வந்தேன்."

"அப்ப எனக்கு போன் பண்ணியிருக்கணும்." 'ஆனா' என்பதுபோல கேள்விக்குறி பார்வையை வீசிவிட்டு, "ஓ.கே. படம் சீக்கிரம் முடிஞ்சிடும். ப்ராப்ளம் ஒண்ணுமில்ல" என்று பதிலை நறுக்கினான்.

டீயோடு வந்த தீபிகா, "லேடீஸ் பணம் விஷயத்தில் பயந்துடுவாங்க. நீங்க சொன்னாத்தான் சரியா இருக்கும் சொன்னார். அதில என்ன தப்பு? 'அப்ப என்கிட்ட பேசியிருக்கணும்' சொன்னா என்ன அர்த்தம்? இப்படிலாம் பேசினா அவருக்கு மனசு வேதனைப்படும் மகேஷ்... புரிஞ்சுக்க" என்று பொரிந்தாள் தீபிகா.

"ஹேய்... நான் இப்ப என்ன சொல்லிட்டேன்?"

"அட ஒண்ணுமே இல்ல. நாங்க சாதாரணமாத்தான் பேசிக்கிட்டோம். இதை வளர்க்காதீங்க. நான் எதுவும் தப்பாவும் நினைக்கல, ரைட்டாகவும் நினைக்கல. டீயைக் குடுங்க... குடிச்சுட்டுக் கிளம்பறேன். நீங்க சாப்பிடுங்க மகேஷ்" என்று நிலைமையை சீர் பண்ண முயற்சி செய்தான் ஸ்ரீராம்.

மூவரும் டீ உறிஞ்சும் சப்தம் மட்டுமே இருந்தது. மகேஷோ, தீபிகாவோ மேற்கொண்டு நம் பொருட்டு சண்டை போட்டுக்கொள்வதற்கு முன் இங்கிருந்து அகன்றுவிட வேண்டும் என்று நினைத்தான் ஸ்ரீராம். மகேஷ் ஏதாவது ஏடாகூடமாக ஆரம்பித்தால், பதிலுக்குப் பின்னி எடுத்துவிடுவது என்று தயாராக இருந்தாள் தீபிகா.

"நம்ம படத்தைப் பத்தி நியூஸ் ஏதாவது பெருசா பண்ணுங்க ஸ்ரீராம்" - மகேஷ் மிக இயல்பாக இருப்பதுபோல கோரிக்கை வைத்தான்.

"கண்டிப்பா பண்ணிடுவோம். தீபிகா, எங்க பத்திரிகை கண்டெடுத்த ஹீரோயினாச்சே! ஸ்டில்ஸ் ரெடி பண்ணி வெச்சுட்டு கூப்பிடுங்க. இப்ப கிளம்பறேன்."

ஸ்ரீராம் கீழிறங்கி, அவன் பைக் கேட்டை தாண்டும் வரை தீபிகாவும், மகேஷும் மௌனமாக இருந்தனர். இருவருக்குள்ளும் பொங்கிப் புகைந்துகொண்டிருந்தது ஒரே விஷயத்தைப் பற்றிய முரண்பட்ட கோபம்.

"இனிமே இவன் இங்க வரவேண்டியதில்லை" என்றான் மகேஷ்.

"இதுமாதிரி சொல்றதுக்கு உனக்கு என்ன உரிமை இருக்கு மகேஷ்!"

"நான் ஹஸ்பண்ட். இப்படி கண்ட நேரத்தில் அவன் வீட்டுக்கு வந்துட்டுப் போனா, என்னால பொறுத்துக்கிட்டு இருக்க முடியாது."

"பகல் மூணுமணிங்கிறது உனக்குக் கண்ட நேரமா?"

"எனக்கு எந்த நேரமும் கண்ட நேரம்தான்."

"உனக்கு இப்ப எங்க மேல சந்தேகம் இருக்கா? வீணா ஊர் மேல பழியப் போடாதே."

"இப்ப இல்ல. ஆனா வரும். அதனாலதான் சொல்றேன், விட்டுடு!"

தீபிகா விருட்டென்று படுக்கை அறைக்குள் புகுந்து கதவை 'தம்' என்று சாத்தினாள்.

மாயா சொன்ன கதை...

எம்.எஸ்.ஆர். நிஜமாகவே நெஞ்சுவலியில் துடிக்கிறாரா நடிக்கிறாரா என்று குழப்பமாக இருந்தது. சுதாரித்து எழுந்திருக்க நினைத்து மீண்டும் தரையில் சாய்ந்தார். கையை அசைத்து எதோ சொல்ல நினைத்தார். நெருங்கிச் சென்று அவர் என்ன சொல்கிறார் என்று தெரிந்துகொள்ள பயமாக இருந்தது. நான் நடுக்கத்துடன் சுவர் ஓரமாக நின்றேன்.

"டாக் டாக்... ட்டர்" என்றார்.

தெரிந்தோ, தெரியாமலோ அவரே நெஞ்சுவலி என்று அறிவிக்கச் சொல்லிவிட்டதால், காப்பாற்ற முடியாத கட்டம் என்று நானே உணருகிற நேரம் வரை காத்திருந்தேன். அவரை இழுத்து நாற்காலிக்கு அருகில் கிடத்திவிட்டு கதவைத் திறந்துகொண்டு வெளியே வந்தேன். எம்.எஸ்.ஆரின் அடியாட்கள், எடுபிடிகள் சிலருடன் அதிகாரிகள் சிலரும் இருந்தனர். அதிகாரிகள் முன்னிலையில் என்னை மடக்கிக் கேள்வி கேட்க முடியாமல் கையைப் பிசைந்துகொண்டிருந்தார்கள். ∎

3

மல்லிகையில் அந்த வாரம் பவன்சுந்தரின் அரசியல் பிரவேசம்பற்றி கட்டுரை. பொறுப்பாசிரியர் கிருஷ்ணாவுக்கு பவன்சுந்தர் பற்றி உச்சி முதல் உள்ளங்கால் வரை விவரித்தான் ஸ்ரீராம்.

ஆண்டுதோறும் 20 பேருக்குத் திருமணம் செய்துவைப்பார் நடிகர் பவன்சுந்தர் இந்த ஆண்டு திருமண விசேஷத்தோடு புதுக் கட்சி தொடங்கப் போவதாகவும் அறிவித்தார். இதுவரை சினிமா பத்திரிகைகளை மட்டும் அலங்கரித்து வந்த பவன்சுந்தர், அடுத்த விநாடியே அரசியல் இதழ்களின் அட்டைப் படமானார்.

தீபிகாவுக்கும் பவன்சுந்தருக்கும் முடிச்சு போட்டு எழுதிவந்த பத்திரிகைகள் இப்போது பவன் - புவனாஸ்ரீயை இணைத்து எழுதின. 'தீபிகாபோல் இல்லை புவனாஸ்ரீ. தன்னை முறையாகத் திருமணம்செய்து முறையாகப் பத்திரிகைக்கும் அறிவித்துவிடும்படி நச்சரித்துக்கொண்டிருந்தாள் அவள். தன் அரசியல் வாழ்வுக்கு இது மிகப் பெரிய சறுக்கலாக அமைந்துவிடும் என்று பவன் நன்றாக உணர்ந்திருந்தாலும் அவ்வளவு சுளுவில் அவளைக் கழற்றிவிட முடியவில்லை. பவன் மூலமாக அவள் கர்ப்பமாகியிருந்தாள் இப்போது.

அவளாகப் பத்திரிகைகளில் சொல்லி அசிங்கப்பட்டால் அது தன் தனி கட்சியை மிகக் கேவலப்படுத்திவிடும் என்பதால் அவரே அறிவிப்பதைத் தவிர வேறு வழி தெரியவில்லை. ஆனால் கட்சிக்கு 'தமிழர் தன்மானக் கழகம்' என்று பெயர் வைத்துவிட்டு தெலுங்குக்காரியை மணந்துகொண்டதாகப் பத்திரிகைகள் பெரிதுபடுத்தினால் அது 'அரசியல் தற்கொலை'யாக அமையும் என்பதும் அவருக்கு இருந்த மிகப் பெரிய சிக்கல்.

பணத்தால் அடிப்பதைத் தவிர வேறு வழியில்லை. இது அவருக்குப் புதிதில்லை. அவருடைய முதல் படத்து நாயகியையே திருமணம் செய்வதாகச் சொல்லி அப்படி 'செட்டில்' செய்தவர்தான். ஆனால், அப்போதைய நிலவரத்தில் சில லட்சங்களில் முடிந்தது. இப்போதோ புவனாஸ்ரீ 'ஐந்து கோடி' என்கிறாள். அவள் வாழ்நாள் முழுதும் நடித்தோ, வேறு எப்படியோ சம்பாதிப்பதை ஒரே பேமென்ட்டாகக் கேட்டாள். இதை ஒரு அரசியல் முதலீடாக நினைத்துச் செய்யவேண்டியிருந்தது, பவன்சுந்தருக்கு. புவனாஸ்ரீ ரொம்ப உஷார். பணம் கைமாறிய பின் பவன்சுந்தருக்கு சவாலாக அவள் ஆந்திரம்போய் தேசிய கட்சியில் இணைத்துக்கொள்வதாக அறிவித்தாள். நிறைய நடிகைகள் தேசியக் கட்சியில் இணைந்து, அரசியல் பணி ஆற்ற ஆரம்பித்ததில் பல கட்சிகளும் நடிகர், நடிகைகளுக்கு வலைவிரித்த வண்ணம் இருந்தனர். அந்தப் பட்டியலில் தீபிகாவும் இருந்தாள்.

'உலக சினிமா வேறு, சினிமா உலகம் வேறு' என்று எழுத்தாளர் ஜெயகாந்தன் சொன்னது ஜனங்களுக்கு மிகச் சுலபமாகப் புரியும்படிதான் இருந்தது தமிழ் சினிமா உலகம். ஜெயகாந்தன் இதையும் சேர்த்துக்கொண்டிருக்கலாம். 'தமிழ் சினிமா உலகம் முற்றிலும் வேறு!' தமிழ் சினிமாவில் பல நடிகர்கள் தங்கள் ரசிகர்களை தொண்டர்களாக மாற்றி, தங்கள் ரிடையர்மென்ட் நேரங்களில் அரசியல் நடத்த உத்தேசித்திருந்தனர். நோட்டுப் புத்தகம் வழங்குதல், மாணவர்கள் படிக்க நிதி உதவிசெய்தல், மருத்துவ உதவிகள்செய்தல் என்று சினிமா சம்பந்தப்பட்டவர்கள் பல்வேறு 'அறம்' செய்தனர். சிலர் குடிசை பகுதிகளுக்குச் சென்று 'முறம்' வழங்கினர்.

கோடி கோடியாக தாம் வாங்கும் சம்பளம் எங்கோ டென்ட் தியேட்டரில் மணல் குவித்து உட்கார்ந்து படம் பார்க்கும் விவசாயிகளின் காசுதான் என்பது அவ்வளவு சுலபத்தில் பலருக்குப் புரிவதில்லை. புரொட்யூஸர் தருகிறார் என்றுதான் பலர் நினைக்கிறார்கள். மூன்று நான்கு மாதங்களில் படத்தை எடுத்து விநியோகஸ்தரிடம் விற்கிறார் புரொட்யூஸர். விநியோகஸ்தர் அதை தியேட்டர் அதிபரிடம் செலுத்துகிறார். மக்கள் பத்து,

பத்து ரூபாயாக தியேட்டர் அதிபருக்குப் பணம் தருகிறார்கள். நடிகர்களுக்கு மூன்று கோடி சம்பளம் தருவது மக்கள் என்று ஆகிறது. ஆக, அந்தப் பணத்தில் ஒரு சொற்ப நிதியை சொற்ப மக்களுக்கு நோட்டுப் புத்தகம் வழங்குவது மிகச் சாதாரண கடமை. மரம் வெட்டுபவன் இரவு சாராயம் குடிக்கும்போது ‘சால்னா’ கொண்டுவந்துவைத்த பையனுக்கு ஒரு ரூபாய் ‘டிப்ஸ்’ தருவதையும்விட இது பெரிய கொடையாக இருக்க முடியாது.

பவன்சுந்தரின் பலம், பலவீனம் என அனைத்தையும் அலசியது அந்தக் கட்டுரை. புவனாஸ்ரீ விஷயங்களை மிகவும் மேலோட்டமாக, யாருக்கும் வலிக்காமல் எழுதியிருந்தார் கிருஷ்ணா. அடுத்த வாரம் இதழ் வந்ததும் பெரிய பரபரப்பாக இருக்கும். கவர் ஸ்டோரியை அச்சுக்கு அனுப்புகிற வரை கூடவே இருந்துவிட்டு வீட்டுக்குக் கிளம்பிய நேரத்தில்தான் தீபிகாவிடம் இருந்து போன் வந்தது.

“பவன் என்னை அரசியலுக்குக் கூப்பிட்டாரு. ‘ஒரே தமிழ் நடிகை’ நான்தான் சொல்றாரு. சேர்ந்தா ஒரு கோடி ரூபா கொடுக்கிறாராம். படத்தை முடிக்கறதுனாலும் சரி, இல்ல வீட்டை மீட்டுக்கிட்டு உருப்படியா கட்சி வேலையைப் பார்த்தாலும் சரிங்கிறார்” என்றாள்.

“மகேஷ் என்ன சொல்றாரு?”

“அவரைவிடு ஸ்ரீ. இப்ப நாங்க பேசிக்கிறதே இல்லை. அவர் ஆபிஸ்லயே படுத்துகிறாரு. படத்தை முடிச்சுக் கொடுத்துட்டு தனியா வந்திடணும்னு பார்க்கிறேன்.”

“ஐயோ...”

“இன்னொரு ஆப்ஷன்! டி.வி. சீரியல்ல கேட்கிறாங்க. ‘ஓம் சக்தி’ சீரியல். ஒருநாள் நடிச்சா 25 ஆயிரம் சம்பளம். மாசத்தில் இருபது நாள் ஷூட்டிங் இருக்கும்னு சொல்றாங்க. மாசம் அஞ்சு லட்ச ரூபா கியாரன்டி. எது பெஸ்ட்?”

“ஏன் ரெண்டையும் பண்ணக் கூடாது?” என்றான் ஸ்ரீராம்.

“ரெண்டையும் பண்ணக் கூடாது.” ஓவென சிரித்தாள் தீபிகா.

மாயா சொன்ன கதை...

நான் மையமாக, “அவர் நெஞ்சுவலியால துடிக்கிறாரு. கட்டில்ல இருந்து புரண்டு கீழே விழுந்துட்டாரு” என்றேன்.

“நீங்க யாரு...?” என்றார் ஒரு அதிகாரி.

“ஆக்ட்ரஸ்... மாயா” என்றேன்.

ஞாபகம் வந்தவராக, “ஐ ஸீ. இங்க என்ன வேலை?” என்றார்.

சுற்றியிருந்த தடியர்கள் எங்கே நான் ஏதாவது சொல்லிவிடுவேனோ என்று நாலா பக்கம் இருந்தும் என்னை நோக்கினார்கள்.

"என்னைவைத்து அடுத்து ஒரு படம் எடுக்கறதா சொல்லி இருந்தாரு. அதுக்கான சம்பளம், கால்ஷீட் விஷயம் பேசணும்னு வரச்சொல்லியிருந்தாரு."

"சம்பளம் பேச வந்தியாக்கும்? போய் அங்க உட்காரு."

எம்.எஸ்.ஆரின் நெஞ்சுவலி நாடகத்துக்கு வழக்கமாக வரும் டாக்டர் வந்தார். அவரும் அதிகாரிகளும் எம்.எஸ்.ஆர் இருந்த அறைக்குள் நுழைந்து ஐந்து நிமிடத்தில் பரபரப்பாக எம்.எஸ்.ஆரைத் தூக்கிக்கொண்டுவந்து அறையில் கிடத்தினார்கள். அடியாட்களுக்கு ஒன்றும் புரியவில்லை. இவ்வளவு தத்ரூபமாக நடிக்கிறாரே என்றுதான் முதலில் நினைத்தார்கள். டாக்டர் "ஆம்புலன்ஸுக்குச் சொல்லுங்க" என்று பதறியபோதுதான் எல்லோருக்குமே நிஜமான நெஞ்சுவலியின் ஞாபகம் வந்தது.

∎

4

மறுநாள் தினசிரிகளின் முதல் பக்கத்தில் ‘அரசியலில் குதித்தார் தீபிகா’ என்று கொட்டை எழுத்துகளில் செய்தி வெளியாகியிருந்தது. எம்.ஜி.ஆரைப்போல இடைத் தேர்தலில் இருந்தே அரசியல் பணியைத் தொடங்கினார் பவன்சுந்தர். தமிழக அரசியலில் அனைவருக்கும் வெள்ளை வேட்டி - சட்டைதான் காஸ்ட்யூம். பவன்சுந்தருக்கு இனிமேல் இந்த காஸ்ட்யூம்தான் என்ற திடீர் ஆடை அலங்கார கட்டுப்பாடு சற்றே கவலையாகத்தான் இருந்தது.

அரசியலில் சுற்றி இருக்கும் எல்லோருமே ஒரே மாதிரி உடையில் இருப்பதால் தனக்கென ஒரு ‘ஹீரோ - தலைவர்’ அடையாளம் இல்லாமல் இருந்ததுதான் அதில் அவருக்கு சின்ன வருத்தம். வெள்ளை ஆடை என்பது அரசியல் யூனிபார்ம். இடைத்தேர்தலின் முதல் கூட்டம். திருச்சி மைதானம் அமர்க்களப்பட்டது. பச்சை, மஞ்சள், சிவப்பு நிறக் கொடி. நடுவே ஏணி. கூடவே தீபிகாவும் வருவதால் கூட்டம் பார்க்க வரும் கூட்டத்துக்கு ஒரு கூடுதல் ஆர்வம் இருந்தது. தீபிகாவுக்கு துணைப் பொதுச்செயலாளர் பொறுப்பு. ரசிகர் மன்றத்தில் துணைப் பொதுச்செயலாளராக இருந்தவருக்கு

கட்சியிலும் அதே பதவி கிடைக்கும் என்ற நப்பாசை இருந்தது. தீபிகாவின் வரவால் அந்தப் பதவி பறி போனது. கட்சியின் இளைஞர் அணி தலைவர் என்ற புதிய பதவியை உருவாக்கி சற்றே அதை ஈடுகட்டினார் பவன்சுந்தர். கட்சியில் இன்னும் சில நடிகர்களும் நடிகைகளும் இருந்தால் குறைந்தபட்சம் கூட்டம் சேர்க்கிற உத்திரவாதமாவது இருக்கும் என்று அவர் நினைத்தார்.

ரசிக மனோபாவத்தில் இருந்த தொண்டர்கள் இப்போதும் லாரி லாரியாக வந்து இறங்கியதில் பவன் சற்றே ஆறுதலானார். பிறந்த நாளில் வரிசையாக வந்து அவருடைய இடுப்பில் கையை வளைத்துப் பிடித்து போட்டோ எடுத்துக்கொள்ளும் ரசிக உள்ளங்கள் அவரை ஏமாற்றிவிடவில்லை. சரியாக ஏழு மணிவாக்கில் சர் சர் என்று ஏழெட்டு சுமோக்களில் கட்சிப் பிரதிநிதிகளுடன் வந்து இறங்கினார் பவன்சுந்தர். தீபிகா தன் உதவிப் பெண்ணுடன் தனி காரில். இருவரும் காரைவிட்டு இறங்கியதும் மனித மந்தை அப்படியே அவர்களை நோக்கி ஓரடி முன்னேறியது. பவன்சுந்தரும் தீபிகாவும் கூட்டத்தைப் பார்த்துக் கை அசைத்தனர்.

“தீபிகா மேடம் அடுத்தப் படத்தில எங்க தலைவர்கூட நடிக்கணும்” என்று ‘தொண்டர்’ கத்தினார். பவன் அதை ஆமோதிப்பதுபோல் தீபிகாவைப் பார்த்து சிரித்தார்.

“தலைவா, பொங்கலுக்கு நம்ம படம் ஒண்ணும் ரிலீஸ் ஆகலயே தலைவா?” என்றது இன்னொரு குரல். தன் கழுத்தில் யாரோ போட்ட மாலையைக் கழற்றி, குரல் வந்த திசையில் வீசினார் பவன். மாலை விழுந்த திசையில் ‘ஓ’ வென இறைச்சல், விசில், தள்ளுமுள்ளு. அனைவரும் மேடை ஏறினர். விளக்கொளிகள் பிரகாசித்தன. சினிமா பங்ஷனுக்கும் அரசியல் கூட்டத்துக்கும் இருக்கிற பிரம்மாண்டமான வித்தியாசம் தீபிகாவை சற்றே திகிலடைய வைத்தது. அரங்கத்துக்குள் நடக்கிற கூட்டத்துக்கும் திறந்தவெளியில் நடக்கிற கூட்டத்துக்கும் இருக்கும் மிரளவைக்கும் வித்தியாசம். கண்ணைப் பறிக்கும் வெளிச்சத்துக்கு அந்தப் பக்கத்தில் இருட்டில் மக்கள் இருப்பது தெரிந்தது. தனக்கு இவ்வளவு என்று பணம் கொடுத்து அழைத்து வந்தவர்களையும் மீறி நிஜமாகவே சிலர் வந்திருப்பது தெரிந்தது. மேடையில் இருக்கும் பலரும் பணம் கொடுத்து வாங்கப்பட்டவர்கள்தான் என்பது வேறு விஷயம்.

கொஞ்சம் கவனம் செலுத்தினால் அரசியலிலும் ஒரு ரவுண்டு வர முடியும் என்று அவள் நம்பினாள். யாருமில்லை நமக்கு என்ற மிக வழக்கமான பயம் இந்தக் கூட்டத்தின் முன் அகன்றது. வெளிச்சம் பாய்ந்த தூரம் எங்கும் மனிதர்கள். பரவசமான மனிதர்கள். பலரகமான மனிதர்கள். இதுவரை வாழ்நாளில் அவள் உணர்ந்திராத ஒரு நம்பிக்கை அவளுக்குள் பாய்ந்தது.

அரசியலில் சேர்வதென்று அவள் முடிவெடுத்த கடந்த வார சனிக்கிழமையின்போது அவளுக்கு அது இப்படியொரு மிக அருமையான வாழ்க்கை சந்தர்ப்பமாக இருக்கும் என்று நினைத்துக்கூட பார்க்கவில்லை. தன்னந்தனியாக, தலை விரிகோலமாக, வீட்டுக்கடன் தொல்லை தொலைந்தால் சரி என்றுதான் நினைத்திருந்தாள். ஆனால், இன்று அவளுக்கு வெறும் கடன் தொல்லை தீருகின்ற மாதிரியான ஒரு லாப நோக்க விஷயமாகத் தெரியவில்லை. யாரோ எங்கிருந்தோ இவளுடைய கையசைவுக்காக ஏங்கிக் கொண்டிருந்தார்கள்.

அடுத்து நமது துணைப் பொதுச் செயலாளர் தீபிகா பேசுவார் என்று அறிவித்தார் தலைமை வகித்தவர். மேடையில் ஏறும்போது வரைகூட ஏற்பட்டிராத மிகமலர்ச்சியான மனசுடன் தீபிகா எழுந்தாள். மிகத் தீர்மானமாக, நம்பிக்கையுடன் மைக்கைப் பிடித்தாள்.

"அன்பார்ந்த தாய்மார்களே, பெரியோர்களே!

உங்கள் அனைவருக்கும் என் பணிவான வணக்கங்கள்.

ஏற்கெனவே ஏகப்பட்ட கட்சிகள் இருக்கும்போது புதிதாக இவர்கள் வந்து என்ன செய்துவிடப் போகிறார்கள் என்று உங்களில் சிலர் நினைக்கலாம். சில எதிர்க் கட்சியினர் அப்படித்தான் நினைத்துக்கொண்டிருக்கிறார்கள்.

அவர்களுக்கெல்லாம் ஒன்றை உறுதியாகச் சொல்லிக்கொள்கிறேன். இத்தனை கட்சிகள் இருந்தும் செய்யாததை நாங்கள் செய்வோம்!

வெளிநாடுகள் சென்று வந்தவர்கள் எல்லோரும் ஒன்றை மட்டும் திரும்பத் திரும்பச் சொல்கிறார்கள். அங்கே இருக்கிற சுத்தம், சுகாதாரம் இங்கே இல்லை என்று. நடிகர்கள் டான்ஸ் காட்சி எடுப்பதற்காக வெளிநாடு செல்கிறார்கள். நாடாளுகிறவர்கள் வெளிநாடு செல்கிறார்கள். வெளிநாட்டுக்கு சென்று வந்த அனுபவத்தை வியப்புடன் எழுதுகிறார்கள். சொந்த நாட்டை அத்தனை வளங்களுடன் பிரகாசிக்கவைப்பது பற்றி அவர்கள் எப்போதாவது முயற்சி செய்தார்களா?

இல்லையே! (கைதட்டல்!)

வெளிநாட்டில் சுத்தம் இருக்கிறது, சுகாதாரம் இருக்கிறது, வேலைவாய்ப்பு இருக்கிறது, மருத்துவ வசதி இருக்கிறது என்று பூரிக்கிறார்களே இங்கே ஏன் இல்லை யோசித்தார்களா?

இல்லையே! (கைதட்டல்!)

இது இந்திய தேசத்துக்கான கார், இது இந்தியர்களுக்காக உருவாக்கப்பட்ட சைக்கிள், இது இந்தியர்களின் கரடுமுரடான

போக்குகளை உணர்ந்து தயாரிக்கப்பட்ட செல்போன் என்று விளம்பரங்கள் வருகின்றன. இந்தியாவை மட்டம் தட்டும் இதுபோன்ற விளம்பரங்களைத் தடுத்தார்களா?

இல்லையே! *(கைதட்டல்!)*

இந்தியர்களுக்கு வாழும் உரிமையில்லை! நம் தமிழர்கள் நிலைமையோ மோசமோ மோசம்! அதனால்தான் 'தமிழர் தன்மானக் கழகம்' என்று கட்சிக்குப் பெயரிட்டிருக்கிறோம். தன் மானமுள்ள தமிழர்களுக்கு மட்டும் இங்கே இடம் உண்டு. தன்மானம் வேண்டாம் என்பவர்கள் இங்கே வர வேண்டியதில்லை. *(விசில்!)*

நம் தலைவர் 'ஏழைகளின் தெய்வம்' உழைப்பாளிகளின் கஷ்டம் தெரிந்தவர். உழைப்பவர்களுக்குத்தான் இந்த நாடு சொந்தம் என்று தம் படங்களில் வலியுறுத்தியவர். உழைப்பவர்களுக்கே இந்த நாடு சொந்தம் என்பதை விரும்புபவர்கள் இங்கே வாருங்கள்.

நம் கட்சியின் கொடியைப் பாருங்கள். மேலே பச்சை... நாட்டில் பசுமை பெருக வேண்டும். விவசாய நாடு என்பதை வலியுறுத்தும் விளக்கம் அது.

நடுவே மஞ்சள்... மஞ்சள் புனிதத்தின் வெளிப்பாடு!

கீழே சிவப்பு. உழைப்பாளிகளின் கருத்தைச் சொல்லும் நிறம் சிவப்பு. நடுவிலே ஏணி... இந்த மூன்று தன்மையும் கலந்து தமிழர்களை உயர்த்துவோம் என்பதே நம் கொடியின் அடையாளம்.

வாழ்க தலைவர்!

வாழ்க தமிழகம்!!"

மாயா சொன்ன கதை...

ரெய்டு நடத்த வந்த அதிகாரிகளுக்கும் இந்த சங்கடமான சூழ்நிலையால் ஒன்றும் புரியவில்லை. ஆனவரைக்கும் கணக்கு வழக்குகளை முடுக்கிவிட்டு, சில பீரோக்களை சீல் வைத்துவிட்டு புறப்பட ஆயத்தமானார்கள்.

"நான் கிளம்பலாமா சார்?" என்றேன்.

சற்றே யோசனையாக, "உங்க கான்டாக்ட் நம்பர், அட்ரஸ் கொடுத்துட்டுக் கிளம்பலாம்" என்றார். எழுதிக்கொடுத்தேன்.

என்னுடன் காரில் வந்த தடியனை அணுகி, "என் கார் சாவி, ஹாண்ட்பேக், செல்போன் எங்கே?" என்றேன்.

அவன் மறுப்பேச்சின்றி அவற்றை என்னிடம் ஒப்படைத்தான். ஆம்புலன்ஸ் ஒன்று எதிர்ப்படும் நேரத்தில்தான் என் காரை

எடுத்துக்கொண்டு வெளியேறினேன். செல்போனில் மருதனின் போன்கால் தடயங்கள். "ஹலோ... மருதன்..."

"நான் மெட்ராஸ் வந்துட்டேன். எங்க இருக்கீங்க இப்ப?"

"எம்.எஸ்.ஆர். வீட்ல இருந்து வெளியேறிட்டேன். நடந்ததை நேர்ல சொல்றேன்."

"பார்க் ஷெரட்டன் ஹோட்டல் லாபியில வெய்ட் பண்ணுங்க. பத்து நிமிஷத்தில் நான் அங்க வந்திட்றேன்" என்றான். "நாளைக்கே என்னை நீங்க கல்யாணம் பண்ணிக்க முடியுமா?" என்றேன் பதற்றமாக.

"இன்னைக்கே பண்ணிக்கலாம்னு பாத்தேன்." வழக்கமான கூல். அதுதான் என் மருதன்.

■

5

பலத்த கைதட்டல்களுக்கிடையே இருக்கையில் போய் அமர்ந்தாள் தீபிகா. பள்ளிக் கூடத்தில் நடக்கும் பேச்சுப் போட்டியில் முழங்கியதுபோல இருந்தது அவளுக்கு. பேசியது நாம்தானா என்று வியந்துகொண்டாள். பொங்கிப் பூத்திருந்த வியர்வையை கைக்குட்டையில் ஒற்றி எடுத்துவிட்டு, ஒரு மிணறு தண்ணீரில் தொண்டையை நனைத்துக்கொண்டு தலைவர் பக்கம் திரும்பினாள்.

'பிரமாதம்!' என்றார் பார்வையால்.

"அடுத்து நாம் இதுவரை ஆவலோடு எதிர்பார்த்துக்கொண்டிருக்கும் தமிழ் வீரன், தமிழர் வேந்தன், ஏழைகளின் தெய்வம் பவன்சுந்தர் தன் சிறப்புரையை ஆற்றுவார்."

பவன்சுந்தர் சட்டைப் பையில் எழுதி மடித்துவைத்திருந்த பேப்பரை நீட்டி விட்டபடி மைக்கே நோக்கி நகர்ந்தார். தலைவரை வாழ்த்தி பொன்னாடைகளும் பூமாலைகளும் சூட்டப்பட்டன.

"தங்கத் தமிழர்களே!" என்று ஆரம்பித்தார் பவன்சுந்தர். இனிமேல் எல்லா மேடைகளிலும் இப்படியே பேச்சை ஆரம்பிப்பதாக அவருக்குத் திட்டம். ஆனால், மேற்கொண்டு பேசுவதற்கு அவரிடம் சுவாரஸ்யமான உரை இல்லை.

'நான் அரசியலுக்கு வரவேண்டும் என்று நினைத்தால் வந்துவிடுவேன் என்று அறிவித்திருந்தேன். காலம் என்னை அரசியலுக்கு இழுத்துவிட்டது. முதல்வர் நாற்காலி எனக்குப் பெரிதில்லை. உங்கள் இதய நாற்காலிபோதும்' என்ற பாணியில் அரை மணி நேரம் முழங்கினார்.

அரசியலில் ஒரு கட்சி தன் எதிர்க்கட்சியினரை சமாளிப்பதைவிட கட்சியின் உள்ளே இருப்பவர்களை சமாளிப்பதில்தான் அதிக கவனம் எடுத்துக்கொள்ள வேண்டியிருக்கிறது. பவன்சுந்தருக்கு கட்சியின் முதல் நாள் கூட்டத்திலேயே அதற்கான நெருக்கடி ஆரம்பமாகிவிட்டது. தீபிகா அவர் மனசில் திகிலாகப் பரவியிருந்தாள்.

ஹோட்டல் வாசலில் பவன்சுந்தரை பார்க்க நிறைய தொண்டர்கள் காத்திருந்தார்கள். சினிமாவில் இருக்கிற சொகுசு இதில் இல்லை அவருக்கு. குறிப்பாக ஒவ்வொரு ஐந்து நிமிட நடிப்புக்கு நடுவில் ஏ.சி.கேரவானில் ஓய்வெடுத்துக்கொள்ள முடியவில்லை. வெக்கை, வியர்வைக் குளியல். அவருடைய வியர்வை மட்டுமின்றி தொண்டர்களின் வியர்வையையும் கலந்தே சுவாசிக்க வேண்டியிருந்தது. கேவலம் 'பொறுக்க' தம் அடிக்க முடியவில்லை.

ஷூட்டிங் முடிந்ததும் ஏ.சி. காரில் பறந்து, ஐஸ் போட்டு 'பெகாடி ரம் பருகியபடி டி.வி. பார்க்க முடியவில்லை. தொண்டர்கள் தொடர்ந்து கூடவே வந்தார்கள். கட்சி பிரதிநிதிகள், செயலாளர், பொருளாளர் இவர்களுடன் தொடர்ந்து எதற்காகவோ பேச வேண்டியிருந்தது.

ஹோட்டல் வாசலில் காத்திருந்த பிரமுகர்களை நாளைக் காலை வரச் சொன்னார் பவன்சுந்தர். அவருக்கு உடல் சோர்வு அதிகம்தான். அதை மேலும் அதிகப்படுத்துவதாக இருந்தது தீபிகாவுக்கு இன்று கிடைத்த வரவேற்பு.

"என்னண்ணே யோசனை?" என்றார் பவன்சுந்தரின் நீண்ட நாளைய நண்பரும் ரசிகர்மன்றத் தலைவராக இருந்து இன்று அவருக்கு பி.ஏ-வாக இருப்பவருமான முல்லைநாதன்.

"ரம் சொல்லுடா" என்றார் பவன்சுந்தர்.

அவருடைய மனநிலையை யூகிக்க முடியாமல் குழம்பிய முல்லைநாதன் அவரை குஷியில் ஆழ்த்தும் பொருட்டு, "அண்ணி ஸ்பீச் சூப்பர் அண்ணே" என்றார்.

சற்றும் எதிர்பாரா வண்ணம் முல்லைநாதனுக்கு விழுந்தது ஒரு பளார். "எவடா அண்ணி?" என்றார். "எவன் பொண்டாட்டியோ உனக்கு அண்ணி... நான் அண்ணனா?" என்றார் கோபமாக.

கட்சியில் இருந்து விலகிவிடலாமா என்ற அளவுக்கு ஒரு நொடி பதிலுக்குக் கோபப்பட்டார் முல்லைநாதன். ஆனால், அடுத்த நொடியே வெளியே போனால் நாம் ப்ளாக்கில் சினிமா டிக்கெட் விற்கக்கூட நாதியற்றுப் போவோம் என்பதை உணர்ந்து, அண்ணன் தொடர்ந்து என்ன ரியாக்ட் பண்ணுகிறாரோ அதற்கேற்ப முடிவெடுக்கலாம் என்று காத்திருந்தார்.

"முதல்ல ரம் ஒரு பாட்டில் சொல்லுடா" என்றார் பவன்சுந்தர், தான் உரிமையில்தான் அடித்ததாகக் காட்டிக்கொண்டு. உன்னை அடிக்க எனக்கு உரிமையில்லையாடா என்று இருந்தது அவருடைய 'ரம் சொல்லுடா' என்ற குரல்.

சுதாரித்துக்கொண்டார் முல்லைநாதன். 'என்னை அடிக்க உங்களுக்கில்லாத உரிமையா' என்ற பாவனையோடும் பொய்க் கோபத்தோடும் "சைட்டிஷ்?" என்றார்.

பதிலுக்கு பவன்சுந்தருக்கு பொய்க் கோபம் காட்டத் தெரியாதா? "டேய் புதுசா என்னை இன்னைக்குத்தான் பார்க்கறியா? என்ன சாப்பிடுவேன்னு தெரியாது? சிக்கன் டீக்கா... ஃப்பிங்கர் ஃப்ஷ் சொல்லேன்."

"பின்ன என்ன்டா பின்ன... அவளைப் போய் அண்ணீங்கிறே? என்னமோ லார்ட் லபக்தாஸ் மாதிரி பேசறா. இந்திரா காந்தின்னு நினைப்போ? அவளையெல்லாம் கட்சியில வெச்சுக்கறது டேன்ஞர்... அவளுக்குப் போய் ஒரு நோட்டு எடுத்துக் கொடுத்துட்டேன்."

"பேசிட்டா போதுமா... உங்களை மீறி அவ வளர்ந்துடுவாளா? என்னைக்குமே அவ உங்களுக்குக் கீழ தாண்ணே."

முல்லைநாதனுக்கே புரியாமல் வந்துவிழுந்த சிலேடை இது. பவன்சுந்தர் அஹ்ஹஹ்ஹா என்று சிரித்தார்.

"அவளை எப்பவுமே நமக்குக் கீழதாண்டா வெச்சுக்கணும். எந்த ரூம்ல இருக்கா?"

கதவு தட்டும் சப்தத்தைத் தொடர்ந்து, ஒரு ஹோட்டல் சிப்பந்தி ரம் பாட்டிலையும் அதற்கான துணை உணவுகளையும் வைத்துவிட்டுப் போனான். பாட்டிலைத் திறந்து இரண்டு ரவுண்டு உள்ளே தள்ளியதும் பேச்சு தமிழர் தன்மானக் கழகத்தை எப்படி வளர்ப்பது என்று குறித்தும் தீபிகா இன்றும் கட்டுக்குலையாமல்தான் இருக்கிறாள் என்பது குறித்தும் மாறி, மாறி வளர்ந்தது.

மகேஷுக்கும் தீபிகாவுக்கும் இப்போது அண்டர்ஸ்டேண்டிங் சரியில்லாத விவரம் பற்றி முல்லைநாதன் விவரித்துக்கொண்டிருந்தபோது பவன்சுந்தர் மீண்டும் பொய்க் கோபம் கொண்டு, "அவ என்ன ரூம் நம்பர்னு கேட்டேனே

சொன்னியா?" என்றார்.

உற்சாகமாக ரிஸீவரை அழுத்தி, "இந்தாண்ணே அவதான் பேசறா" என்று நீட்டினார் முல்லை.

"சார் நான் உங்ககிட்ட பேசணும்னு இருந்தேன்" என்றாள் தீபிகா.

"நேர்லயா, போன்லயா?" என்றார் பவன்சுந்தர், முல்லையை நோக்கி கண் சிமிட்டி.

"எப்படி வேணும்னாலும்."

"நான் வரட்டுமா, நீ வர்றீயா?"

"நானே வர்றேன் சார்."

ரிஸீவரை வைத்துவிட்டு, "இதையெல்லாம் க்ளீன் பண்ணிட்டு நீ கிளம்புடா. என்னைக்குமே அவ எனக்குக் கீழதாண்டா" என்றார்.

மாயா சொன்ன கதை...

பி.ஆர்.ஓ. ஒருத்தருக்கு போன் போட்டேன்.

"நாளைக்கு திருத்தணியில எனக்குக் கல்யாணம். பிரஸ்ஸுக்கு நியூஸ் தரணும்."

"டெய்லீஸ் மட்டும் இன்வைட் பண்ணினா போதுமா மேடம்?"

"போதும்."

மருதன் வந்ததும் விஷயத்தைச் சொன்னேன். நடந்ததைச் சொன்னேன். என்னையும் அறியாமல் கண்ணீரும், படபடப்பும் என்னை பாடாய்ப்படுத்தியது. மருதன் என்னை ஆதரவாகத் தோள்மீது சாய்த்துக்கொண்டான். மிக பாந்தமான அரவணைப்பு. உயிரை ஒப்படைக்கிற சுகம். துப்பட்டா போல அவன்மேல் விழுந்து கிடந்தேன். என் தோள்மேல் அவன் கைகள் ஆதரவாக வருடிக்கொண்டிருந்தன. மாலை நாளிதழ்களில் என்னுடைய திருமணச் செய்தியும் எம்.எஸ்.ஆர். மறைவுச் செய்தியும். ஜெயித்தது நானா, அவரா என்று தெரியவில்லை. அவர் இறந்த பின்னால் தான் நான் மிஸஸ் மாயா ஆக முடிந்தது.

■

6

'இயக்குநர் திலகம் பரணிகுமார் காலமானார்' என்ற செய்தி ஏறத்தாழ எல்லா தமிழ் தினசரிகளிலும் முதல் பக்கச் செய்தியாக இடம் பெற்றிருந்தது. அவருடைய வாழ்க்கைக் குறிப்பில் தான் அவர் மகள் என்பது இடம் பெறவில்லையே என்ற துயரம் தீபிகாவை நெஞ்சை அடைத்தது. உயிர் சங்கிலி அறுந்தது. ஆயிரங்காலத்து பயிரின் எஞ்சிய விதையாக இருந்தாள் தீபிகா. தாய், தந்தை, தாத்தன், பூட்டன், உடன்பிறந்தோர், அத்தை, சித்தி, மாமன்... என்ற உறவுச் சங்கிலிகள் இல்லாத ஒற்றைப் புள்ளி. தானே உறவின் ஆரம்பமாக இருப்பது அவளுக்கு ஒரு பெருங்கனவாக இருந்தது உண்மைதான். மகேஷ் உடனான வாழ்க்கை அவளை எந்த எண்ணத்தில் மிகச் சீக்கிரமே விலகிவிட வைத்தது. இருவருக்குமான உறவுச் சிக்கல் அவிழ்க்க முடியாத இடியாப்பச் சிக்கலாக மாறி அறுத்தெறிவது மட்டும்தான் தீர்வாக மாறியிருந்தது.

சமீபத்தில் ஒருநாள், "கல்யாணத்துக்கு முன்னாடி நீ எப்படிலாம் இருந்தேனு தெரிஞ்சிருந்தும் உனக்கு நான் வாழ்வு கொடுத்தது எதுக்கு தெரியுமா?" என்று தீபிகாவிடம் ஆவேசமாகக் கேட்டான் மகேஷ்.

“கல்யாணத்துக்கு முன்னாடி நீ எப்படி இருந்தேனு தெரிஞ்சும் நான்தான் உனக்கு வாழ்வு கொடுத்தேன்” என்று சூடாக பதிலடி கொடுத்தாள் தீபிகா.

“நான் உனக்கு வாழ்வு கொடுக்கலைன்னா இன்னேரம் உன்னை நாஸ்தி பண்ணிட்டு இருப்பாங்க, இண்டஸ்ட்ரில.”

“மிஸ்டர் மகேஷ், திரும்பத் திரும்ப வாழ்வு கொடுத்தேன்னு சொல்லிகிட்டு இருக்காதே. இந்த நிமிஷத்தில இருந்து நீ எனக்கு வாழ்வு கொடுக்கறத நிறுத்திக்கோ. போய்ட்டே இரு” என்றாள் கொந்தளிப்பாக.

சினிமாவில் இடம் பெறுவது போலவே டேபிள் மேல் இருந்த மீன் தொட்டியை கீழே தள்ளிவிட்டுவிட்டு விருட்டென்று வெளியேறினான் மகேஷ். தன் அரசியல் பிரவேசத்துக்கு மகேஷை ஒரு தடையாகத்தான் எண்ணியிருந்தாள் அவள். தனக்கே தனக்கென்று ஒரு குழந்தை பெற்றுக்கொள்வதிலும் அவளுக்கு விருப்பம் போய்விட்டது. அரசியல் அவளுக்கு நிறைய மக்கள் சூழ் உணர்வைத் தந்தது. மாவட்டம், ஒன்றியம், வட்டம் என்று அவளுக்குப் புதிய உறவுகள். அத்தையோ, சித்தியோ, மகனோ தருகிற நிறைவு இவர்களோடு சம்பாஷிக்கும்போது அவளுக்குக் கிடைத்தது என்றே சொல்ல வேண்டும்.

பழக்கங்களில் தொகுப்புதான் வாழ்க்கை என்பது தீபிகா விஷயத்தில் நூறு சதவிகித உண்மையாக இருந்தது. அவள் எப்படியாக இருந்து வந்தாலோ அப்படியே இருந்துவிடவும் விரும்பினாள். சினிமாவில் தன்னை போகப் பொருளாகவோ, கனவுக் கன்னியாகவோ ஏற்றுக்கொண்டிருந்ததை விடவும், அரசியல் சற்றே சௌகர்யமான உணர்வைத் தந்தது. தலைவி என்ற அந்தஸ்து. இப்போதைக்கு கனவுக்கன்னி போல ‘கனவுத் தலைவி’.

ஆனால், அது விரைவில் மறைந்துவிடும் என்றும் அவளுக்குத் தோன்றியது. கொஞ்சம் கண்டிப்பும், மிடுக்குமாகத் தன் பாவனைகளை, செயல்களை மாற்றிக்கொள்ள வேண்டும் என்று அவள் முடிவு செய்திருந்தாள். பவன்சுந்தரை மட்டும் கையில் போட்டுக்கொண்டு மற்ற அனைவரையும் நம் அடிமைபோல நடத்த வேண்டும் என்பது அவள் எண்ணம். ஒரு நடிகையாக சினிமாவுக்குள் பவன்சுந்தரின் பாதுகாப்பு பயன்பட்டதைவிடவும் அரசியலில் இன்னும் அதிகமாகவே பயன்பட்டது. எல்லோருமே ‘மேடம்’ என்றோ ‘அக்கா’ என்றோதான் அழைக்கிறார்கள்.

சினிமா எக்ஸ்பிரஸ், வண்ணத்திரை பத்திரிகையின் அட்டையில் இடம் பெறும் நாயகியாக இருப்பதைவிட ஜூனியர் விகடன், இந்தியா டுடே இதழ்களின் அட்டையை அலங்கரிக்கும்

தலைவியாகத் தன்னை வேகமாகத் தயார்படுத்திக்கொள்ள விரும்பினாள்.

மாயா சொன்ன கதை...

திருத்தணியில் திருமணம் முடிந்ததும், ஒரு நிருபர் கேட்டார், "திருமணத்துக்குப் பின் தொடர்ந்து நடிப்பீர்களா?"

எல்லா நடிகையின் திருமணத்தின்போதும் கேட்கப்படுகிற கேள்விதான்.

"நடிக்க மாட்டேன்" என்று நான் உறுதியாகச் சொன்னபோது, 'எல்லா நடிகையும் வழக்கமாகச் சொல்கிற பதில்தான்' என்று அப்போதே என் காதுபட ஒருவர் கமென்ட் அடித்தார்.

இன்றுவரை நான் நடிக்கவில்லை. நடிகையாக இருப்பது நான் நினைத்ததை விடவும் மிகவும் கஷ்டமான விஷயம் என்று எனக்கு அழுத்தமாகத் தெரிந்தது.

நடிக்க மாட்டேன் என்று அறிவித்திருந்த சில நடிகைகள் மீண்டும் நடிக்க வந்திருக்கலாம். அவர்களின் திருமண வாழ்க்கை அவர்கள் நடிகையாக இருப்பதைவிட கடினமாக அமைந்திருக்கக்கூடும்.

மாயா என்பவர் யார் என்று மிகவும் சிரமப்பட்டு கண்டுபிடிக்க முனைந்தவர்களுக்கு ஒரு உண்மையைச் சொல்கிறேன். தனியாக என்னைத் தேடாதீர்கள். கடந்த 75 ஆண்டுகால தமிழ் சினிமா சரித்திரத்தில் காணாமல்போன எத்தனையோ கனவுக்கன்னிகளில் என்னைக் கண்டுபிடிக்கலாம்.

■

7

ஆந்திரா மாநிலத்து எம்.பி-யாக உயர்ந்திருந்த புவனாஸ்ரீயிடம் இருந்து போன் வந்திருப்பதாகச் சொன்னபோது, குழப்பமாகத்தான் போனை எடுத்தாள் தீபிகா.

"சென்னை வந்திருக்கேன். உங்களை நேர்ல பார்க்கணும். போன்ல பேச வேணாம்னுதான்... எங்கப் பார்த்தாலும் டெலிபோன் டேப் பண்றாங்க" என்றாள்.

'சரி' என்ற பத்து நிமிடங்களில் புவனாஸ்ரீயின் கார் தீபிகா வீட்டு வாசலில் வந்து நின்றது. அதற்குள் பத்திரிகையாளர் மூக்கில் வேர்த்திருக்க வேண்டும். இரண்டு மாலை தினசரி ஆசாமிகள் வந்துவிட்டனர்.

"இரண்டு விஷயங்களுக்காக வாழ்த்து சொல்வதற்காக வந்தேன்" என்றாள் புவனாஸ்ரீ. "ஒன்னு மகேஷை டைவர்ஸ் பண்ணப் போறதா கேள்விப்பட்டேன், அதுக்கு. இன்னொன்னு அரசியலுக்கு வந்ததுக்கு" என்றாள்.

சென்ட்ரல் பாலிடிக்ஸுக்கு தயார் படுத்திக்கொள்ளச் சொல்லி அறிவுரை சொன்னாள். பவன்சுந்தருக்கு விவரம் போதாது

என்பதையும் உதாரணங்களோடு விளக்கினாள். தொடர்ந்து அவள் சொன்ன ஒரு விஷயம் பெரிய அதிர்ச்சியை ஏற்படுத்தியது. ‘இதை யாரிடமும் சொல்ல வேண்டாம்’ என்று சொல்லிவிட்டு, விடைபெறும்போது இருவரும் பத்திரிகையாளர்களுக்கு போஸ் கொடுத்தனர். ‘தமிழர் தன்மானக் கழகத்தில் இணைகிறாரா புவனாஸ்ரீ’ என்று கேள்வி கேட்டதற்கு “இது மரியாதை நிமித்தமான சந்திப்பு” என்று பதிலளித்தனர் இருவரும். செய்தி அறிந்து ஆடிப்போய்விட்டார் பவன். இது என்ன ‘வஞ்சிக்கப்பட்ட வஞ்சியர் கூட்டணியா?’ என்று அவரிடமே கமெண்ட் அடித்த முல்லைநாதனிடம் கோபப்படலாமா, ரசிக்கலாமா என்ற ஒரு வினாடி யோசனையின்போதே அவருக்கு பயம் தொற்றிக்கொண்டது.

“ஒண்ணில்ல சார். டைவர்ஸ் ஆகிடுச்சாமே’னு கேட்டாங்க. வேற பெருசா ஒண்ணுல்ல” என்றாள் தீபிகா.

பவன்சுந்தருக்கு மனசில் நரி ஊளையிட்டது. இரண்டு பெண்களும் சேர்ந்து ஏதாவது சதி ஆலோசனை செய்துவிடுவார்களோ என்று பயந்தார்.

முல்லைநாதன் தைரியமூட்டினார். “அண்ணே உங்களை மீறி யாரும் கட்சிக்குள்ளே ஒண்ணும் பண்ணிட முடியாதுண்ணே. நீங்கதான் செயற்குழு, நீங்கதான் பொதுக்குழு. நினைச்சீங்கன்னா இன்னைக்கே அவளை கட்சியில இருந்து நீக்கிடலாம்.”

தான் சொல்கிற நடவடிக்கை பவனுக்குப் பிடிக்கிறதா என்ற அவர் முகக்குறிப்பை கவனித்தார் முல்லைநாதன். அப்படி சடாரென்று நடவடிக்கை எடுத்துவிடுவதில் அவருக்கு நாட்டமில்லாதது தெரிந்தது.

“ஆனா அவசரப்பட வேண்டியதில்லை...” என்று தன் பேச்சை வேறு திசைக்குத் திருப்பினார். “இந்த மாதிரி ஆளுங்க எல்லா கட்சியிலும் இருக்காங்க. அவங்களை சமாளிக்கிறதுதான் ‘அரசியல் நடத்துதல்’னு அர்த்தம். கடிவாளம் நம்ப கையிலண்ணே, விட்டுப் பிடிப்போம்” என்றார் முல்லைநாதன்.

‘கடிவாளம் நம்ம கையில’ என்பதில் பவன்சுந்தருக்கு ஒரு நம்பிக்கை பிறந்தது. தொண்டையைச் செருமி கனைத்துக்கொண்டு முல்லைநாதனிடம் அட்வைஸ் கேட்கிற அளவுக்குத் தாழ்ந்துவிடக் கூடாது என்ற பிரக்ஞைக்கு வந்தார்.

“டேய்... நீ அந்த ரிஜிஸ்ட்ரேஷன் என்ன ஆச்சு பாத்தியா? ஆர்.டி.ஓ. ஆபிஸுக்கு போன் போட்டு கேளு” என்றார் ஏவல் தொனியில்.

ஆலோசகர் பதவியில் இருந்து அரை நொடியில் அட்டண்டர்

ஆகிவிட்டதை வெளிக்காட்டாமல் “ரிஜிஸ்ட்ரேஷன் நேத்தே முடிஞ்சுடுச்சுண்ணே. நாம கேட்ட நம்பர்தான் ‘டபுள் டூ டபுள் ஃபோர்’ ”

“சரி... சரி” என அலுப்பு கலந்த பாராட்டை சொல்லிவிட்டு நகர்ந்தார்.

தீபிகா தனியாக வளசரவாக்கத்தில் வீடு எடுத்துக்கொண்டு இருப்பதாகச் சொன்னாள். ஸ்ரீராம் போய் பார்த்தபோது தனியாக வீடு எடுத்திருந்தாலே தவிர, தனியாக இல்லை. ஏகப்பட்ட கரைவேட்டிகள், மகளிர் அணியினர் நடமாட்டம் இருந்தது. தீபிகாவின் பி.ஏ-வாக ஒரு பெண் நியமிக்கப்பட்டிருந்தார். பானுமதி என்ற அந்தப் பெண், இரண்டு மூன்று முறை விசாரித்துவிட்டுத்தான், மாடியில் இருந்த தீபிகாவுக்குத் தகவல் சொன்னாள்.

தீபிகாவின் முகத்தில் இயல்பாகவே ஒரு மிடுக்கு குடியேறியிருந்தது. நடிகையாக இருந்து அரசியலுக்குள் காலடி எடுத்துவைத்த அடையாளம். “வா ஸ்ரீராம்” என அவள் அழைத்தபோது தொனித்த மிடுக்கில், தீபிகாவை இனி பெயர் சொல்லி அழைக்க முடியுமா என தயக்கமாக இருந்தது அவனுக்கு.

“பல இடங்கள்ல பாலிடிக்ஸ் பண்ணாதடான்னு சொல்றதை கேட்டிருப்பே... இது அசல் பாலிடிக்ஸ். பவன்சுந்தர் கட்சிக்கு பலம் கிடைக்கும்னு என்னை சேர்த்துக்கிட்டாரு. ஆனா, சேர்த்த நாள்ல இருந்து எப்படி கழட்டி விடலாம்னுதான் யோசனையே” எனச் சிரித்தாள்.

“ஏன்.. ஏன் அப்படி?”

“பயம். அவரைவிட எனக்கு செல்வாக்கா ஆகிடுவேன்னு பயம். செல்வாக்கா இல்லைனாலும் கட்சிக்கு நான் தேவையில்லாம போயிடுவேன். ரெண்டுக்கும் நடுவுல எல்லை மீறாம இருக்கணும்.”

“பெருமையாத்தான் இருக்கு. சமாளிச்சு இருந்தா நிச்சயம் ஒரு பொஸிஸன் கிடைக்கும்.”

“புவனாஸ்ரீ வந்து பார்த்துட்டுப் போனதும் இன்னும் சிக்கலாகிடுச்சு. ஆனா ஒருவகையில எனக்கு சந்தோஷம்தான். இப்ப வெளியே அனுப்பினா சென்ட்ரல் பாலிடிக்ஸுக்கு போயிடுவேன்னு ஒரு அச்சம் அவருக்கு. கழுகார், ஆந்தையார், பீட்டர் மாமா, டீக்கடை பெஞ்சு இதில எல்லாம் அப்பப்ப நியூஸ் வர்றமாதிரி ஏதாவது செய்யணும் ஸ்ரீ. தலைவருக்கு அப்பப்ப புளியைக் கறைக்கணும். அதே நேரத்தில் கட்சியில இருந்து நீக்கக் கூடாது. என்ன சொல்றே?”

“அதெல்லாம் தன்னால வரும். நாமளா நினைச்சா வராது.

இந்த நேரத்தில இன்னொரு தடவை இங்கிலீஷ் பத்திரிகையில ஒரு பேட்டி வந்தா நல்லாருக்கும். 'கட்சியில் இருந்து என்னைப் பிரிக்க சதி. பவன்சுந்தரைவிட்டுப் பிரிய மாட்டேன்'னு நீயா ஒரு பேட்டியைக் குடு."

"வொர்க் அவுட் ஆகுங்கிறியா?" ஸ்ரீராம் தலையசைத்தான்.

"வீக்ல கேட்டுக்கிட்டு இருக்காங்க. இந்தக் கிழவனை கட்சியில் இருந்து நீக்க முடியுமான்னு பார்க்கணும். இல்லை நாம விலகிடணும்" என்றாள் துணிச்சலாக.

கோவையில், தமிழர் தன்மானக் கழகத்தின் முதல் மாநாடு. மாநாட்டுக்கான மொத்த திட்ட வரையறையும் ஸ்ரீராம் வகுத்துக் கொடுத்தான் தீபிகாவுக்கு. பட்டிமன்றம், புகைப்படக் கண்காட்சி, கவியரங்கம், தலைவர்கள் பங்குபெறும் கூட்டம் என அவள் சொன்ன அத்தனை யோசனைகளும் பொதுக்குழு உறுப்பினர்களால் பிரமாதமாக வரவேற்கப்பட்டது.

பவன்சுந்தருக்கோ, அவரைச் சுற்றியிருந்த கூட்டத்துக்கோ மாநாட்டுக்கான ஒரு திட்டமே இல்லாமல் இருந்தார்கள் என்பதுதான் உண்மை. கட்சியின் கொள்கை, கொடி போன்றவற்றில் எப்படி மேலோட்டமான அறிவு இருந்ததோ அதேபோலத்தான் மாநாட்டு விஷயத்திலும் அவர்களுக்கு அக்கறை இருந்தது.

மாநாட்டுப் பந்தல் அலங்கரிப்பு வேலைகள் நடக்கும்போது பார்வை இடுவதற்காகவும் தீபிகா வந்து போனது தொண்டர்கள் மத்தியில் குஷியும் உத்வேகமும் உருவானது. தீபிகா மாநாட்டுப் பந்தலை பார்வையிட்டதை அறிந்து தானும் பார்வையிட புறப்பட்டார் பவன்சுந்தர். "அதெல்லாம் வேண்டாம் சார். நான் பார்த்துக்குறேன்" என்று தீபிகாவே நிறுத்திவிட்டாள். பந்தல் கான்ட்ராக்டரை பெயர் சொல்லி அழைத்து ஆனந்தப்படவைக்க முடிந்தது தீபிகாவால். கஞ்சி போட்டு அயன் செய்த புடவையும் கறுப்புக் கண்ணாடியும் அணியத் தொடங்கியிருந்தாள் தீபிகா. அதுவே ஒரு மிடுக்கைத் தந்தது. மாநாடு ஜெகஜோதியாக களைகட்டியிருந்தது. தீபிகா தங்கியிருந்த அறைக் கதவைத் தட்டினார் முல்லைநாதன்.

"மேடம் ஒரு முக்கியமான விஷயம்" என்றார். முல்லைநாதன் அருகே நடுத்தரமாக ஒரு பெண்மணியும் அவளுடன் ஒரு சிறுமியும் இருந்தனர்.

ஆடிப் போய்விட்டார் பவன்சுந்தர். அவருடன் முதல் படத்தில் நடித்த நாயகி அவள். அருணா என்பது இயற்பெயர். சினிமாவுக்காக வேறு ஒரு பெயர் வைத்தார்கள். அது இப்போது பவனுக்கு மட்டுமல்ல, அவளுக்கும் நினைவில் இல்லை. அவளோடு குடும்பம்

நடத்தி குழந்தையும் பெற்றுவிட்டு ஒருமாதிரி பணம் செட்டில் செய்து திருவனந்தபுரத்தில் குடியமர்த்தினார். அவளுடைய அப்பன் ரப்பர் எஸ்டேட்டில் வேலை செய்யும் சாதாரண பீடி ஆசாமி. அன்றைய தேதியில் ஒரு லட்ச ரூபாய். வாங்கிக் கக்கத்தில் வைத்துக்கொண்டு கண்கலங்கக் கும்பிட்டான். எண்ட தெய்வமே என்றான். சரி அதோடு ஒழிந்தது என்றுதான் நினைத்திருந்தார் பவன்சுந்தர்.

'எவ்வளவு பணம் வேண்டும்' என்று கேட்கச் சொன்னார்.

பணம் எதுவும் வேண்டாம் என்று சொல்லிவிட்டாள். அவள்தான் பவன்சுந்தரின் மனைவி என எழுதப்பட்ட கடிதம் ஒன்று முக்கிய நபரிடம் கொடுக்கப்பட்டு வந்திருப்பதாகச் சொன்னாள். என்னுடைய கோரிக்கையை நிறைவேற்றவில்லை என்றாள் அது நாளை கமிஷனர் ஆபீஸுக்குப் அனுப்பப்படும் என்றாள்.

"ஒரு கோடி தருகிறேன்" எனச் சொல்லிப்பார்த்தார் பவன்சுந்தர்.

"எனக்குப் பணத்தைக் கொடுத்துவிட்டார்கள். எனக்குத் தேவை பதவி."

"யார் பணம் கொடுத்தார்கள்?"

"அது எனக்கே தெரியாது."

"என்ன பதவி வேண்டும்?"

"மனைவி பதவி."

அவள் மிகச் சுருக்கமாகப் பேசினாள். யாரோ சொன்னதைத் திருப்பிச் சொல்கிறாள். பவன்சுந்தரால் மாநாட்டு டென்ஷனுகக்கு இடையில் இவளை எப்படி சமாளிப்பது என்றே புரியவில்லை. தீபிகாவை அழைத்து நிலைமையைச் சொன்னார். 'இவளை எப்படியாவது சமாளித்து அனுப்பு' என்றார். தீபிகாதான் அந்தப் பெண்ணின் தோளில் கைபோட்டு பேச்சுக்கொடுத்தாள். கூலிங்கிளாஸ் வழியே அவளை ஊடுருவிப் பார்த்தாள். வேறு ஏதாவது கேள் என்றாள். உண்மையில் வேறு எதுவும் அவளுக்குக் கேட்கத் தெரியவில்லை. யாரோ பின்னால் இருந்து இயக்குபவர்கள் வேறு என்ன வேண்டும் எனச் சொல்லித் தரவில்லை.

தீபிகா, "உனக்கு என்ன வேணும்னு யார் கிட்டயாவது கேட்டுச் சொல்லு."

எந்தப் பேச்சுவார்த்தைக்கும் குறைந்தபட்சம் இரண்டு சந்தர்ப்பங்கள் வழங்கப்படும். அது அருணாவுக்குத் தெரியாது. அவள் அம்பு. வில்லிடம் விசாரித்தால்தான் தெரியும்.

அந்தப் பெண் யாரிடமோ போனில் பேசினாள். பிறகு, "நீங்கதான் தீபிகாவா?" என்றாள்.

தீபிகா, தலைவரையும் முல்லைநாதனையும் பார்த்தாள். "ஆமாம்" என்றாள்.

"உங்ககிட்ட பேசணுமாம்" என்று போனைக் கொடுத்தாள்.

பேசு என சைகைகாட்டினார் பவன்சுந்தர். மறுமுனையில் இருந்து வைக்கப்பட்ட அடுத்த கோரிக்கை... மனைவி பதவி கொடுக்க மறுத்தால்... பவன்சுந்தர் கட்சித் தலைவர் பதவியிலிருந்து விலகிக்கொள்ள வேண்டும்.

தான் உருவாக்கிய கட்சியில் இருந்து ஒருவன் தானே விலகிக்கொள்வாரா... இது நியாயம் இல்லாத கோரிக்கை என்றாள் தீபிகா.

இப்படி கட்சித் தலைவராக தன்மான தலைவராக நிலை நிறுத்தியிருக்கும் நேரத்தில் இப்படி வந்து குட்டையைக் குழம்புவாள் என்று அவர் சற்றும் எதிர்ப்பார்க்கவில்லை. செய்தவினை இப்படி குட்டிப்போட்டுக்கொண்டு வந்து நிற்கும் என அவர் நினைக்கவில்லை.

'இப்போது அவளுக்கு என்னதான் வேண்டுமாம்?' என்று விசாரிக்கச் சொன்னார். இந்த மேடையிலேயே தன்னை மனைவி என அறிவிக்க வேண்டும் என அவள் ஒற்றைக்காலில் நின்றாள்.

பவன்சுந்தருக்கு ஆத்திரம் தாளவில்லை. அவளை அங்கேயே கொன்றுவிட்டு ஜெயிலுக்குப் போய்விடலாம்போல ஆத்திரம். இத்தனை பெரிய கூட்டத்துக்கு நடுவே, துணிச்சலாக இப்படி ஒரு கோரிக்கை வைக்கிறாள் என்றால் அவளுக்குப் பின்னால் யாரோ இருக்கிறார்கள் என்பது தெரிந்தது. தீர்க்கமாக நின்றிருந்த அவளுடைய முகத்திலேயே அது எழுதி ஒட்டியிருந்தது. முல்லைநாதன்தான் சொன்னார்: "அண்ணே இது உளவுத்துறையின் சதிண்ணே. வளர்ந்து வரும் மாநிலக் கட்சிகளைக் குலைக்கும் தந்திரம்ணே."

பவன்சுந்தருக்கு இப்போது முல்லைநாதன் மீதுதான் கோபம் அதிகமானது. "வாயை மூடுடா நாயே" என்றார்.

போனை முடித்துக்கொண்டு வந்த தீபிகா, பவன்சுந்தரை அழைத்துக்கொண்டு, தனி அறைக்குள் போனாள்.

"உங்களுக்கு 100 கோடி ரூபாய் வரை தருவதற்குத் தயாராக இருக்கிறார்கள்."

"யார்?"

சபாரி போட்டிருந்த ஒரு கேரளத்து அதிகாரி தீபிகாவுக்காகப் பதில் அளிக்கும் நோக்கில் பின்னால் வந்தார்.

"நம்ம கட்சி ஆளா?" என்றார் பவன்சுந்தர்.

"ஆமா." என்ற அவருடைய சிரிப்பில் ஒன்றையும் புரிந்துகொள்ள முடியவில்லை.

தலைவர்கள்தான் நாட்டை நடத்திக்கொண்டு போவதாக இதுவரை நினைத்துவந்தார் அவர். தலைவர்களை வேறு யாரோ நடத்திச் செல்கிற வினோதத்தைப் பார்த்தார். சினிமாவில் சம்பாதித்த கணக்கு வழக்குகள் சரியாக இல்லை. பணத்தை சம்பாதிக்கத் தெரிந்த அவருக்கு, அதை கணக்கில் காட்டத் தெரியவில்லை. சென்னையில் எட்டு வீடுகள். ஒவ்வொன்றும் பல சி. வங்கிப் பணத்தில் பாதி கறுப்பு. ரெய்டு வந்தா பாதி சொத்து காணாமப் போயிடும் என்றார் ஓர் அதிகாரி. கட்சியில் இவர்கள் எல்லாம் எப்போது புகுந்தார்கள் என்பதே தெரியவில்லை பவன்சுந்தருக்கு. டெல்லிக்கு ஒரு தரம் போய் பார்க்க வேண்டிய ஆட்களைப் பார்த்தால் நல்லது என்றார் அவர்.

இரண்டு மூன்று சிகரெட்டுகளை அடுத்தடுத்துப் புகைத்தார். "100 ஆ?" என்றார் தீபிகாவை நோக்கி.

தீபிகாவுக்கு அவர் இணங்கிவருவது தெரிந்தது. தலையசைத்தாள். "ஓ.கே. என்னை நிம்மதியா விட்டா சரி" பெருந்தன்மையுடன் ஒப்பந்தத்துக்கு தயாரானார்.

அதன் பிறகு நடக்க வேண்டியது எல்லாம் ஒத்திகை பார்த்து வைத்திருந்ததுபோல வெகு சீக்கிரம் நடந்து முடிந்தது. கட்சியின் நலன் கருதி அவர் உடனடியாகக் கட்சிப் பதவியிலிருந்து விலகிக்கொண்டு கட்சியின் நிறுவனர், பிதாமகர் என்று ஒரு பதவி கொடுத்து உட்கார வைப்பது என்று பிரதிநிதிகள் முடிவுசெய்தனர். கௌரவமான பதவியாகவும் இருக்கும், சொந்த வாழ்க்கை கட்சியை பாதிப்பதகாவும் இருக்காது என்று கருத்து தெரிவித்தனர். தொடர்ந்து அவர் நடிப்பில் கவனம் செலுத்துவதற்கும் பிரச்னை இருக்காது என்பதும் கருத்தாக இருந்தது. பவன்சுந்தருக்கு முதலில் மிகப் பெரிய ஈகோ வெடித்தது. எவன்டா அது என் வாழ்க்கையை தீர்மானிப்பது என நினைத்தார்.

பொறுமையாக அரை பாட்டில் விஸ்கியைக் குடித்து முடித்தார். இமேஜை காப்பாற்றிக்கொண்டு நடித்து, கோடி கோடியாக சம்பாதிப்பதே போதும் என்ற முடிவுக்கு வந்துவிட்டார்.

'அப்ப யாரை தலைவரா அறிவிக்கிறது' என்ற கேள்வி. தன் மனைவியை அறிவிக்கலாம் என்பதுதான் அவருடைய யோசனை.

தன் மனைவியோடு ஒப்பிடும்போது ராப்ரி தேவியே எவ்வளவோ மேல் என அவரே அதைத் தவிர்த்துவிட்டார்.

மாநாட்டு மேடையில் அரைமணி நேரம் கலைநிகழ்ச்சி ஒன்று ஏற்பாடாயிற்று.

மாநாட்டில் வந்திருந்த அனைத்துப் பொதுக்குழு உறுப்பினர்களையும் மாநாட்டுப் பந்தலுக்குப் பின்னால் இருந்த திருமண மண்டபத்துக்கு வரச் சொன்னார் முல்லைநாதன். பெரிய பெரிய மீசையும் மேல்துண்டுமாக உள்ளே நுழைந்த பிரதிநிதிகளுக்கு அங்கே நிலவிய அர்த்தமற்ற அமைதி, பலநூறு சந்தேகங்களை எழுப்புவதாக இருந்தது.

அனைவரிடமும் ஒரு வெள்ளைத்தாளைக் கொடுத்து கையெழுத்து வாங்கப்பட்டது. மண்டபத்தின் தெற்கு திசையில் ஒரு மேஜை போடப்பட்டு அதில் பவன்சுந்தர் மட்டும் அமர்த்தப்பட்டிருந்தார். அவரிடம் ஏதோ மௌன நாடகத்தின் ஒத்திகை போல ஒருவர் மைக்கை கொண்டுவந்து கொடுத்தார். பவன்சுந்தர், மைக்கின் பேசும்பகுதியை ஒரு தட்டு தட்டி, ஹல்லோ என்றார். அவருக்கே அவருடைய குரல் வேறு மாதிரி இருந்தது.

"ஒரு முக்கியமான முடிவு எடுப்பதற்காக அவசரமாக இங்கு பொதுக்குழு கூட்டப்பட்டுள்ளது" என்று பவன்சுந்தர் சொன்னபோதுதான் அது பொதுக்குழு என தெரிந்தது. சிறிய சலசலப்பு எழுந்தபோது பவன்சுந்தர் கையை உயர்த்தி அதைக் கட்டுப்படுத்தினார்.

"இன்னும் இரண்டு ஆண்டுகளில் பொதுத் தேர்தல் வருகிறது. அனைவரும் அதற்குத் தயாராக வேண்டும். நாம் சந்திக்கிற முதல் பொதுத் தேர்தல் இது. தேர்தலுக்குப் பெரும் தொகையை ஈட்டியாக வேண்டும். பணம் எங்கிருந்து கிடைக்கும்? பெரிய முதலாளிகளோ பணம் தர மாட்டார்கள். தொண்டர்கள் தருகிற பணமோ போதாது. ஆகவே, கட்சியின் தேவை கருதி நானே களத்தில் இறங்குகிறேன். இந்த இரண்டு ஆண்டுகளுக்குள் நான்கு படங்கள் தொடர்ந்து நடிக்க இருக்கிறேன். முழு மூச்சாக நடித்து, பெரு வெற்றியைப் பெற்று, பல கோடிகளை திரட்ட இருக்கிறேன். எனவே, இப்போது கட்சியின் நிர்வாகியாக மட்டும் என்னை நிலைநிறுத்திக்கொள்ளப் போகிறேன். கட்சியின் தலைவராக தீபிகா அவர்களை தேர்வு செய்கிறேன். அதற்கு நீங்கள் அனைவரும் ஒத்துழைப்பு நல்க வேண்டும்" என்றார்.

நல்ல யோசனைபோலவே சொல்லி முடித்தார் பவன்சுந்தர். வந்திருந்த நூற்றி இருபது பொதுக்குழு உறுப்பினர்களில் ஒரு இருபது பேர் இதை ஏற்றுக்கொள்ள மறுத்து மீசையை முறுக்கினர்.

தீபிகா எதிர்ப்பவர்கள் யார் என்று குறிப்பெடுக்க ஏற்கெனவே சொல்லி வைத்திருந்தாள். கட்சியில் இருந்து முதலில் களையப்பட வேண்டியவர்கள் பட்டியல் அது. மீசை முறுக்குபவர்கள். பவன்சுந்தரும் அந்த 20 பேரை ஒருவாராக தேற்றி, 'அண்ணன் எங்க போயிடப் போறேன்... படத்தை முடிச்சுட்டு உங்கக் கூடத்தானே இருக்கப் போறேன்?' என தோளைத் தடவி பேசிக்கொண்டிருந்தார்.

அந்தக் கணத்தில் ஆண்களின் உலகம் அவளுக்கு மிகச் சாதாரணமாக தோன்றியது. பண வெறியர்கள், பதவி வெறியர்கள், பெண் வெறியர்கள் எனப் பகுக்க முடிந்தது. தலைவர் தீபிகாவை அழைத்தார். "தமிழர் தன்மானக் கழகத்தின் தலைவர் திருமதி தீபிகா அவர்களை அழைக்கிறேன்."

தீபீகா எழுந்து நின்று அனைவரையும் பார்த்து வணங்கினாள். தலைவருக்கு அருகே அவளுக்கு ஒரு இருக்கை போடப்பட்டது. உளவுத்துறை நினைத்தால் எந்த இயக்கத்தையும் கூறுபோட முடியும் என்பது புரிந்தது. ஒரு சில மணிநேரத்தில் இப்படி ஒரு மாற்றமா? நாளை நம் மீதும் இந்த அஸ்திரம் திரும்பும் என்பதால் சர்வ ஜாக்கிரதையுடன் அந்தப் பொறுப்புக்கு தலைகொடுத்தாள்.

மாநாட்டு நேரம் நெருங்கிக்கொண்டிருந்தது. மேடையில் எல்லோரும் வந்து அமர்ந்தனர். பத்திரிகையாளர்களுக்கு முதல் வரிசைக்கு இடப்புறம் இடம் ஒதுக்கப்பட்டு இருந்தது. எதிரே கட்சியின் மாவட்ட நிர்வாகிகள்.

பவன்சுந்தர் எழுந்துவந்து மைக்கைப் பிடித்தார். "என் உயிரினும் மேலான தங்கங்களே... நான் கட்சியின் நிறுவனராக மட்டுமே இருப்பேன். நான் பதவிக்கு ஆசைப்படாதவன். தமிழர்களுக்காக ஒரு கட்சியை உருவாக்கி உங்களிடம் ஒப்படைக்கிறேன். ஒரு சில கட்சிகளைப்போல நிரந்தர தலைவராக, நிரந்தரப் பொதுச் செயலாளராக நான் இருக்க விரும்பவில்லை. அதை முழு அக்கறையோடு வெற்றிப் பாதையில் கொண்டுசெல்வது உங்களுடைய பொறுப்பு. கட்சியின் தலைவர் இங்கே... இப்போது தேர்ந்தெடுக்கப்படுவார். இரண்டு நாட்களுக்கு முன்பு கட்சியின் செயற்குழு கூடியது. அதிலே அடுத்த தலைவர் யார் என முடிவுசெய்யப்பட்டது. என் உயிரினும் மேலான தங்கங்களே உங்கள் முன்னால் தலைவரை அறிவிக்க வேண்டும் என்பதுதான் என் விருப்பம்" என்று சொல்லிவிட்டு அமர்ந்தார்.

மாநாட்டில் திரண்டு இருந்த பல்லாயிரம் பேருக்கும் ஒரே நேரத்தில் அதிர்ச்சி. செயற்குழு உறுப்பினர்களுக்கு அதைவிட அதிர்ச்சி. ஒரு லட்சம் பேர் திரண்டு இருந்த கூட்டத்தை ஒரே நிமிடத்தில் அமைதியில் ஆழ்த்திவிட்டார் பவன்சுந்தர். எதிரே

இருந்த கட்சி நிர்வாகிகள், அவர்களுக்குப் பின்னால் இருந்த தொண்டர்கள், அமர்ந்திருந்த பத்திரிகையாளர்கள் எல்லோருக்கும் குழப்பம்.

பவன்சுந்தர் சைகை கொடுத்ததும் முல்லைநாதன் எழுந்துவந்து மைக்கைப் பிடித்தார். "கொள்கைப் புயல் தீபிகா அவர்கள்தான் தலைவராகத் தேர்ந்தெடுக்கப்பட்டவர். நான் அவரை முன்மொழிகிறேன்" என்றார் முல்லைநாதன். தீபிகா எழுந்துவந்து பவன்சுந்தரின் காலைத் தொட்டு வணங்கிவிட்டு, மக்களை நோக்கி கை அசைத்தாள். வணக்கம் சொன்னாள். கூட்டம் ஹோ என ஓசை எழுப்பியது.

பவன்சுந்தருக்கு எல்லாம் நல்லதுக்கா, கெட்டதுக்கா? என்று புரியவில்லை. அவர் அர்த்தம் இல்லாமல் கையை வீசி மக்களுக்கு ஆசி வழங்கிக்கொண்டிருந்தார்.

"நான் வழிமொழிகிறேன்" என்றார் தயாரிப்பாளர் ஏழுமலை. அவர்தான் திருச்சி மாவட்ட செயலாளர். வழிமொழிந்துவிட்டு தீபிகாவைப் பார்த்து ஒரு பழைய புன்னகையைச் சிந்தினார். தீபிகா அதைக் கண்டுகொள்ளவே இல்லை. இதற்கு முன்னர் எங்குமே பார்த்தது இல்லை போல ஒரு பார்வை பார்த்தாள். மல்லிகை படத்தில் அவளுக்கு நடிகை என்ற அங்கீகாரத்தைக் கொடுத்தவர். முதல் நாள் பாடல் காட்சியில் தன்னுடன் நடித்த நடனப் பெண்கள் 40 பேர் இருந்தது நினைவுக்கு வந்தது. அந்த 40 பேரிடம் இல்லாத எந்த ஒன்றுக்காகத் தான் கதாநாயகியாக்கப்பட்டோம் என்பதில் அவளுக்குச் சில கேள்விகள் இருந்தன. ஏழுமலையைப் பார்க்கும் தருணங்களில் அவை நினைவுக்கு வரும். நினைவு அசைபோடும். இப்போதெல்லாம் அசைபோடுவதற்கான நேரம் குறைந்து நிஜமாகவே அவர் யாரோ மாதிரி ஆகிவிட்டார். எதிரே ஸ்ரீராம் போட்டோ எடுத்துக்கொண்டிருந்தான். அந்த நேரத்தில் அவனை அங்கே பார்க்க முடிந்ததில் மகிழ்ச்சியாக இருந்தது. ஸ்ரீராம் அவளை நோக்கி கேமிராவைக் கிளிக்கினான். அவளுடைய ஒவ்வொரு வளர்ச்சியையும் காட்சிப்படுத்தியதற்கான சாட்சியாக அந்த கேமிரா இருந்தது. ப்ளாஷ் லைட் வெளிச்சத்தில் ஒரே ஒரு முறை அவளுடைய இடது தோள் லேசாகக் குலுங்கியதைப் பார்த்தான். அதற்கு என்ன அர்த்தம் என அவனுக்கு மட்டும்தான் தெரியும். கறுப்புக் கண்ணாடிக்குள் அவளுடைய கண்கள் தன்னைக் கவனிக்க ஒரு பிரத்யேக விநாடியைச் செலவிட்டது ஸ்ரீராமுக்குப் பெருமையாகத்தான் இருந்தது.

"தன்மானத் தலைவி தீபிகா" என்று உணர்ச்சி பொங்க ஒலித்தது ஒரு குரல்.

“வாழ்க! வாழ்க” என்றன நூறு குரல்கள். பொதுக்குழு உறுப்பினர்கள் பெரிய பெரிய மீசையுடன் மிடுக்காக உலாவுவதைக் கட்டுப்படுத்த வேண்டும் என நினைத்தாள். அத்தனை ஆண்களையும் தன் காலடியில் விழவைக்க வேண்டும் என்ற எளிய விருப்பம் ஒன்று அவள் மனதில் அப்போது உதித்தது.

மாயா சொன்ன கதை...

திருமணமான புதிதில் என் வீட்டுக்கு எம்.எஸ்.ஆரின் மரணம் குறித்து விசாரிக்க போலீஸ் ஒருமுறை வந்தது. அதைப் பத்திரிகையில் பலரும் விதம்விதமாக எழுதினர். விபச்சார வழக்கில் கைது ஆவாரா மாயா என்றெல்லாம் தலைப்பு. எம்.எஸ்.ஆர் வீட்டில் பலகோடிகளை அபேஸ் செய்த மாயா இது ஒரு வார இதழ் அட்டைச் செய்தி. அதாவது என்னுடைய பெயரும் எம்.எஸ். ஆரின் பெயரும் ஒரிஜனல் பெயர்களில் செய்திகள் வெளிவந்தன. என் கல்யாண வாழ்வே நரகமாக மாறிவிட்டது. அந்த நேரத்தில் ஸ்ரீராம் வந்தார். இதற்கு நீங்கள் விளக்கம் தரலாமே எனக் கேட்டார்.

“பத்திரிகைகளுக்கு ஒரு நோக்கம்தான் உண்டு. ஒரு செய்தியை முழுதாக விழுங்கிவிடும்படியான இன்னொரு செய்திதான் பத்திரிகையின் நோக்கம். ஒரு செய்தியை அடுத்த செய்தியால் வீழ்த்துவதுதான் உங்களின் நோக்கம். அதனால் இந்த மாயா பற்றிய செய்திகளை வேறு ஒரு செய்தியால் மறக்கடிப்பதுதான் இதற்கான விளக்கமாக இருக்க்க முடியும்” என்றேன்.

காமராஜர் சொந்த ஊரில் தோல்வி, ரஹ்மானுக்கு ஆஸ்கார், எம்.ஜி.ஆர் மரணம், அரியலூர் ரயில் விபத்து, நடுவானில் இரண்டு விமானங்கள் நேருக்கு நேராக மோதல்... இவை எல்லாமே செய்திகள். ஆழ்ந்து பார்த்தால் அப்போது உலவிவந்த ஒரு செய்தியைப் புதைத்த இன்னொரு செய்திகள்.

“நான் உங்கள் செய்திகளைக் குழிதோண்டிப் புதைக்கிறேன்” என்றார் ஸ்ரீராம்.

வேறு ஒரு செய்தியால் என்னைப் பற்றிய செய்திகளைப் புதைத்தார். இந்த முறை ரஜினி யாருக்கு வாய்ஸ் தருவார் என்ற சர்ச்சையைக் கிளப்பினார். உண்மையில் என்னுடைய செய்தியை மக்கள் மறந்தே போயினர். ஸ்ரீராம் நல்ல போட்டோகிராபர்... நல்ல நிருபர்... நல்ல மனிதர்.

என் கதையை ஸ்ரீராமிடம் சொன்னேன். ஏதோ சொல்ல வேண்டும் எனத் தோன்றியது. அதை ஒரு தொடராக மல்லிகையில் வெளியிடலாம் மேடம் என்று சொன்னார். அதனால் யாருக்காவது

பயன் இருக்குமா எனக் கேட்டேன். யார் இந்த நடிகை என்பதைக் கண்டுபிடிப்பதைத்தாண்டி அதில் ஒரு பலன் இருக்கத்தான் செய்யும் என்றார். சரி எழுதிவந்துக் காட்டுங்கள் என்றேன். காட்டினார். அதில் நிஜம் எது, கற்பனை எது என இப்போது எனக்கும் ஸ்ரீராமுக்கும்தான் தெரியும்.

ஸ்ரீராம் மூலமாக மாயா என்பது நான்தான் என இப்போது தீபிகாவுக்கும் தெரிந்துவிட்டது என ஸ்ரீராமே என்னிடம் ஒருமுறை சொன்னான். தீபிகா அரசியல்வாதி ஆவதற்கு முன் ஒருநாள் காலை என் வீட்டுக்கு வந்தாள். அது நல்ல சகுனமா என எனக்குத் தெரியாது. ஆனால், அந்த நாளை என்னால் மறக்கவே முடியாது. அன்றுதான் தமிழ்நாட்டில் சுனாமி ஏற்பட்டது.

(முற்றும்)